अभिप्राय

मृत्यू आणि खुशवंतसिंग

साप्ताहिक सकाळ, ३ फेब्रुवारी २००७

जगण्याचा संदेश देणारा 'मृत्यू'...

दैनिक सकाळ (पुणे) ७-१-२००७

'मृत्यू' विषयी चिंतन

दैनिक ऐक्य, १४-१-२००७

आपल्या स्नेहीजनांना पुस्तके भेट द्या

लेखक

खुशवंत सिंग

अनुवाद

सुप्रिया वकील

मृत्यू... माझ्या उंबरठ्याशी

मेहता पब्लिशिंग हाऊस

Please contact us at **Mehta Publishing House,** Pune 411030.
© +91 020-24476924 / 24460313 / Mob. No. 9545000513
Email : production@mehtapublishinghouse.com
Website : www.mehtapublishinghouse.com

- *या पुस्तकातील लेखकाची मते, घटना, वर्णने ही त्या लेखकाची असून त्याच्याशी प्रकाशक सहमत असतीलच असे नाही.*

Death at my doorstep by Khushwant Singh
Originally published by Roli Books (P) Ltd.,
New Delhi - 110048.
Translated into Marathi Language by Supriya Vakil

मृत्यू ... माझ्या उंबरठ्याशी / अनुवादित मृत्यूलेखसंग्रह

अनुवाद : सुप्रिया वकील
Email : author@mehtapublishinghouse.com
मराठी अनुवादाचे व प्रकाशनाचे हक्क : मेहता पब्लिशिंग हाऊस, पुणे
प्रकाशक : सुनील अनिल मेहता, मेहता पब्लिशिंग हाऊस,
१९४१ सदाशिव पेठ, माडीवाले कॉलनी, पुणे – ४११ ०३०
मुद्रक : पार्कसन्स ग्राफिक्स
मुखपृष्ठ : चंद्रमोहन कुलकर्णी
प्रकाशनकाल : जानेवारी, २००७ / मार्च, २००७ / मार्च, २०१० /
पुनर्मुद्रण : जून, २०१९
किंमत : ₹ १९५
P Book ISBN 9788177667691
E Book ISBN 9789353172817
E Books available on : amazonkindle Apple Books Google Play Books

---

जया थडानीस,

आयुष्याच्या उत्तरार्धात
तुझ्या पत्रांनी माझं चैतन्य
टिकून राहिलं...

Sunset and evening star
And one clear call for me!
May there be no moaning of the bar
when I put out to sea......

......Twilight and evening bell,
After that the dark!
And may there be no sadness of farewell
when I embark.

– अल्फ्रेड लॉर्ड टेनिसन.

प्रस्तावना

आपण मृत्यूविषयी हलकंफुलकं बोलत नाही– ही गोष्ट नीरस, वाईट आणि खिन्न करणारी मानली जाते. आयुष्यातील या मूलभूत वास्तवाकडं पाहण्याची ही अगदी चुकीची पद्धत आहे. आयुष्यातील हे मूलभूत वास्तव कसलाही अपवाद मानत नाही. मृत्यू राजांचाही होतो, तसंच भिकाऱ्यांचाही; रावांचा होतो तसंच रंकांचाही, संतमहात्म्यांचा होतो तसंच पापी माणसांचाही आणि वृद्ध खोडांचा होतो तसाच कोवळ्या तरुण कोंबांचाही. हे वास्तव आपल्या ध्यानातच आलं नव्हतं असं अजिबात भासवता येत नाही आणि मृत्यूचा घाला पडणार तो इतर माणसांवर, आपल्यावर नव्हे अशा मूर्ख भ्रमातही राहता येत नाही. तो तसं कुणालाही सोडत नाही. त्याला कवटाळण्यासाठी सज्ज राहणं आणि जेव्हा तो येईल तेव्हा त्याचं सस्मित स्वागत करणं हा सर्वोत्तम मार्ग.

मी आता नव्वदीचा उंबरा ओलांडला आहे. माझ्या आणि नियतीच्या भेटीचा क्षण जवळ जवळ येतोय, याची मला जाणीव आहे. मी या गोष्टीवर खूप विचार

केला आहे. मी बुद्धिप्रामाण्यवादी असल्यामुळं, जन्म-मृत्यू-पुनर्जन्म या बाबतीत सिद्ध न झालेल्या- तर्काला धरून नसलेल्या गोष्टी मानत नाही... म्हणजे जन्म-मृत्यू-पुनर्जन्म अशी अविरत प्रक्रिया आपण परमेश्वराशी एकरूप होऊन मुक्ती लाभेपर्यंत सुरू असते अशा प्रकारचे सिद्धान्त, देहरूपी वस्त्र विरतं पण आत्मा जिवंत राहतो, यावरही माझा विश्वास नाही. आत्मा कसा दिसतो... मला ठाऊक नाही; किंवा मी अथवा इतरही कुणी तो पाहिलेला नाही. मी ज्यू, ख्रिश्चन आणि इस्लामी लोकांचा 'डे ऑफ जजमेंट' - (अंतिम न्यायदिन) स्वर्ग-नरक मानत नाही.

मला कवी मिर्झा असदुल्लाहखान गालिब च्या ओळी पटतात. ते म्हणतात:

"हम को मालूम है जन्नत की हकीकत लेकीन,
दिल के खुश रखने को गालिब, ये खयाल अच्छा है"

(आम्हाला स्वर्गातलं वास्तव ठाऊक आहे.
पण, मन रमवण्यासाठी ही कल्पना चांगली आहे)

माझ्यापुरतं बोलायचं झालं, तर मी मृत्यूचं अंतिमत्व स्वीकारलं आहे. मृत्यूनंतर आपलं काय होतं, ते आपल्याला माहीत नाही.

मी याबाबतचे माझे आणि इतरांचेही विचार शक्य तितक्या प्रामाणिकपणे मांडले आहेत. मी मला भेटलेल्या लोकांवरच्या मृत्यूलेखांचाही इथं समावेश केला आहे. त्यापैकी काहीजण सुप्रसिद्ध होते, तर काही व्यक्ती साध्या व्यक्ती होत्या.

मी बरीच वर्षं 'द ट्रिब्यून' मध्ये 'धिस अबव्ह ऑल' या सदरासाठी आणि 'द हिंदुस्तान टाइम्स' मध्ये 'विथ मॅलिस टोवर्डस् वन अॅन्ड ऑल' या सदरासाठी लेखन करत आहे. दर आठवड्याला प्रसिद्ध होणाऱ्या या सदरांमध्ये यातले बहुतेकसे लेख प्रसिद्ध झालेले आहेत.

मेलेल्यांविषयी काहीही वाईट-साईट बोलू नये या मताशी मी कधीही सहमत झालो नाही. जर माणसं आयुष्यभर दुष्टाव्यानं वागत आली असतील, तर मृत्यू काही त्यांना संतपदी नेऊ शकत नाही. अशा फसव्या गोष्टी थडग्यावर कोरलेल्या दिसल्या तर त्याकडं दुर्लक्ष करता येऊ शकेल, पण मृत्यूलेखांमध्ये नाही. मृत्यूलेख पूर्वग्रहदूषित नसलेले आणि सत्य असले पाहिजेत. मी मला आवडणाऱ्या, मला प्रिय असलेल्या अनेक लोकांवर श्रद्धांजलीपर लेख लिहिले आहेत. तसंच मला अत्यंत तिटकारा असणाऱ्या, अजिबात न आवडणाऱ्या माणसांवरही लिहिले आहेत.

मी या सगळ्यांबाबतच नि:पक्षपाती राहण्याचा सर्वपरी प्रयत्न केला आहे. माझ्यावर काही मृत लोकांची निंदानालस्ती केल्याचे आरोप झाले. ही माणसं माझ्यावर प्रतिहल्ला चढवू शकत नव्हती अथवा अब्रुनुकसानीबद्दल मला न्यायालयात

खेचू शकत नव्हती, ही गोष्ट खरी आहे. आपल्या कायद्यात, मृत व्यक्तीच्या मित्रपरिवाराला अगर नातेवाइकांना मृत व्यक्तीबाबत अब्रुनुकसानीच्या आरोपाखाली लेखकाला कोर्टात खेचता येण्याची तरतूद नाही. (लेखकानं त्यांच्या प्रतिष्ठेला धक्का पोचेल असं लिखाण केलं असल्याखेरीज.) पण मी राज्यपालांसहित काही उच्चपदस्थ लोकांवर अतिजहाल लिहिलं होतं. त्यांपैकी दोघांनी मला न्यायालयात आणि प्रेस कौन्सिलपुढं उभं केलं. या दोन्ही प्रकरणांत, माझा त्यांच्या भावना दुखावण्याचा उद्देश नव्हता, असं सांगून तडजोडीनं विषय मिटला.

वास्तवात माझा तसा उद्देश नव्हताच.

मी स्वत:वरच मृत्यूलेख लिहिले आहेत. मी विशीत असताना त्यातला पहिला लेख लिहिला होता – 'पॉस्ट्युमस'. हा लेख 'द मार्क ऑफ विष्णू' या माझ्या लघुकथा संग्रहात आहे. (लंडनच्या सॅटर्न प्रेसद्वारा प्रकाशित). तो लेख मी इथं उद्‌धृत करण्याचं स्वातंत्र्य घेतोय, मृत्यू ही रडारड करण्याची गोष्ट-असं मानण्याची आवश्यकता नाही, ही गंमतीची गोष्ट असू शकते, हे सिद्ध करण्यासाठी.

□□

अनुक्रमणिका

भाग पहिला : मृत्यू आणि मरण...

भाग दुसरा : मृत्यूनंतर...

'मृत्यूनंतर'

मी बिछान्यात पडलोय, तापानं फणफणत. हे काही गंभीर नव्हे. खरं तर, हे अजिबातच गंभीर नाही. मी स्वत:ची काळजी घ्यायला घरी एकटाच आहे. माझ्या मनात येतंय, आत्ता माझा ताप अचानक एकदम चढला तर काय होईल... बहुतेक राम नाम सत्य! माझा मृत्यू पचवणं माझ्या मित्रांना फारच कठीण होईल. मला इतके मित्र आहेत, मी इतका लोकप्रिय आहे. मनात आलं, वृत्तपत्रांत याबाबत काय छापून येईल? ते काही मला पूर्ण दुर्लक्षू शकणार नाहीत. कदाचित 'द ट्रिब्यून'च्या पहिल्या पानावर छोट्या छायाचित्रासह बातमी येईल. शीर्षक असेल– 'सरदार खुशवंत सिंग यांचं निधन'- आणि त्याखाली त्यापेक्षा काहीशा छोट्या टाईपमध्ये येईल :

कळवण्यास अत्यंत दु:ख होते की,

काल संध्याकाळी सहा वाजता सरदार खुशवंत सिंग यांचं आकस्मिक निधन झालं. त्यांच्या मागं तरुण विधवा, दोन तान्हुली आणि प्रचंड मोठा मित्रपरिवार व चाहतावर्ग आहे. सुमारे पाच वर्षांपूर्वी सरदार त्यांच्या दिल्ली या शहरातून लाहोरमध्ये स्थायिक होण्यासाठी आले होते. दरम्यानच्या काळात त्यांना 'बार' व 'राजकारण' या क्षेत्रांत सुप्रसिद्ध स्थान लाभलं होतं. त्यांच्या निधनाबद्दल संपूर्ण प्रांतात दुखवटा पाळला जाईल. कै. सरदार यांच्या निवासस्थानी मुख्य न्यायमूर्तींचे सचिव, मंत्री, सर्वोच्च न्यायालयाचे न्यायाधीश आदींनी भेट देऊन त्यांच्या कुटुंबीयांचं सांत्वन केलं.

प्रेसला दिलेल्या शोक संदेशात माननीय प्रमुख न्यायमूर्तींनी म्हटलं आहे :"त्यांच्या निधनानं पंजाबची फार मोठी हानी झाली आहे. मृत्यूच्या निष्ठुर पाशात एका तेजस्वी करिअरची वाटचाल संपून गेली आहे."

पानावर तळात एक निवेदन असेल :

आज सकाळी दहा वाजता अंत्यविधी होणार आहे.

मला स्वत:च्या आणि माझ्या सगळ्या मित्रांच्या विचारानं फार दु:ख झालं. माझ्या अश्रूंना स्वत:च्याच मृत्यूबद्दल दु:ख व्यक्त करायचं होतं, पण मोठ्या कष्टानं मी त्यांना रोखलं होतं. पण त्याचवेळी मला आनंदही झाला होता. मला लोकांनी माझ्या वियोगाचं दु:ख करावं असंही वाटत होतं. त्यामुळं मी मरायचं ठरवलं...

केवळ गंमत म्हणून... सायंकाळी प्रेसला माझ्या निधनाचं वृत्त समजण्यासाठी पुरेसा वेळ राखून, मी प्राण सोडले.

त्यानंतर मी मृतदेहातून उठून खाली आलो आणि प्रवेशद्वाराशी असणाऱ्या थंडगार संगमरवरी पायऱ्यांवर बसून मरणानंतरचं 'वैभव' अनुभवू लागलो.

सकाळी मला पत्नीच्या आधी वर्तमानपत्र मिळालं. मी आधीच खालच्या मजल्यावर असल्यामुळं आमच्या दोघांत वर्तमानपत्र आधी घेण्यावरून युद्धाची ठिणगी पडण्याची शक्यता नव्हती आणि आज काहीही असलं तरी माझी पत्नी माझ्या मृतदेहाभोवती इकडं-तिकडं करत वेळ फुकट घालवण्यात दंग होती. 'द ट्रिब्यून' नं मला निराश केलं. तिसऱ्या पानावर... पहिल्या कॉलममध्ये मला निवृत्त मंडळींच्या निधनवार्तांच्या छोट्या चौकटींत स्थान मिळालं होतं... फक्त तेवढंच. मी वैतागलो. हे काम नक्कीच त्या उपद्रवी शफीचं असणार... विशेष प्रतिनिधी- शफी. त्याला मी कधीच आवडायचो नाही. पण मी गेल्यानंतरसुद्धा मला थोडसं महत्त्व मिळू न देण्याइतका तो हलकट असेल असं मला वाटलं नव्हतं. तथापि, माझ्या निधनानं संपूर्ण इलाख्यात जी दु:खाची लाट उसळेल, ती त्याला थांबवता येणार नव्हती. माझे मित्र ते बघून घेतील.

उच्च न्यायालयाजवळ वर्तमानपत्रं खूप लवकर पोचतात. माझा वकील मित्र- कादिर याच्या घरी तर तांबडं फुटण्यापूर्वीच वर्तमानपत्र येतं. म्हणजे कादिरचं कुटुंब लवकर उठतं असं मला म्हणायचं नाहीय. खरं तर, त्यांच्या घरात सकाळी नऊच्या आत क्वचितच कुणी जागं होत असेल. पण कादिर तत्त्वनिष्ठ आहे. त्यामुळं घरी वर्तमानपत्र भल्या पहाटे येऊन पडलं पाहिजे असा त्याचा आग्रह असतो, भले त्याकडं कुणी पाहिलं नाही तरी चालेल.

नेहमीप्रमाणे कादिर कुटुंबीय सकाळी नऊ वाजता बिछान्यात होते. तो रात्री उशिरापर्यंत काम करत होता. त्यामुळं आता त्याला झोप हवी होती. त्याच्यापुढं एका ट्रे मधून वर्तमानपत्र आणि सोबत गरम लिंबू पाण्याचा ग्लास आला. कादिर धूम्रपानाच्या मध्यंतरात गरम पाण्याचे घुटके घेत होता. त्याला चांगल्या प्रकारे 'मोकळं' होण्यासाठी हे करावंच लागत असे. त्यानं बिछान्यात असताना केवळ ठळक मथळ्यांवर नजर टाकली. खरं वाचन तर सिगरेट व लिंबाचा 'परिणाम' घडल्यानंतरच झालं. त्यामुळं नशिबानं माझी काय अवस्था केली आहे हे समजण्यासाठी संडासवारी घडेपर्यंत थांबावं लागलं.

यथावकाश कादिर संथ गतीनं बाथरूममध्ये गेला... एका हातात वर्तमानपत्र आणि खालच्या ओठांवर सिगरेट विसावलेली. आरामशीर 'स्थानापन्न' झाल्यानंतर त्यानं वर्तमानपत्रावर बारीक नजर टाकायला प्रारंभ केला. प्रथम त्याची नजर कमी महत्त्वाच्या बातम्यांकडं वळली. तिसऱ्या पानावरील पहिला कॉलम पाहताच त्यानं

क्षणभर सिगरेट फुंकणं थांबवलं... अगदी क्षणभर. आता इथून उठून बायकोला हाक मारून बातमी सांगावी का?... त्याच्या मनात आलं. नकोच... त्यानं निर्णय घेतला... उगीच अनावश्यक भावनाप्रदर्शन नको. कादिर बुद्धिप्रामाण्यवादी होता. लग्नानंतर तर तो आणखीच कडवा झाला होता. त्याची पत्नी म्हणजे भावना आणि उद्रेकाच्या भडक्याचं आगर होतं. गरीब बिचारा मरण पावला आहे, आता याबाबत काहीही करता येऊ शकत नाही ही बातमी पत्नीला देताच ती रडू लागणार हे त्याला माहीत होतं. त्यामुळं त्याला ही व्यवहारी भूमिका घ्यावीच लागली. जसं काय तो तिला त्याच्याच मरणाची बातमी देणार होता.

कादिर त्याच्या पत्नीला चांगलं ओळखून होता. त्यानं तिला ही बातमी अगदी सहज आविर्भावात सांगितली, पण बातमी ऐकताच तिला रडू कोसळलं. तेवढ्यात त्यांची दहा वर्षांची मुलगी तिथं पळतपळत आली. काही क्षण तिनं आईचा विलाप पाहिला, त्यानंतर तिनंही आईच्या सुरात सूर मिसळला. आता कादिरनं कडक रूप धारण करायचं ठरवलं.

"काय तू ही सगळी रडारड चालवली आहेस?" तो रागीट आविर्भावात म्हणाला, "त्यामुळे तो परत येणार आहे का?"

त्याच्या पत्नीला ठाऊक होतं. याच्याशी वाद घालण्यात काही अर्थ नाही. वादावादीत नेहमी तोच जिंकत असे.

"आपण ताबडतोब त्यांच्या घरी जायला हवं. त्यांच्या बायकोवर दुःखाचा पहाड कोसळला असेल." ती म्हणाली.

कादिरनं खांदे उडवले.

"मला जमणं कठीण आहे. त्याच्या पत्नीचं - नव्हे विधवेचं सांत्वन करायला जाणं जितकं महत्त्वाचं आहे, त्यापेक्षा माझ्या पक्षकारांचं काम अधिक महत्त्वाचं आहे. मला अर्ध्या तासात ट्रिब्यूनल मध्ये पोचायचं आहे."

कादिर दिवसभर ट्रिब्यूनलमध्ये होता आणि त्याचं कुटुंब घरात.

शहरातील मोठ्या उद्यानापासून खोसला या आणखी एका मित्राचं घर जवळच होतं. त्याचं कुटुंब म्हणजे- पत्नी, तीन मुलगे आणि एक मुलगी. त्याचं घर उच्चभ्रू वस्तीत आहे. तो न्यायाधीश आहे आणि सरकारी उच्चपदस्थ.

खोसला सकाळी लवकर उठतो. त्याला लवकर उठावं लागतं कारण त्याला फक्त तेवढाच वेळ स्वतःसाठी असतो. दिवसभर त्याला न्यायालयात काम करावं लागतं आणि त्यानंतर थोडा वेळ मुलांसोबत आणि बायकोसाठी द्यावा लागतो. त्याच्याकडं येणाऱ्या पाहुण्यांची संख्या प्रचंड असते, कारण तो लोकप्रिय आहे आणि त्याला अशी लोकप्रियता खूप आवडतेही. पण खोसला महत्त्वाकांक्षी आहे.

लहान असताना तो स्वत:ला हुशार मुलगा समजत असे. तारुण्याच्या प्रारंभीच त्याचे केस गळू लागले आणि माथ्यावर भव्य चंद्र निर्माण झाला. खोसलानं या घटनेकडं, त्याचा स्वत:विषयी जो समज होता, त्यावर निसर्गानं केलेलं शिक्कामोर्तब म्हणून पाहिलं. बहुधा तो अलौकिक बुद्धिवान होता. आरशात तो भव्य चंद्र जितका अधिक निरखावा तितकी त्याची पक्की खात्री पटायची की, नियतीनं आपल्यासाठी असामान्य करिअर घडण्याची ललाटरेषा लिहिली आहे. त्यामुळं तो आणखी कठोर मेहनत घ्यायचा. त्यानं शिष्यवृत्ती पटकावल्या, सिव्हिल सर्व्हिसच्या परीक्षेत प्रथम क्रमांक मिळवून शैक्षणिक कारकिर्दीचा समाधानकारक आलेख पूर्ण केला. त्यानं देशातील सर्वात कठीण स्पर्धा परीक्षेमध्ये मोठे सन्मान प्राप्त करून स्वत:चा आत्मविश्वास सिद्ध करून दाखवला. तो काही वर्ष संतुष्ट नोकरशहा म्हणून जगला. खरं तर, लोक ज्याला 'जीवनात यशस्वी' म्हणतात, ते म्हणजे आपणच अशी त्यानं स्वत:ची ठाम समजूत करून घेतली होती.

काही वर्षांनी ही संतुष्टीची तुकतुकी उतरली. डोक्याच्या मागच्या बाजूला उरलेल्या केसांच्या छोट्या झुलपातून फिरून, भव्य कपाळाच्या प्रांगणातून हात फिरवताना दर खेपेला त्याला अद्याप पूर्णत्वाला न गेलेल्या अपेक्षांची जाणीव होत असे. त्याच्यासारखे असे शेकडो वरिष्ठ मुलकी अधिकारी होते, ते सगळेजण जीवनात यशस्वी मानले जात होते. म्हणजे फक्त मुलकी नोकरी पुरेशी होणार नाही हे उघड होतं. त्यानं आणखी काम करायला हवं... त्यानं लेखन करावं... आपण लिहू शकतो हे त्याला माहीत होतं. त्याच्या माथ्यावर तसं लिहिलं होतं. त्यामुळं खोसला लेखन करू लागला. लेखन करण्यासाठी वाचन करू लागला. त्यानं भलीमोठी ग्रंथसंपदा जमवली होती. कामावर जाण्याआधी तो नियमित काही तास ग्रंथालयात घालवत असे.

आज सकाळी खोसलाला लेखनाची सुरसुरी आली होती. स्वत:साठी कपभर चहा करून घेऊन तो इलेक्ट्रिक-रेडिएटरशेजारच्या आरामखुर्चीत निवांतपणे विसावला. तोंडात पेन्सिल धरून तो चिंतन करू लागला. काय लिहावं ते त्याला सुचत नव्हतं. त्यानं स्वत:ची दैनंदिनी लिहायचं ठरवलं. हा उपक्रम काही दिवस सुरू राहण्याची शक्यता होती. न्यायालयात खचाखच गर्दी होती... प्रत्येकजण त्याच्याचकडं पाहात होता... हा विषय अगदी उत्तम होता. त्यामुळं त्यानं लिहायला सुरुवात केली.

तितक्यात व्यत्यय आला. नोकर वर्तमानपत्र घेऊन कडमडला. मग खोसलानं ऐहिक अस्तित्वाबाबतची सत्यं वाचण्यासाठी वर्तमानपत्र उघडलं.

त्याला राष्ट्रीय वा आंतरराष्ट्रीय महत्त्वाच्या घटनांपेक्षा सामाजिक घडामोडी, जन्म, लग्न, मृत्यू यांमध्ये अधिक रस होता. त्यानं पान उलटलं. पान नंबर तीन, कॉलम एक. त्याची नजर 'त्या' बातमीवर पडताच तो एकदम ताठ झाला.

त्यानं वहीत पेन्सिल घालून वही मिटली आणि बायकोला ही बातमी सांगितली. तिनं फक्त जांभई देत मोठे टपोरे स्वप्नाळू डोळे विस्फारले.

"मला वाटतं, तुम्ही आज उच्च न्यायालय बंद ठेवणार ना?" तिनं प्रश्न केला.

"मला वाटतं, उच्च न्यायालय असं कुठल्याही कारणासाठी बंद करत नाहीत. मला जावं लागेल. मला वेळ मिळाला तर मी वाटेत जाऊन येईन... नाहीतर आपण रविवारी जाऊ."

खोसला दाम्पत्य फिरकलं नाही. त्याचप्रमाणे इतरही बरेचजण. माझ्या निधनामुळं ज्यांना दु:ख झाल्याचं समजून मी आधीच दु:खी झालो होतो अशी मंडळी आली नव्हती.

सकाळी दहा वाजता माझ्या फ्लॅटच्या खाली असणाऱ्या मोकळ्या जागेत अगदी मोजकी माणसं जमली होती. त्यामध्ये मला अपेक्षित नसलेले बरेच चेहरे होते. काही वकिली पोशाखातले वकील आणि काही बघे, ज्यांना काय झालंय ते जाणून घ्यायचं होतं अशी मंडळी. माझे दोन मित्र आले होते, पण ते गर्दीपासून दूर उभे होते. त्यातला एकजण उंच-सडपातळ, कलाकारासारखा दिसणारा होता. तो एका हातानं सिगरेट सुयोग्य स्थानी ठेवायचं काम करत होता, तर दुसऱ्या हातानं कपाळावर विखुरणाऱ्या लांब बटा मागं सरकवण्याचा कार्यक्रम अविरत सुरू होता. तो लेखक होता. त्याला मयताला जाणं वगैरे गोष्टी पटत नसत, पण सामाजिक बंधन म्हणून अशा गोष्टी कराव्या लागतात. जरा वेळ येऊन जावं लागतं. त्याच्या दृष्टीनं ही अत्यंत अप्रिय गोष्ट होती. शिवाय प्रेताच्या बाबतीत काहीतरी संसर्गजन्य होतं- त्यामुळं त्यानं अविश्रांत सिगरेटी फुंकून स्वत: व उर्वरित जग यादरम्यान धुराचा पडदा उभा केला होता.

दुसरा मित्र कम्युनिस्ट होता. बुटका, बारीक केसांच्या नागमोडी लाटा आणि चेहऱ्यावर तावात असल्यासारखे भाव. त्याची देहयष्टी व मुद्रा या त्याच्यात दडलेला ज्वालामुखी व्यक्त करायला कमीच पडत होत्या. त्याचा प्रत्येक गोष्टीकडं पाहण्याचा दृष्टिकोन अगदी कठोर मार्क्सवादी असायचा, त्यात कुठं हळव्या भावना वगैरेंना थारा नसायचा. मृत्यू ही बिनमहत्त्वाची घटना, त्याचं कारण फक्त महत्त्वाचं.

त्यानं लेखकाशी सुसंस्कृत कुजबुजत्या स्वरात सल्लामसलत केली,

"तुम्ही किती वेळ थांबणार आहात?"

"मी कॉफी हाऊसमध्ये जायचं म्हणतोय." तो उत्तरला,

"तुम्ही पूर्णवेळ थांबणार आहात?"

"छे छे!" कम्युनिस्ट हातवारे करत ठामपणे उद्गारला, "खरं तर मला एका बैठकीला दहा वाजता पोचायचं होतं, त्यामुळं मी इथून साडेनऊपर्यंत मोकळं व्हावं असं ठरवत होतो... पण आपल्याकडच्या माणसांना वेळेचं महत्त्वच समजत नाही.

मी आत्ता पक्षाच्या कार्यालयात जातो आणि तुम्हाला साडेअकरा वाजता कॉफी हाऊसमध्ये भेटतो. तुम्हाला जर संधी मिळाली तर तेवढं त्या शववाहिकेच्या चालकाला विचारा की, तो टांगावाला संघटनेचा सदस्य आहे का... चिअर्स.''

त्यानंतर थोड्याच वेळात माझ्या घराच्या दारापुढं शववाहिका आली- एक मरतुकडं घोडं जुंपलेली गाडी. त्या घोड्याला आणि त्याच्या मालकाला प्रसंगाचं गांभीर्य यत्किंचितही नव्हतं. घोड्याचा मालक पान-सुपारी चघळत सगळी चाललेली 'व्यवस्था' बघत स्वस्थपणे बसला होता. त्याच्या मनात हे बक्षिसी मिळण्याजोगं कुळ आहे का, याचा विचार चालू होता. तितक्यात त्या घोड्यानं थेट लघुशंकेलाच प्रारंभ केल्यानं आजूबाजूची गर्दी इकडं-तिकडं विखुरली, जमिनीवरून 'रिबाऊंड' होऊन उडणारा फवारा चुकवण्यासाठी.

लोकांना फार काळ ताटकळावं लागलं नाही. माझं पांढऱ्या चादरीत गुंडाळलेलं पार्थिव खाली आणून शववाहिकेत ठेवण्यात आलं. त्यावर समारंभपूर्वक फुलं वाहण्यात आली. आता अंत्ययात्रेची तयारी झाली होती.

आम्ही निघण्याआधी आणखी एक मित्र सायकलवरून आला. तो काहीसा काळा, अशक्त होता. त्याच्या सायकलच्या कॅरियरवर बरीच पुस्तकं दिसत होती. त्याच्या चेहऱ्यावर हुशार, गंभीर प्राध्यापकी भाव होते. पार्थिव शववाहिकेत ठेवलेलं पाहताच तो सायकलवरून उतरला. त्याला मृत व्यक्तीबद्दल प्रचंड आदर असे आणि तो व्यक्त करायच्या बाबतीतही तो विशेष दक्ष असायचा. त्यानं सायकल हॉलमध्ये लावली. तिला साखळी बांधली आणि तो गर्दीत मिसळला. माझी पत्नी माझा अखेरचा निरोप घेण्यासाठी खाली आली तेव्हा त्याला अगदी गदगदून आलं. त्यानं खिशातून छोटसं पुस्तक काढून त्याची पानं विचारमग्नपणे उलटली. त्यानंतर तो गर्दीतून वाट काढत माझ्या पत्नीजवळ आला. त्यानं अश्रूभरल्या डोळ्यांनी ते पुस्तक तिला दिलं.

''मी तुमच्यासाठी 'गीता' आणली आहे. तिचा तुम्हाला दुःखातून सावरायला खूप उपयोग होईल.''

त्यानंतर तो भावनावेगानं तिथून मागं फिरला, डोळ्यांत दाटलेले अश्रू टिपण्यासाठी.

''ही,'' तो स्वतःशीच सुस्कारत म्हणाला, ''मानवी अस्तित्वाची अखेर आहे. हेच सत्य आहे.''

त्याला जड, नीरस विचार करण्याची फार आवड होती. पण त्याला सगळे जड विचार गहन वाटत असत आणि त्यामध्ये मूलभूत विचारांचं ताजेपण आणि जोमही आढळत असे.

''बुडबुड्यांसारखं,'' तो स्वतःशीच म्हणाला, ''मानवी जीवन बुडबुड्यांसारखं क्षणभंगुर असतं.''

पण एखादा माणूस मेला आणि नाहीसा झाला एवढंच नसतं. जड वस्तू नाश पावू शकत नाही- ती फक्त तिचं स्वरूप बदलते. गीतेमध्ये ही गोष्ट किती सुंदर सांगितली आहे...

"माणूस जुनं वस्त्र फेकून नवं वस्त्र परिधान करतो... तसंच आत्माही." वगैरे वगैरे.

प्राध्यापक महोदय चिंतनात हरवले होते. आपल्या मित्राला कुठलं नवं वस्त्रं लाभलं असेल... ते विचार करत होते.

तितक्यात त्यांच्या पायाशी काहीतरी हालचाल झाल्यानं त्यांची विचारसमाधी भंग पावली. एक छोटं कुत्र्याचं पिल्लू त्यांच्या पायाशी घोटाळत, त्यांची विजार चाटत त्यांच्याकडं वर बघत होते. प्राध्यापक दयाळू होते. त्यांनी खाली वाकून त्या कुत्र्याला थोपटलं, त्याला हात चाटू दिले.

प्राध्यापक महोदयांचं मन भरकटत निघालं... त्यांना बेचैन झालं. त्यांनी पार्थिवाकडं पाहिलं आणि नंतर पायाशी असलेल्या कुत्र्याच्या गोंडस पिल्लाकडं... ते सुद्धा परमेश्वराच्या निर्मितीचाच अंश होतं.

"माणूस जुनं वस्त्र फेकून नवं वस्त्र परिधान करतो... तसंच आत्माही..."

"नाही, नाही," ते स्वत:शीच म्हणाले, "आपण असे निष्ठुर विचार मनात येऊ देता कामा नयेत." पण त्यांचा मनावर ताबा राहू शकला नाही. ते शक्यच नव्हतं. गीतेतसुद्धा तसंच म्हटलं होतं. त्यांनी पुन्हा एकदा खाली वाकून कुत्र्याच्या पिल्लाला अधिक हळुवारपणे थोपटलं, ते अगदी आपल्या बरोबरीचं असल्याच्या जाणीवेनं.

अंत्ययात्रा मार्गस्थ झाली होती. त्यामध्ये मी सर्वात पुढं काचेच्या शववाहिकेत अवघडून पडलो होतो. माझ्या मागं अर्धा डझन माणसं पायी चालत येत होती. अंत्ययात्रा नदीच्या दिशेनं निघाली होती.

मुख्य रस्ता ओलांडून पुढं गेल्यावर माझ्या लक्षात आलं, आपण एकटेच उरलो आहोत. काही वकील सर्वोच्च न्यायालयाशी सटकले होते. माझा लेखक मित्र धूम्रपान करत करत कॉफी हाऊसपाशी निसटला होता. स्थानिक कॉलेज येताच प्राध्यापक महोदयही माझ्याकडं रेंगाळता, प्रदीर्घ कटाक्ष टाकून वर्गाकडं वेगात रवाना झाले. उरलेले सहा-सात जण जिल्हा न्यायालयात गडप झाले.

मला काहीसं खुजं वाटू लागलं. माझ्यापेक्षा फालतू माणसं गेल्यावर यापेक्षा बरीच गर्दी जमते. अगदी म्युन्सिपाल्टीच्या ढकलगाडीवरून मेलेल्या भिकाऱ्याला वाहून न्यायलासुद्धा दोन झाडूवाले मिळतात. माझ्यासोबत फक्त एकच मनुष्यप्राणी उरला होता- शववाहिका चालक आणि त्यालासुद्धा अखेरच्या प्रवासाला निघालेल्या आत्म्याच्या क्लेषांबद्दल अजिबात जाणीव नव्हती. तो घोड्याशी जसा निर्दयपणे

वागत होता, तसंच त्याचं हे वागणं होतं.

दहनभूमीकडं जाणाऱ्या मार्गावर असंख्य प्रकारचे तापदायक वास येत असतात. त्यावर कळस चढतो ते मुख्य रस्त्यावरून स्मशानाकडं वळल्यावर. या अरूंद वाटेशेजारून शहरातील एक आणि एक मात्र गटार वाहात असते. त्या मळकट, काळ्या प्रवाहावर सदैव बुडबुडे फुटत असतात.

सुदैवानं मला माझ्या मृत्यूनंतरच्या मोठेपणावर विचार करायला थोडावेळ लाभला. स्मशानभूमीकडं वळणाऱ्या रस्त्याच्या कोपऱ्यावर भलंमोठं पिंपळाचं झाड होतं. त्या झाडाखाली टांग्यांचा थांबा होता आणि घोड्यांना पिण्यासाठी पाणी. शववाहिका चालकानं गाडी त्या झाडाखाली थांबवली, घोड्याला पाणी दाखवलं आणि सिगरेट शिलगावण्यासाठी इतर चालकांकडं वळला.

त्यानंतर टांगाचालक शववाहिकेभोवती जमून सगळीकडून निरखून पाहू लागले.

''कुणीतरी श्रीमंत दिसतोय.'' एकजण म्हणाला.

''पण त्याच्याबरोबर कुणीही नाही.'' आणखी एकानं शंका बोलून दाखवली, ''मला वाटतं ही इंग्रजी पद्धत दिसतीय... अंत्यविधीला कुणीही बरोबर जायचं नाही.''

एव्हाना मी पूर्णपणे वैतागलो होतो. माझ्यापुढं तीन मार्ग खुले होते. एक मार्ग होता– दहनभूमीकडं जाणारा... इतरांसारखंच तिथं जायचं, स्वत:ला होरपळत्या ज्वाळांच्या स्वाधीन करायचं, कदाचित पुढचा जन्म अधिक चांगल्या जगात मिळेल... पण बहुधा, जळून राख होण्याचीच शक्यता अधिक. दुसरा मार्ग होता– थेट शहराकडं जाणारा. त्या ठिकाणी दुराचारी बायका आणि इतर कुख्यात माणसं राहात होती... मद्यपान करणारी, जुगार खेळणारी, व्यभिचारी. त्यांचं जग सनसनाटी होतं, त्यांनी आयुष्यात शक्य तितके वैविध्यपूर्ण सुखोपभोग खच्चून कोंबले होते. तिसरा मार्ग होता — पुन्हा आहे त्या जीवनात परतणं. अशा परिस्थितीत निर्णय घेणं कठीण होतं. अशा परिस्थितीत नेहमी 'छापा की काटा' हा पर्याय मदतीला येतो. म्हणून मी नाणं उडवून कौल घ्यायचा ठरवलं; छापा आला तर मी जगाचा निरोप घ्यायचा आणि काटा आला तर पुन्हा शहरातील सनसनाटी जगात परत जायचं आणि छापा-काटा काहीच न येता नाणं मधोमध उभं राहिलं तर, मी कंटाळवाण्या अस्तित्वाकडं पुन्हा परत वळायचं.

* * *

१९४८ साली मी लंडनमध्ये भारतीय उच्चायुक्त कार्यालयात जनसंपर्क विभागाचा कार्यभार सांभाळणारा प्रेस अधिकारी होतो. कृष्ण मेनन उच्चायुक्त होते.

एके दिवशी सायंकाळच्या वृत्तपत्रात हर हायनेस-मंडीच्या महाराणींच्या निधनाचं वृत्त आलं. पहिल्या पानावर त्यांची छायाचित्रं आली होती. निधनसमयी त्या तरुण आणि देखण्या होत्या हे त्यावरून स्पष्ट दिसत होतं.

दुसऱ्या दिवशी सकाळी माझ्या कार्यालयात एकजण भेटायला आला. काळी टॉप हॅट, काळा कोट- टाय, पट्ट्यापट्ट्यांची पँट अशा वेशभूषेतल्या त्या उंच इंग्रजी गृहस्थानं स्वत:ची ओळख करून दिली — ''मी श्रीयुत केन्यॉन. केन्यॉन अॅन्ड केन्यॉन अन्डरटेकर्समधून आलोय. तुम्ही आमच्याबद्दल नक्कीच ऐकलं असेल.''

अर्थातच मी त्यांच्याविषयी ऐकून होतो. मी लंडनच्या निरनिराळ्या भागांत थाटलेली त्यांची कार्यालयं पाहिलेली होती... तिथल्या 'शो विन्डो' मध्ये चमकदार झिलईच्या ओकच्या शवपेट्या आणि पांढऱ्याशुभ्र लिलीचे गुच्छ असत. ही इंग्लंडमधली दफनविधीची संपूर्ण व्यवस्था करून देणारी सर्वांत मोठी कंपनी होती. मी श्रीयुत केन्यॉन यांना त्यांचं मोठेपण मला माहीत असल्याचं सांगितलं.

''थँक यू, सर'', असं म्हणून त्यांनी सोबत आणलेलं पुडकं माझ्या टेबलावर ठेवलं.

''सर'', ते पुढं बोलू लागले, ''तुम्ही हर हायनेस मंडीच्या महाराणींच्या निधनाविषयी वाचलं असेलच?''

मी त्यांना आदल्या दिवशीच संध्याकाळी वृत्तपत्रात ही बातमी वाचल्याचं सांगितलं.

''दु:खद आहे, नाही का?'' ते चेहऱ्यावर कष्टी भाव आणत म्हणाले.

''फार दु:खद,'' मीही चेहऱ्यावर कष्टी भाव आणत उद्गारलो.

श्रीयुत केन्यॉन ते सोबत आणलेलं पुडकं उघडत म्हणाले, ''सर, आम्हाला मृत व्यक्तीच्या दफनाची अथवा अंत्यविधीची तयारी करण्याचा खूप मोठा अनुभव असला, तरी ही कामगिरी आम्हाला नवीन आहे.''

त्यांनी पुडकं सोडून, त्यातून एक अत्यंत सुंदर, केशरी रंगाची, सोनेरी काठांची रेशमी साडी बाहेर काढली.

''हर हायनेसनी इच्छा व्यक्त केली होती की, त्यांच्या अंत्यविधीच्या वेळी त्यांची आवडती साडी त्यांच्या पार्थिवावर असावी. ही साडी त्यांनी त्यांच्या लग्नात नेसली होती. आम्हाला इतका विस्तृत अनुभव असला तरी भारतीय स्त्रिया साडी कशी नेसतात, ते आम्हाला माहीत नाही. त्यामुळं मी तुमच्याकडं याबाबत मला साहाय्य करण्याची विनंती करायला आलोय.''

मी क्षणाचाही विलंब न करता उत्तरलो, ''माफ करा, श्रीयुत केन्यॉन मला साड्या फेडण्याचा थोडाफार अनुभव असला तरी, त्या नेसवण्याचा मात्र अजिबात नाही.''

श्रीयुत केन्यॉन चांगलेच दुखावले. त्यांनी साडी पुन्हा पुडक्यात बांधली. सहा

फूटांहूनही अधिक उंचीचा तो देह उठला आणि काळी टॉप हॅट घालून माझ्या कार्यालयातून बाहेर पडला.

"गुड डे टू यू, सर" असं म्हणून माझा निरोप घेत तिथून त्यांनी तडक उच्चायुक्तांच्या तिसऱ्या मजल्यावरील कार्यालयात जाऊन माझ्या रासवट वर्तनाविरूद्ध तक्रार दाखल केली. उच्चायुक्तांच्या कार्यालयात टंकलेखन विभागात काम करणाऱ्या भारतीय मुलींकडून त्यांनी साडी नेसण्याबद्दल माहिती घेतली. ते गेल्यानंतर मला उच्चायुक्तांचं बोलावणं आलं.

"सरदार, तुम्ही जरा थट्टेखोरपणा आवरू शकत नाही?"

असं म्हणून ते माझ्याकडं पाहून चांगलं रूंद हसले.

* * *

भाग पहिला

मृत्यू आणि मरण...

दलाई लामांचे मृत्यूसंबंधी विचार

"**मा**झा पुनर्जन्मावर अथवा स्वर्ग - नरक... अंतिम न्यायदानाचा दिवस (डे ऑफ जजमेंट) यांवर विश्वास नाही. यांपैकी कोणत्याच गोष्टीला शास्त्रीय आधार नाही. माझ्या दृष्टीनं मृत्यू म्हणजे अंतिम पूर्णविराम."

मी म्हणालो, "या विधानावर तुमची प्रतिक्रिया काय?"

दलाई लामा माझ्या प्रश्नावर प्रतिक्रिया देण्याआधी मनापासून हसले.

"माझ्या दृष्टीनं विचार करता, तुम्हाला जे आवडतं आणि आपल्याला जे आवडतं असं तुम्हाला वाटतं, ते मान्य अथवा अमान्य करण्याची तुम्हाला मुभा आहे. हा सर्वस्वी तुमचा विषय आहे."

मी यावर विरोध दर्शवत म्हणालो,

"हे कबूल करणं जास्त प्रामाणिकपणाचं नाही का, की मृत्यूनंतर काय होतं ते तुम्हाला माहीत नाही?"

दलाई लामा मवाळपणे म्हणाले,

"सर्वात आवश्यक गोष्ट म्हणजे तुम्ही चांगली व प्रामाणिक व्यक्ती असणं. त्याविषयी काही चर्चा करण्याची गरज नाही."

"पण मला मृत्यूचं भय वाटतं. आयुष्य इतक्या सुखद गोष्टींनी ओसंडून वाहत असतं. मला ते सोडून जायचं नाही."

"ते दुःखांनीही ओतप्रोत भरलेलं आहे." दलाई लामा म्हणाले.

"हो", मी त्यांच्याशी सहमती दर्शवत म्हणालो, "पण मला अद्याप त्यांची झळ बसलेली नाही. जेव्हा मला दुःखांचे क्लेष होऊ लागतील, तेव्हा कदाचित मला जगावसं वाटणार नाही. पण आत्ता तरी, मला जायचं नाहीय. मग मी मनातल्या या मृत्यूच्या भयाशी दोन हात कसे करू?"

"आपल्याला मृत्यूसंबंधी ज्ञात नसलेल्या बऱ्याच गोष्टी आहेत. उदाहरणार्थ, स्मृती. शरीर अचेतन झालं की, मनाची कार्यक्षमताही संपते, पण मेंदूच्या पेशींच्याही पलीकडचा एक घटक उरतो. गेल्या वर्षी शास्त्रज्ञांनी बौद्ध तत्त्वज्ञान अनुसरणाऱ्या एका व्यक्तीवर एक प्रयोग केला. त्यानं एकाग्रता अथवा ध्यानाच्या मदतीनं अख्खी चाळीस मिनिटं श्वासोच्छ्वास थांबवला होता."

"त्याच्या हृदयाचे ठोके थांबले होते की, नाही ते मला खात्रीपूर्वक माहिती नाही. पण तो मृत झाल्याचं घोषित करता येऊ शकलं नाही कारण तो पुन्हा सचेतन झाला. यावरून सिद्ध झालं की, मेंदूच्या पलीकडंही काहीतरी आहे - ते मन असू शकेल अथवा ऊर्जा. मेंदूचं कार्य थांबतं पण मनाचं नाही. तुम्ही त्या ऊर्जेला विशिष्ट दिशा देऊ शकता. त्यामुळंच काही लोकांना त्यांच्या पूर्वजन्मातलं स्पष्ट आठवत असतं."

त्यांनी मला दोन मुलींचं उदाहरण सांगितलं. त्यापैकी एक अम्बालाची होती, तर दुसरी कानपूरची होती. या दोघींनाही त्यांच्या पूर्वजन्मातलं स्पष्ट आठवत होतं.

"आता त्यांना दोन-दोन मातापिता आहेत. दोन या जन्मातले आणि दोन पूर्वजन्मातले. अशा घटना घडतात. माझी स्वतःचीही कहाणी आहेच. त्यामुळं आम्ही पुनर्जन्मावर विश्वास ठेवतो. अशा घटना घडतात त्यामुळं आम्ही तो शास्त्रीय पुरावा मानून स्वीकारतो. आज हयात असणारा देह हे कालच्या देहाचंच पुढं चालत आलेलं रूप आहे. गर्भधारणा होण्याचा क्षण येतो - पित्याचा शुक्राणू मातेच्या बीजात प्रवेशतो तेव्हा जन्माला न आलेल्या जीवाची नवजात अर्भकाच्या रूपानं पुढं वाटचाल सुरू होते. गर्भधारणा नेहमी घडतेच असं नाही. शिवाय तिसराही घटक असतो. तो म्हणजे मन अथवा जाणीव, हा घटक वाटचाल पुढं सुरू ठेवतो.

त्यांनी हा मुद्दा गरम पाण्याच्या किटलीकडं बोट करून स्पष्ट करून सांगितला. ही किटली गरम झाली कारण तिला उष्णता दिली म्हणून; जर ती थंड केली तर ती गोठेल. पण तिच्यामध्ये पाणी सतत असलं तरच हे शक्य आहे, पाण्यावाचून ती गरम अथवा थंड होऊ शकत नाही. देह आणि मन यांच्याबाबतीतही असंच आहे. 'आधी'च्या मनाखेरीज 'सध्या'च्या मनाचं अस्तित्व असू शकत नाही."

मी अखेरचा, आधी न ठरवलेला प्रश्न विचारला.

"लोक प्रार्थना का करतात? खुनी लोकसुद्धा खुनाच्या मोहिमांवर निघण्याआधी यशप्राप्तीसाठी प्रार्थना करतात. बरीचशी माणसं पैसा अथवा चांगलं आरोग्य लाभावं यासाठी देवाची आराधना करतात."

"बौद्ध व्यक्ती प्रार्थना ही सर्वोच्च शक्तीकडं मार्गदर्शनाची विनंती करण्याचं माध्यम मानतात. त्याचा प्रभाव मर्यादित असतो. अखेर मानव आपल्या कर्मांना जबाबदार असतो. एखाद्या व्यक्तीनं दुष्कृत्य केलं, तर त्याला अगदी बुद्ध सुद्धा वाचवू शकत नाहीत. प्रत्येकजण स्वतःचा मालक असतो."

त्यानंतर मी पुन्हा जन्म-मरणाच्या विषयावर आलो. "महाराज, बौद्ध लोक देवाचं अस्तित्व हा खुला प्रश्न मानतात हे मी जाणतो. मी त्याच्याशी सहमत आहे. पण तुमचा पुनर्जन्मावरचा विश्वास मला पटत नाही. त्याला पुष्टी देणारा कोणताही शास्त्रीय पुरावा नाही."

दलाई लामांनी पुन्हा आदल्या गोष्टी आठवणाऱ्या मुलांच्या कथा सांगितल्या– "त्या मुलांना आपल्या आईवडिलांची नावं, आपलं जन्मठिकाण आठवत होतं....."

मी त्यांना मध्येच थांबवत म्हणालो,

"महाराज, या मुलांच्या पोरकट काल्पनिक कथा आहेत. ही मुलं हिंदू, जैन, बौद्ध अथवा शिख कुटुंबात वाढली आहेत. ही मुलं घरात वडिधाऱ्यांना 'मागच्या जन्मी... पुढच्या जन्मी' असलं बोलताना ऐकत असतात. तुम्ही मला गतजन्मातल्या अस्तित्वाबद्दल आठवणाऱ्या मुस्लिम मुलाचं उदाहरण देऊ शकाल?"

दलाई लामा मोठ्यानं हसून उत्तरले, "तुझ्या बोलण्यात तथ्य आहे! पण मी जर पुनर्जन्मावर विश्वास ठेवला नाही, तर मला इथून बाहेरच पडावं लागेल!"

□□

मृत्यूचं भय : आचार्य रजनीश

माझी आणि आचार्य रजनीशांची फक्त एकदाच भेट झाली. त्या भेटीत मी त्यांना मृत्यूविषयी विचारलं होतं. आमच्या संभाषणात फार गहन-गंभीर असं काही नव्हतं. कारण, ते नीरस, जड गोष्टी फक्त निराळ्या शब्दांत मांडणं यापलीकडं गेलं नाही.

....म्हणजे, मृत्यू अटळ आहे हे माहीत असताना, आपण त्याचं भय का बाळगतो? या भयावर मात करण्याचा काही मार्ग आहे का? आपल्या मृत्यूनंतर आपलं काय होतं, त्याविषयी आपल्याला काही माहिती असतं का, वगैरे वगैरे.

आता आचार्यांनी त्यांचे या विषयावरचे सगळे विचार 'डेथ : द ग्रेटेस्ट फिक्शन' या शंभर पानांच्या छोटेखानी पुस्तकात एकत्र संग्रहित केले आहेत. मृत्यू या अतिशय गंभीर आणि त्रासदायक विषयाचा त्यांनी घेतलेला समाचार पाहून माझा अपेक्षाभंग झाला आहे. मृत्यू ही काही काल्पनिका नव्हे; ते गंभीर वास्तव आहे ... जीवनातील कोणत्याही गोष्टीपेक्षा अधिक खरंखुरं अस्सल वास्तव.

आचार्यांची सर्वात दुर्बोध सिद्धान्त सोप्या शब्दांत मांडण्याची अद्वितीय शैली आहे. असे दुर्बोध सिद्धान्त ते रसाळ, मनोरंजक अर्थपूर्ण कथांतून सोदाहरण स्पष्ट करून सांगतात. ते महापुरुषांच्या आणि तत्ववेत्त्यांच्या खोट्या बढायांची ज्या उत्स्फूर्ततेनं खिल्ली उडवतात, ते मनाचा ठाव घेणारं असतं. पण या खेपेला मात्र मला त्यांचं मत पटत नाही.

ते व्याख्यानाला प्रारंभ करतात ते मृत्यूशी झालेल्या त्यांच्या पहिल्यावहिल्या भेटीच्या प्रसंगाने. ते सात वर्षांचे असतानाची गोष्ट. ते आजारी आजोबांना घेऊन बैलगाडीतून दवाखान्यात निघाले होते. सोबत फक्त आजी आणि गाडीवान. वाटेत त्यांच्या आजोबांची (वय फक्त पन्नास) प्राणज्योत मालवली. त्यांचे अखेरचे शब्द होते : "देवा, तू मला दिलेलं हे जीवन मी तुला साभार परत करत आहे."

बैलगाडीतल्या कुणीही अश्रूंचा एक थेंबही ढाळला नाही. आजीला जेव्हा आजोबांचं प्राणोत्क्रमण झाल्याचं सांगितलं तेव्हा तिनं रजनीशांना धीर दिला, "ठीक आहे. त्यांना पुरेसं आयुष्य लाभलं, आणखी आयुष्य मागण्याची गरज नाही... लक्षात ठेव, कधीही अधिक मागणी करायची नाही. जे काही मिळेल, ते पुरेसं आहे."

त्यानंतर त्यांच्या आजीनं गीताचे सूर छेडले.

आचार्य आपल्याला खात्री देतात की, मृत्यू ही माणसाच्या प्रवासाची अखेर नसून, तो देवाचिये द्वारी नेणारा मार्ग आहे. प्रियजनांचा मृत्यू आयुष्यात खचितच पोकळी निर्माण करतो, पण जीवन हेच अर्थशून्य असल्यामुळं, शोक करण्याजोगं काहीच नसतं. कुणीही मृत्यूचं भय बाळगू नये, उलट मृत्यू ही एक प्रदीर्घ, आरामदायी झोप आहे असं मानावं ... या झोपेतून जाग येते तेव्हा अधिक प्रसन्न - प्रफुल्ल पहाट फुटलेली असते. ते लिहितात. ''ज्या लोकांना मृत्यूचं भय वाटतं, असे लोक झोपेतसुद्धा विसावा घेऊ शकत नाहीत. कारण, झोप हे सुद्धा अगदी छोट्या कालावधीचं मरणच आहे, जे रोजच येतं. मृत्यूच्या भयाचं सावट असणारी माणसं प्रेम करायलासुद्धा घाबरतात. कारण प्रेम म्हणजे मृत्यू. मृत्यूचं भय बाळगणारी माणसं अत्युच्च सुखाच्या हिंदोळ्यावर झुलवणाऱ्या सगळ्या अनुभवांनाही घाबरतात, कारण अशा प्रत्येक झोक्यावर अहं मरत असतो.''

''हे मला समजत नाही. मला प्रेमाची भीती वाटत नाही. मी सुद्धा 'ऑरगॅजम'हा शारीरिक उल्हसिततेचा सर्वोच्च बिंदू मानतो. तरीसुद्धा मला मृत्यूचं भय वाटतं.''

आचार्यांनी पुढं आणखी काही ठाम विधानं केली आहेत. ती वाचून मी चाटच पडलो. ते म्हणतात की, ''मरणासन्न माणूस निमिषार्धात त्याचा आख्खा जीवनपट पाहतो. पण त्याच्या काही इच्छा अपूर्ण असतील तर, त्यानुसार त्याचा पुढचा जन्म ठरेल.''

''त्यामुळं तुम्ही मृत्यूसमयी, त्या क्षणी जे काही करता, त्यावर तुमचा पुढचा जन्म ठरतो.'' ते म्हणतात.

रजनीश म्हणतात, की जीवन शक्य तितक्या उत्कटतेनं भरभरून जगलं पाहिजे. त्यांच्या या मताशी मी सहमत आहे (जरी हे विधान त्यांच्या 'जीवन अर्थशून्य आहे' या आधीच्या विधानाशी विसंगत असलं तरी), पण त्यांचं हे पुढील विधान वाचून मात्र त्यांना काय म्हणायचं आहे ते मला समजत नाही.

ते म्हणतात, ''माझ्या धर्मात मृत्यूचा उत्सव साजरा होतो. कारण, मृत्यू नसतोच. म्हणजे कशाचा शेवट घडतच नाही. ही फक्त दुसऱ्या जन्मात प्रवेश करण्याची प्रक्रिया असते.''

ते फक्त एकच जन्म या कल्पनेवर श्रद्धा ठेवणाऱ्या ज्यू, खिश्चन व इस्लाम या धर्मांच्या या कल्पनेत उणीव असल्याचं मानतात. त्यांच्या मते, पाश्चात्त्य माणसं (या धर्मांची) सदैव हव्या त्या गोष्टी करून घेण्याच्या घाईत असतात, त्यांना ध्यानाची संकल्पना कधीच समजली नाही. त्याच वेळी भारतीय माणसांना (त्यांचा पुनर्जन्मावर विश्वास असल्यामुळं) काळाचं दडपण कधीच वाटत नाही. ही माणसं काही कामगिरी घडवून न दाखवणारी असली तरी, चिंतनशील असतात.

''धर्माला बळकटी आहे ती केवळ मृत्यूमुळं'', आचार्य रजनीश म्हणतात, ''जर मरण नसतं तर कुणीही धर्मा-बिर्माची अजिबात पर्वा केली नसती.''

इथं ते बरोबर मूळ रूळांवर परत येतात. ''पण मग, भारतात धर्माचं असं सगळं बनावट प्रकटीकरण का दिसून येतं? इतरत्र कुठल्याही ठिकाणापेक्षा इथल्या बहुसंख्य माणसांचा पुनर्जन्मावर विश्वास असूनही?''

ते मृत्यू ही 'सुंदर झोप आहे, स्वप्नविरहित झोप, तुम्हाला दुसऱ्या देहात शांतपणे प्रवेश करण्यासाठी आवश्यक असणारी झोप' आहे असं म्हणतात, त्याला पुरावा काय?

ते ठामपणे सांगतात की, 'जे लोक जाणीव नसताना मरण पावतात ते कुठल्यातरी निराळ्या ग्रहावर, कुठल्यातरी निराळ्या गर्भाशयात जन्म घेतील.''

आचार्यांची, आपण त्यांची ही मतं स्वीकारून, आत्म्याच्या देहान्तरप्राप्तीचा सिद्धात स्वीकारावा ही अपेक्षा योग्य नाही. ''हा माझा अनुभव आहे... जेव्हा मी म्हणतो की, आत्म्याचं देहान्तर घडतं, तेव्हा माझ्या दृष्टीनं तो अनुभव असतो. मला माझे मागचे जन्म आठवतात. मी देहान्तर केलेलं आहे. माझ्या दृष्टीनं यात काही शंकाच नाही. पण मी तुम्हाला यावर विश्वास ठेवायला सांगत नाही.''

ते 'देजा वू' विषयी सांगतात. म्हणजे काही लोक प्रथमच एखाद्या ठिकाणी जातात तेव्हा त्यांना येणारा अनुभव. त्यांना आपण इथं यापूर्वी येऊन गेलो आहे असं जाणवतं, कारण ते आदल्या जन्मी कधीतरी इथं येऊन गेलेले असतात. कोणत्याही नास्तिक्यवादी अगर बुद्धिप्रामाण्यवादी माणसाला हे विधान पटणार नाही.

मला आचार्यांचा एकूण जीवनाकडं पाहण्याचा दृष्टिकोन पटतो. ते म्हणतात, ''माझ्या तत्त्वज्ञानाचे तीन 'एल' आहेत लाईफ (जीवन), लव्ह (प्रेम) आणि लाफ्टर (हास्य). जीवन हे फक्त बीज आहे, प्रेम हे पुष्प आहे तर हास्य हा सुगंध आहे. केवळ जन्माला येणं पुरेसं नाही. तुम्ही जीवन जगण्याची कला शिकायला हवी - हेच ध्यानाचं 'ग'... त्यानंतर तुम्ही प्रेम करण्याची कला शिकायला हवी - हेच ध्यानाचं 'म' आणि त्यानंतर 'भ'. आणि ध्यानात फक्त तीनच अक्षरं असतात - ग, म, भ.''

आचार्यांची मृत्यूविषयीची मतं स्वीकारणं कठीण आहे. स्वतःला 'भगवान' पदी नेऊन ठेवल्यानंतर, त्यांनी 'मला माहीत नाही' असं म्हणण्याचा हक्क गमावला आहे. मृत्यूनंतर आपलं काय होतं, हे कुणालाही..... अगदी भगवान रजनीशांनाही माहीत नाही आणि जोवर आपल्याला हे समजत नाही, तोवर मृत्यूचं भय आपल्या मानगुटीवर राहणारच.

□□

तुम्ही कधी मृत्यूचा विचार केला आहे?

'सेव्ह कसौली सोसायटी'चं सक्रिय सळसळतं चैतन्य असणारे निवृत्त आयकर आयुक्त एस. प्राशेर यांना माझ्यावर प्रश्न फेकून विचारांची खळबळ माजवण्याची तापदायक सवय आहे. (असे प्रश्न की, ज्यांची माझ्याकडं उत्तरं नसतात!)

त्यांनी मला दुसऱ्यांदा विचारलं : "तुम्ही कधी मृत्यूचा विचार केला आहे?"

"नक्कीच, केला आहे." मी उत्तरलो,

"मी सदैव त्याचाच विचार करत असतो. यावर मी शक्य तितकं वाचनही केलं आहे. पण मला उत्तरं मिळाली नाहीत."

असं सांगून मी या विषयावरच्या माझ्या आवडत्या पंक्ती ऐकवल्या.

"There was a door to which I found no key,
There was a veil beyond which I could not see,
Talk awhile of Thee and me there was
Then no more of Thee or me."

"ओमर खय्याम!" ते विजयानंदानं म्हणाले,

"पण या विषयात केवळ मला माहिती नाही हे कबूल करण्याहून, नक्कीच आणखी बरंच काही आहे. शरीर जातं, कदाचित त्यासोबत मनही जात असेल. तुमच्या स्मृती काही लोकांच्या मनात उरतात, ते जिवंत असेपर्यंत ते गेले की, त्याही विरतात. तुम्ही तुमच्या नावाच्या धर्मादाय विश्वस्त संस्था मागं ठेवाल, तुमच्या माघारी तुमची पुस्तकं वाचली जातील, पण मला तसं म्हणायचं नाही. जाणीवेचं काय होतं?"

"कशाची जाणीव?" मी विचारलं.

"ती कुठं टिकून राहते? जाणीव या संकल्पनेपेक्षा ती गोष्ट अधिक स्वच्छ स्पष्ट असायला हवी."

ते याविषयी अधिक सखोल स्पष्टीकरण देऊ लागले. त्यातलं बरचसं माझ्या आकलनापलीकडलं होतं. मी त्यांना जमिनीवर आणण्याचा प्रयत्न केला.

"बहुतेकसे विचारवंत शब्दांचे खेळ मांडतात. काही जण मृत्यू हा जीवनाचा

अविभाज्य भाग मानतात. मला मान्य आहे. काहीजण जीवनाची रेल्वे प्रवासाशी तुलना करतात... या प्रवासात काहीजण एका स्टेशनवर उतरून जातात. बाकीचे थोडं आणखी पुढं जातात.

भोला नाथजींनी त्यांच्या 'द सिक्रेट ऑफ डेथ' मध्ये म्हटलं आहे,

"तुम्ही ईश्वराचं अस्तित्व नाकारू शकाल, पण मृत्यूचं अस्तित्व नाकारू शकत नाही..., आयुष्य ही अशी गोष्ट आहे की, जी पुढं चालत राहिली पाहिजे आणि मृत्यू ही अशी, की जी आलीच पाहिजे."

मी याच्याशी संपूर्ण सहमत आहे. पण यातून आपल्याला मेल्यावर आपण कुठं जातो याचं उत्तर मिळतं का? आपण मेलो की, आपला कसलाही अंश मागं शिल्लक राहतो का?

या विषयावर लेखन केलेल्या बहुतांश लोकांनी मृत्यूपेक्षा, मरणाचं स्वाभाविक भय यावरच अधिक चिंतन करून सविस्तर लिहिलं आहे. ते मृत्यू ही मुळीच घाबरण्यासारखी गोष्ट नाही, अशी खोटी खात्री देतात. जॉन डॉनी (१५७३-१६३१) मृत्यूचं वर्णन "विसावा आणि झोप यांचा केवळ एक प्रकार' अशा शब्दांत करतात. जॉन कीट्स (१७९५-१८२१) वयाच्या सव्विसाव्या वर्षी निवर्तले. त्यांना जीवन 'थांबल्या' नंतरही काही 'जिवंत' असल्याचे असले भ्रम अजिबात नाहीत.

मी प्राशरना म्हणतो, मृत्यूसाठी एकच शब्द आहे, तो म्हणजे अस्तित्वशून्यता.

मृत्यू आपलं शरीर, मन आणि आपल्या शरीरानं अथवा मनानं आयुष्यभरात जे काही मिळवलं असेल ते सगळं पुसून टाकतो. प्राशेर यांचं माझ्या उत्तरांनी समाधान होत नाही. पण त्यांच्याकडंही जाणीव मागं उरते, या तर्काधारित मताशिवाय सांगण्यासारखं काहीही नसतं. जाणीव मागं उरत असेल तर... कुठं? हवेत का रिक्त अवकाशात? ते मला या विषयावर अधिक सखोल चिंतन करण्याचा आग्रह करतात. मी त्यांना ते करण्याचं वचन देतो, मला त्याचं उत्तर कुठंही मिळणार नाही, याची संपूर्ण जाणीव असूनही.

□□

तयार राहा ...

फार थोड्या माणसांची मृत्यूशी गाठभेट होते.... स्वतःचं जीवन स्वतःच संपवणारे किंवा न्यायालयात फाशीची शिक्षा झालेले सोडून. वृद्ध आणि रुग्णाईतांना 'तो' दिवस समीप येत असल्याचं जाणवत असेल, पण त्यांना मृत्यू कोणत्या दिवशी, कुठल्या वेळी येणार आहे, ते नेमकं कधीही कळत नाही. आपल्यापैकी बहुतेकांनी मरणाच्या दारात जाऊन आल्याचा अनुभव घेतलेला असतो — बस, रेल्वेच्या प्रवासात, किंवा विमानप्रवासात ते विमान नंतर कोसळतं, अशा प्रकारचा. मी मला आलेल्या अशा प्रकारच्या काही अनुभवांबद्दल लिहिलं आहे.. मी एका झाडाच्या भव्य फांदीखाली गाडी पार्क केली आणि तिथून बाजूला गेलो. अवघ्या काही सेकंदातच अकस्मात वादळी तडाख्यानं ती फांदी कोसळली, त्याखाली माझ्या गाडीचा चुराडा झाला. शिवाय मी खलिस्तानी दहशतवाद्यांच्या 'हिटलिस्ट' वर होतो; मला चाहूलसुद्धा नसताना त्यातला एकजण माझा फ्लॅट पाहून गेला होता, तो माझ्या मागोमाग कसौलीपर्यंतसुद्धा आला होता. तिथं त्याला पोलीस त्याच्या मागावर असल्याचं लक्षात आलं. दिल्लीला परत येत असताना तो पोलिसांच्या तावडीत सापडला. पुढं त्याला पुण्याच्या तुरुंगात फासावर चढवण्यात आलं. (त्यानं पूर्वी केलेल्या खुनाची शिक्षा म्हणून)

मृत्यू अटळ आहे ही गोष्ट आपण सदैव मनावर कोरली पाहिजे. आपण मरायलाच हवं हे लक्षात ठेवा. या विचारानं कुढत बसण्यापेक्षा त्यासाठी सज्ज राहा.

कवी असदुल्लाह खान गालिब यांनी हे फार सुंदर शब्दांत मांडलं आहे.

रौ मे है रख्श - ए - उमर कहाँ देखिये थामे?
नई हाथ बाग पर है ना पा है रकीब में

आयुष्य चौखूर वेगानं धावत आहे
कोण जाणे कुठं थांबणार आहे?
आपल्या हातात त्याचे लगाम नाहीत
आणि आपले पाय रिकिबीत नाहीत

मला कसौलीत गेल्याच्या गेल्या वर्षी मरणाच्या दारात गेल्याचा अनुभव आला. त्यावेळी माझं वय होतं अठ्ठ्याऐंशी, पण मी वयाच्या मानानं चांगला ठणठणीत होतो. मी सकाळ-संध्याकाळ निरनिराळ्या प्रकारच्या औषधाच्या गोळ्या घ्यायचो... म्हातारपणातल्या आजारांशी दोन हात करण्यासाठी, कमी-जास्त होणारा रक्तदाब काबूत ठेवण्यासाठी, प्रोस्टेट ग्लँड वाढलेली, यकृताचं कार्य बिघडलेलं... अशा काय काय दुखण्यांसाठी. पावसाळा सरत आला होता, हवेत खूपच दमटपणा होता. गोळ्या ठेवण्याच्या जागी बुरशी आली होती आणि त्या निरुपयोगी झाल्या होत्या.

एके दिवशी दुपारी मी वामकुक्षी आटोपून उठलो. शाल पांघरून, लिहायचं पॅड घेऊन व्हरांड्याच्या दिशेने निघालो. या व्हरांड्यासमोर बाग आहे. मी या ठिकाणी सूर्यास्तापर्यंत नेहमीच बसतो. त्या दिवशी मला माथ्यावर छत कोसळतंय असं जाणवलं. पुस्तकांच्या शेल्फातली पुस्तकं माझ्यावर गडगडत कोसळली. मी तोंडावर आडवा झालो. नाक आणि कपाळ जमिनीला टेकलं. मी क्षणभर जमिनीवर तसाच अस्ताव्यस्त पडून राहिलो. त्या वेळी मदतीला कुणाला बोलावावं म्हटलं तर जवळपास कुणीही नव्हतं. मला उठता येत नव्हतं. मी खेकड्यासारखा तिडमिडत रांगत फर्निचरचा पाय किंवा काही भाग हाताला येतो का याचा प्रयत्न करत होतो, म्हणजे मला त्या आधारानं उठता आलं असतं. मला आपला अंत आला असं वाटलं. मग माझ्या मनात, अजून पूर्ण व्हायच्या कामांचा विचार आला. आता मी प्रकाशक आणि वृत्तपत्रांच्या संपादकांना निराश करणारा होतो... या मंडळींसाठी मी साठ वर्षांहून अधिक काळ लेखन करत होतो, लेखन देण्याची अंतिम तारीखसुद्धा कधी न चुकवता. मी आणखी थोडं आयुष्य लाभावं अशी करुणा भाकली नाही.

मला अल्लामा इक्बाल यांच्या चेतनादायी काव्यपंक्ती आठवल्या.

बाग-ए बहिश्त से मुझे हुक्म-ए-सफर दिया था क्यों?
कार-ए-जहाँ दराज है, अब मेरा इन्तजार कर.

तू मला नंदनवनातून बाहेर जाण्याचा आदेश का दिलास?
मला अजून बरंच अर्धवट काम पूर्ण करायचं आहे:
आता तू माझी वाट पाहावीस हे बरं.

मी ढगांत विराजमान झालेल्या 'बडे गियाँ'ला (सर्वशक्तिमान परमेश्वराला) सांगितलं की, मला तुझ्याकडं यायला फुरसद नाही आणि आता तू माझ्या येण्याची वाट पाहायचीस. मी माझ्या बिछान्याचा पाय धरून कसाबसा उठलो आणि डॉक्टर

कुट्टींना निरोप धाडला. त्यांनी माझा रक्तदाब तपासला. तो प्रचंड कमी झालेला होता, अगदी धोक्याच्या पातळीखाली. त्यांनी मी घेत असलेल्या गोळ्या पाहून त्या निरुपयोगी असल्याचं सांगितलं. त्यांनी मला मीठ-साखरेचं मिश्रण दिलं.... आणि मी माझी कहाणी सांगायला जगलो.

प्रत्येकानं अथवा प्रत्येकीनं अटळ असणाऱ्या अंतासाठी स्वतःला सज्ज करायला हवं. मी या संदर्भात काही व्यवहारी सूचना देतो; त्यांचा एखाद्याला स्वतःच्या बाबतीत व जगाच्या बाबतीत शांतपणे विचार करायला उपयोग होऊ शकेल. तुमच्याजवळ भरपूर मालमत्ता असेल तर, तुम्ही देहा-मनानं शाबूत आहात तोवर मृत्युपत्र तयार करणं या कामात हयगय करू नका. तुम्ही नोकरदार असाल तर ते निवृत्त झाल्यावर करणं सर्वोत्तम. जिवंतपणीच तुमच्या वारसांना ते मृत्युपत्र दाखवून त्यांची संमती घ्या, म्हणजे तुम्ही गेल्यानंतर त्यांची आपापसांत भांडणं होणार नाहीत.

तुम्हाला जर आपल्या नोकरचाकरांसाठी, कर्मचारी, मित्र यांच्यासाठी अथवा गरिबांना मदत करण्यासाठी पैसे मागं ठेवण्याची इच्छा असेल तर, ते तुमच्या जीवनकालातच करणं सर्वोत्तम. ते काम तुमच्या वारसांवर सोडू नका. बरेचदा ही मंडळी अशा इच्छांकडं दुर्लक्ष करतात असं दिसतं.

तुमच्या मालकीच्या गोष्टींपासून मुक्त व्हायला सुरुवात करा. तुमचं बँकेतलं खातं मर्यादित ठेवा.... डॉक्टरची फी, औषधं, तुम्हाला दवाखान्यात दाखल करावं लागलं तर तो खर्च अशांसारख्या आकस्मिक खर्चांसह तुमच्या मासिक खर्चासाठी आणि तुमच्या अंत्यसंस्कारांच्या खर्चांसाठी आवश्यक तेवढीच तरतूद करून ठेवा. सगळ्या ऋणांतून मुक्त व्हा. तुम्ही या जगाचा निरोप घ्याल तेव्हा तुम्ही कुणाचं काहीही देणं असता कामा नये. तुमची आर्थिक पाटी शक्य तितकी स्वच्छ असायला हवी. जमेच्या बाजूला अल्प आणि खर्चाची बाजू पूर्ण कोरी.

हाच नियम तुमच्या वैयक्तिक मालकीच्या गोष्टींनाही लागू होतो. म्हणजे घड्याळं, पेनं, रेडिओ, दूरदर्शन संच, जादा सूट, टाय, फेटे, शर्ट वगैरे. अगदी अत्यावश्यक तेवढंच स्वतःपाशी ठेवा आणि स्वतःला स्मरण देत राहा... आपण यांपैकी काहीही सोबत नेऊ शकत नाही.

तुमच्या सामाजिक जीवनाचा परीघ अगदी कमी करा. पार्ट्या वगैरे तरुणांसाठी असतात. त्यांच्याजवळ मद्यपान, गप्पाटप्पा असल्या गोष्टींत फुकट घालवायला बक्कळ वेळ असतो. तुमच्याजवळ फुकट घालवायला वेळ नाही. तुम्ही स्वतःच्याच घरात संन्यस्त राहण्याचा सर्वतोपरी प्रयत्न करा. सर्जनशील सुविधा मिळवा. फक्त पचायला सोपं आरोग्यकारी भोजनच घ्या. फक्त उत्तम स्कॉच आणि वारुणीचाच आस्वाद घ्या. तुमच्या प्रियजनांपासून अंतर राखा. त्यांच्या भावना न दुखावता

त्यांच्यावर प्रेम करा. लक्षात ठेवा, अज्ञाताच्या प्रदेशातल्या तुमच्या अंतिम प्रवासात तुमच्या सोबत कुणीही असणार नाही.

एकान्तवासाची सवय जोपासा. एकान्तवास हे वरदान आहे. तुम्हाला जर बागकाम, बोन्साय वाढवणं, वाचन, पक्षी व वृक्ष निरीक्षण असे छंद असतील, ऋतूंच्या बदलत्या रंगछटा पाहताना तुम्ही हरवून जात असाल, तर तुमच्या लक्षात येईल की, आपण एकाकी न होता एकान्तवास अनुभवू शकतो.

सगळ्यात महत्त्वाचं म्हणजे, जेव्हा जायची वेळ येईल तेव्हा कसल्याही दुःखाचा सल न बाळगता अथवा कुणाहीबद्दल तक्रारीचं किल्मिष मनात न ठेवता जा!

अल्लामा इक्बालनी पर्शियन भाषेत हाच विचार मोठ्या सुंदर ओळींत मांडला आहे, त्यांचा अर्थ आहे –

तुम्ही श्रद्धावान पुरुषाचं लक्षण विचारताय?
जेव्हा मृत्यू त्याच्या समोर येतो, तेव्हा त्याच्या
ओठांवर स्मित विलसत असतं.

□□

'हिट लिस्ट' वर

गेल्या आठवड्यात एके दिवशी माझ्या टपालात एक छापील पत्रक आलं. त्यात म्हटलं होतं की, ते पत्रक मिळालेल्या सर्वांची व त्यांच्या कुटुंबातील सर्व सदस्यांची दहा दिवसांत हत्या करण्यात येईल, कारण आम्हा सर्वांना खलिस्तानाचे शत्रू घोषित करण्यात आलं होतं. गेली चार वर्षं, मला अशा अनेक धमक्या पत्ररूपानं आणि दूरध्वनीवरून येत होत्या. या खेपेला छापील धमकी पहिल्यांदाच आली होती आणि माझ्या अस्तित्वाची कालमर्यादा ठरवण्याचा प्रकारही पहिल्यांदाच घडत होता. यापूर्वीच्या धमक्या मुख्यत्वे शिवीगाळयुक्त असायच्या. त्यामध्ये मला बाडबिस्तरा गुंडाळून अनंताच्या प्रवासाला निघायचा इशारा असायचा : बोरी बिस्तरा गोल कर ले और तैनो सोध दियांगे.... तुझं सामानसुमान आवर, आम्ही तुला 'योग्य' मार्गावर नेऊ.

मी स्वतःची झोप उडवून न घेता असल्या गोष्टींशी जुळवून घेत जगायला शिकलो आहे. मी वयाच्या या टप्प्यावर, चटकन् डोळे मिटण्याला केव्हाही प्रथम पसंती देईन.... कुठल्याशा रुग्णालयाच्या वॉर्डमध्ये बुडाखाली बेडपॅन सरकवलेलं... असल्या अपमानास्पद परिस्थितीला तोंड देत महिनोन् महिने वेळ फुकट घालवण्यापेक्षा मी चटकन् डोळे मिटेन आणि हौतात्म्याचं प्रभामंडळ मिरवीन.

हे मी शौर्याचा आव आणून बोलत नाही. मी शीख असलो तरी थोडा भित्राच आहे. माझ्या संभाव्य मारेकऱ्यांप्रमाणेच मलाही ठाऊक आहे की, आपण वादविवादात हरलोय हे ज्या माणसानं ओळखलेलं असतं, त्याचा बंदुकीची गोळी हा अखेरचा उद्‌गार असतो. मला त्यांना ठामपणे सांगायचं आहे की, त्यांच्या अशा धमक्यांमुळं मी खलिस्तानविरूद्ध लेखणी उचलायला डगमगेन, तर तो त्यांचा भ्रम आहे. मी सिद्ध करीन की, लेखणीमध्ये अजूनही तलवारीपेक्षा ताकद आहे... अ कलाश्निकोव्ह किंवा स्वयंचलित रायफलीइतकी.

तरीसुद्धा मी त्या छापील पत्रकाशी संबंधित काही मुद्यांनी खिन्न झालो. हे पत्रक फक्त मला पाठवलेलं नव्हतं. त्याच्या शेकडो प्रती छापल्या असणार. त्या कदाचित आणखी शेकडो लोकांना मिळाल्या असतील. माझं नाव त्यांच्या यादीत थोडं खाली असणार. जेव्हा कुणा अधिक महत्त्वाचा माणसाचा बळी घेण्यात त्यांना अपयश

येईल तेव्हाच ते माझ्यापर्यंत पोचतील. हा मला माझ्या आत्मसन्मानावर घाव बसल्यासारखं वाटलं. जर माझं नाव 'हिट लिस्ट' वर असेल, तर मला माझं नाव अग्रस्थानी असणं आवडेल. कदाचित माझे इच्छुक मारेकरी मला हा अखेरचा सन्मान मिळवून देतील.

□□

मृत्यूच्या समीप नेणारं म्हातारपण

मला येणाऱ्या पत्रांपैकी बरीचशी पत्रं स्वतःला ज्येष्ठ नागरिक म्हणवणाऱ्या सद्गृहस्थांची आणि निवृत्त मंडळींची असतात. त्यांच्या लिहिण्याचा एकूण सूर असा असतो की, या देशात स्वतःच्या पोटापाण्याची व्यवस्था करण्यास असमर्थ असलेल्या वृद्धांसाठी काही केलं जात नाही. या पत्रलेखकांपैकी बरेचजण साठीच्या किंवा सत्तरीच्या अखेरीला आलेले असतात. काहीजणांनी ऐंशीचा उंबरठाही ओलांडलेला असतो. मी त्यांच्या पत्राला सहानुभूतीशून्य उत्तर देतो. मी अगदी त्यांच्यापेक्षा मोठा नसलो तरी त्यापैकी बहुतेकजणांइतक्याच वयाचा आहे. मी वयाची सत्तरी उलटल्यानंतर, चाळिशीतल्यापेक्षाही अधिक काम करतोय. आणि आजवर कधीही मिळाला नसेल इतका पैसा मिळवतोय. मी प्रार्थना करणं, मंदिरात जाणं, नातवंडांना सांभाळणं अथवा सोबत काठी घेऊन बागेत हवा खायला जाणं यांमध्ये वेळ घालवत नाही. खऱ्या वृद्ध लोकांना (मी त्यासाठीची किमान पात्रता ८० वर्षं धरतो), ज्यांची काळजी घ्यायला कुणी नाही किंवा जे आजारी अथवा जर्जर झाले आहेत, अशांची वृद्धाश्रमांत सोय व्हायला हवी, पण इतरांना मात्र टीव्ही पाहणं किंवा मित्रांना आपल्या गतायुष्यातल्या कथा ऐकवून पिळत राहणं, अक्षम्य बडबड करत राहणं... एवढं सोडलं तर काहीही उद्योग नसतो.

अशा प्रकारचा पराभववाद कवींवर सोडावा हे उत्तम :

ना पूछ कौन है, क्यों राह
में लाचार बैठे है
मुसाफिर है, सफर करने की
तमन्ना हार बैठे है

विचारू नका, मी कोण आहे,
रस्त्याकडेला असा असहाय्यपणे का बसलो आहे;
मी आहे एक प्रवासी
माझ्या वाटेवर निघण्याची इच्छाच
हरवून बसलो आहे.

तुमच्या तरुणाईतले हिरवेकंच दिवस पुन्हा अनुभवता येतील अशी अपेक्षा करू नका. त्या दिवसांची हिरवाई तुम्हाला पुन्हा कधीही पांघरता येणार नाही अथवा तारुण्याच्या बहरात जे जे केलंत, ते तुम्हाला पुन्हा अनुभवता येणार नाही. ही भावना तुम्हाला हरल्याची जाणीव देणारी आणि निराशाजनक वाटेल.

जवानी जाती रही, और हमें
पता न चला
इसी को ढूँढ रहे हैं, कमर
झुकाए हुए.

तारुण्याचा बहर ओसरला... आणि
मला समजलंसुद्धा नाही
मी तोच शोधत आलोय...
कंबरेत वाकलेल्या अवस्थेत.

माझं 'द हिंदुस्तान टाइम्स' मध्ये संपादक पदाचं तिसरं वर्ष होतं. माझ्या कराराच्या नूतनीकरणाची वेळ येऊन ठेपली होती. त्यावेळी माझे अन्नदाता के. के. बिर्ला यांनी मला विचारलं, ''सरदारसाहेब, आपला निवृत्त होण्याचा विचार नाही ना?''

त्यावेळी माझं वय होतं एकोणसत्तर.

मी उतरलो, ''बिर्लाजी, मी निवृत्ती घेणार ती निगमबोध घाटावरच.''

खरं तर माझा दफन होण्याचाच बेत आहे.. म्हणजे माझ्यानंतर माझ्या मायभूमीची माती माझ्या देहाचे अंश मिसळून समृद्ध होईल.

□□

पाहुणा मृत्यू

"गेली नऊ वर्षं मृत्यू माझ्या सोबत राहतोय.'' ते उदास हसत म्हणाले. ती व्यक्ती म्हणजे माजी पंतप्रधान व्ही. पी. सिंग. आम्ही माझ्या परसातल्या बागेत बसलो होतो. चमचमता सूर्यप्रकाश, पिकल्या ग्रेपफ्रूट्सचा गंध, शरद ऋतुतील सुखद हवेचा गंध, एकमेकांशी लुटुपुटुची भांडणं करणारी तीन गोजीरवाणी मांजरं.... देव त्याच्या स्वर्गात विराजमान होता आणि जगात सगळं काही आलबेल होतं.

''तुमचा देवावर विश्वास आहे?'' मी त्यांना विचारलं.

''नाही.'' त्यांनी स्पष्ट सांगितलं, ''मला लोकशाही समाजव्यवस्थेत, कुणीही सर्वशक्तिमान परमेश्वर असणं ही संकल्पनाच स्वीकारार्ह वाटत नाही. कुणीही दुसऱ्यापेक्षा अधिक सामर्थ्यवान नाही; सगळे समान आहेत.''

व्ही. पी. सिंगना रक्ताचा कर्करोग आहे, गेली नऊ वर्षं त्यांना 'बोन मॅरो' चा कर्करोग आहे; त्यांची मूत्रपिंडं दुर्बल झाली आहेत. त्यांना दर सात दिवसांनी 'ब्लड ट्रान्स्फ्यूजन' करून घ्यावं लागतं.

त्यांनी एक कविता ऐकवली –

दर आठवड्याला मी तिला (मृत्यू देवतेला) विचारतो : ''माझी तुझ्यासोबत निघण्याची वेळ झाली का?''

ती उत्तरते : ''नाही, अजून नाही.''

मी त्यांना अल्लामा इक्बाल यांनी लिहिलेल्या माझ्या आवडत्या ओळी ऐकवल्या

बाग-ए-बहिश्त से मुझे, हुक्म-ए-सफर दिया था क्यों?
कार-ए-जहाँ दराज है, अब मेरा इन्तजार कर.

तू मला नंदनवनातून बाहेर जाण्याचा आदेश का दिलास?
मला अजून बरंच अर्धवट काम पूर्ण करायचं आहे;
आता तू माझी वाट पाहावीस हे बरं.

व्ही. पी. सिंग यांनी दाद दिली, "वाह ! वाह !"

मी पुढं म्हणालो;

"जेव्हा मला आपला अंत जवळ आला असं वाटतं, तेव्हा मी ढगांत विराजमान असणाऱ्या 'बडे मियाँ' ला सांगतो –

"मियाँ साहेब, मला जेव्हा फुरसद होईल तेव्हा मी तुमच्याकडं येईन."

सिंग यांनी पटल्याचं दर्शवत मान डोलवली.

"तुम्ही प्रार्थना करता?"' मी विचारलं.

"कधीही नाही." ते ठामपणे उत्तरले. त्यानंतर ते स्वतःचं वाक्य सुधारत म्हणाले, "एकदा केली होती, माझी आई मृत्यूशय्येवर असताना. मी देवाला विनवलं होतं... तिला वाचव. आणि तिची तब्येत सुधारली. ती आणखी दोन वर्षं जगली. पण, मी स्वतःसाठी कधीही प्रार्थना केली नाही. मला हा प्रकार सौदेबाजीसारखा वाटतो... तू जर मला धन, यश, आरोग्य वगैरे देण्याचं कबूल केलंस तर मी तुझी स्तुतिसुमनं गाईन."

माझं त्यांच्या बोटातल्या नीलमणी जडित सोन्याच्या अंगठीकडं लक्ष गेलं.

"तुम्ही ही संकटनाशक अंगठी का वापरता?"

त्यावर ते बोटातून अंगठी काढत उत्तरले,

"माझ्या मुलानं दिली आहे. तो जवळ असतो, तेव्हा मी ही अंगठी घालतो."

त्यांनी शर्टमधून एक सुवर्ण सर बाहेर काढला. त्यामध्ये सोन्याच्या कोंदणात रुद्राक्ष जडवलेलं होतं.

"मी हे वापरतो कारण अजितनं हे दुष्ट शक्तींचा त्रास दूर व्हावा म्हणून माझ्यासाठी बनवून घेतलं आहे."

त्यांच्यासोबत आलेल्या अजित कौर यांच्या चेहऱ्यावर प्रसन्न हास्य विलसलं.

आमचं मृत्यूविषयीचं संभाषण संपलं.

□□

मृत्यूचा अनुभव

वैद्यकीयदृष्ट्या मृतं घोषित करण्यात आलेल्या (म्हणजे ज्यांच्या हृदयाचे ठोके बंद झाले होते अशा) पण अवघ्या काही मिनिटांत पुन्हा पुनरुज्जीवित झालेल्या लोकांच्या अनुभवांवर आधारित साहित्य विपुल उपलब्ध आहे. त्यातले बरेचजण आपल्या नातेवाइकांचं रूदन ऐकल्याचं, झगमगता प्रकाश पाहिल्याचं आणि मंद संगीत ऐकल्याचं सांगतात. नास्तिक मंडळी अशा प्रकारच्या अनुभवांच्या कथा उडवून लावतात. त्यांना हा प्रकार म्हणजे देव-स्वर्ग-नरक-मृत्यूनंतरचं जीवन यांवर विश्वास असणाऱ्या लोकांमध्ये सामान्यत: आढळणारा अपरिहार्य 'हॅंगओव्हर' वाटतो.

प्रोफेसर ए. जे. अयेर यांच्याबाबतीत मात्र असल्या कुठल्याही समजुती लागू होत नाहीत. या प्रोफेसरमहोदयांना मृतं घोषित करण्यात आलं.... आणि काही मिनिटांतच त्यांच्या हृदयाचे ठोके पडू लागले. त्यांनी त्यांच्या 'मृत्यूनंतरच्या' अनुभवांवर एक लेखमाला प्रकाशित केली आहे.

सर्वप्रथम मी तुम्हाला अयेर यांचा परिचय करून देतो. सुमारे तीस वर्षांपूर्वी मला ते माझ्या घरी भोजनासाठी येण्याचं भाग्य लाभलं होतं. सर अल्फ्रेड ज्युलियस अयेर (जन्म १९१०) यांचं शिक्षण एटन आणि ख्राईस्ट चर्च कॉलेज, ऑक्सफर्ड इथं झालं होतं.

त्यांनी तर्कशास्त्राचे प्रोफेसर म्हणून या कॉलेजसहित विविध प्रतिष्ठित विद्यापीठांमध्ये अध्यापन केलं. १९३६ साली त्यांचं 'लॅंग्वेज, ट्रूथ ॲन्ड लॉजिक' हे तर्कशास्त्रीय प्रत्यक्षज्ञानवादाचं स्पष्टीकरण देणारं पुस्तक प्रसिद्ध झालं आणि त्यांचं नाव झालं. याखेरीज त्यांची 'द फाऊन्डेशन ऑफ इम्पिरिकल नॉलेज' (१९४०) आणि 'द प्रॉब्लेम ऑफ नॉलेज' (१९५६) अशांसारखी पुस्तकं आहेत. अयेर इंग्लंडमधील अग्रेसर स्वतंत्र विचारवंत आणि अज्ञेयवादी म्हणून ओळखले जातात.

दोन महिन्यांपूर्वी त्याचं निधन 'झालं' आणि अवघ्या चारच मिनिटांत त्यांच्या देहात पुन्हा जीवनरस दौडू लागला. हा अनुभव त्यांनी 'अज्ञात प्रवेश' नामक लेखात नोंदवला आहे. या लेखात त्यांनी मान्य केलं आहे की, 'माझ्या आत्ताच्या अनुभवांनी माझ्या एका ठाम मताला थोडासा धक्का लावला आहे. ते मत म्हणजे माझा खराखुरा मृत्यू म्हणजे माझा शेवट असेल.''

त्यानंतरच्या एका लेखात त्यांनी त्यांच्या मृत्यूच्या पूर्णविराम सिद्धान्ताबद्दलच्या मतात थोडा बदल झाल्याचं नोंदवलं आहे. त्यांनी लिहिलं आहे, ''माझ्या अनुभवांनी, मृत्यूनंतर जीवन नसतं, या माझ्या मताला धक्का दिलेला नाही, तर माझ्या या मताबाबतीतल्या ठाम खात्रीला धक्का दिला आहे.''

अयेर खरंच वारले असतील आणि 'दुसऱ्या बाजूला' गेले असतील? त्यांच्यावर उपचार करणारे डॉक्टर्स असं मानतात की, त्यांच्या हृदयाचे ठोके थांबवले असले तरी त्यांचा मेंदू कार्य करत होता. पण डॉक्टर असंही म्हणतात की, हृदयाचे ठोके बंद झाले रे झाले की, मेंदूची कार्यक्षमता झपाट्यानं खालावत जाते आणि चार मिनिटांत पूर्ण थांबते. अयेर यांचे 'मृत्यूनंतर' चे अनुभव म्हणजे, दुर्बल मेंदूच्या स्मृती होत्या.

अयेर ज्यू- ख्रिस्ती- मुस्लिम मानतात ती देहाचं पुनरुत्थान ही संकल्पना मानत नाहीत. यापैकी कुणीही आपल्याला मृतं व्यक्तीचं कोणत्या स्वरूपात पुनरुत्थान होईल हे सांगत नाही... म्हणजे एखादी व्यक्ती मरताना जशी होती, तशा स्वरूपात की उत्तम आरोग्यसंपन्न तरुण व्यक्तीच्या स्वरूपात? जी माणसं अर्भकावस्थेत, अपंगावस्थेत अथवा मानसिकदृष्ट्या दुर्बल अवस्थेत मरतात, त्यांचं काय होतं? आपण जे कुणी स्त्री- पुरुष असू, त्याच जातीत आपला पुनर्जन्म होईल का? आपण आपल्या सध्याच्या जीवनातल्या स्मृती आपल्या पुढच्या जीवनामध्ये सोबत नेऊ का?

अयेर हिंदू, जैन, बौद्ध आणि शीख धर्मीय मानतात तो पुनर्जन्माचा सिद्धान्तही मानत नाहीत. तथापि, ते एक गोष्ट मान्य करतात. ती म्हणजे, लोकांना जर खरोखरच आदल्या जन्मांतले अनुभव आठवण्याचा प्रकार आजवर घडल्यापेक्षा भरपूर प्रमाणात घडू लागला, तर 'पुनर्जन्माच्या अधिकृत परवान्या'ची उदाहरणं मिळू शकतील.''

आत्ता जरी याला विज्ञान काल्पनिकेपेक्षा काही अर्थ नाही.

□□

मृतांकडून ज्ञानप्राप्ती

दफनभूमी हे माझं प्रदीर्घ काळापासून मनोरंजनाचं स्थळ आहे. मी रात्रीच्या वेळी तिथं दिसणार नाही कारण माझ्या मनात भुतांची भीती आहे. पण, एखाद्या सूर्यप्रकाशयुक्त चमचमत्या प्रकाशमान दिनी, मी चांगल्या आखीव-रेखीव उद्यानात जाण्यापेक्षा एखाद्या दफनभूमीतून फेरफटका मारीन. त्याचं एक कारण म्हणजे, माझ्यासारख्या सळसळत्या उत्साहानं माझी सोबत करू शकण्याजोगी फारशी माणसंच नाहीत आणि दुसरं म्हणजे, माझ्याआधी गेलेली ती शेकडो माणसं पाहून मला आपण त्यांच्या 'वरचढ' ठरल्याचा विजयानंद होतो. मी त्यांच्या थडग्यांवर कोरलेले शब्द वाचून स्वत:शीच पुटपुटतो, "गरीब बिचारा! माझ्यानंतर जन्माला आला, माझ्या आधी गेला."

आणि मी पुढल्या थडग्यावरील मजकुराकडं वळतो.

वॉशिंग्टनमध्ये असताना मला अर्लिंग्टन दफनभूमीजवळ घर मिळण्याचं भाग्य लाभलं होतं. पोटोमॅक नदीकिनारी शंभर एकरांत पसरलेलं हिरव्याकंच डोंगरउताराचं हे स्थान म्हणजे देशातील सर्वांत मोठी दफनभूमी आहे. मी दर रविवारी सकाळी, गारा पडोत, पाऊस असो की बर्फ भुरभुरत असो, तिथल्या थडग्यांच्या रांगा पार करत फर्लांगांमागून फर्लांग पायी फिरत असे. अर्लिंग्टनचा महत्त्वाचा उद्देश युद्धात कामी आलेल्यांचे अवशेष आणि त्यांच्या पत्नी यांना चिरविश्रांती देणं असा आहे. बहुतेकशा थडग्यांवर तिथल्या 'रहिवाशां'ची फक्त नावं, जन्मतारीख आणि मृत्यूची तारीख कोरलेली आहे. फक्त काही पुरातन थडग्यांवर तिथल्या 'रहिवाशांची' थोरवी सांगणारा मजकूर कोरलेला आहे. अमेरिकेच्या काही राष्ट्राध्यक्षांना अर्लिंग्टनमध्ये चिरनिद्रा देण्यात आली आहे. कितीजणांचा अंत हिंस्त्र पद्धतीनं झाला आहे, हे पाहून मी आश्चर्यचकित झालो. यांपैकी सर्वात सुप्रसिद्ध व्यक्ती म्हणजे जॉन केनेडी. टेकडीच्या माथ्यावर असणारी त्यांची कबर हे अर्लिंग्टनचं प्रमुख आकर्षण आहे.

या ठिकाणी जगभरातून पर्यटकांचे तांडेच्या तांडे इथं अखंड तेवणाऱ्या ज्योतीसमवेत स्वत:ची छायाचित्रं काढून घेण्यासाठी आणि त्यांचे अनेक स्फूर्तीदायी संदेश वाचण्यासाठी येत असतात. एका छोट्या ॲम्फीथिएटरच्या भोवती दगडामध्ये हे संदेश कोरलेले आहेत. केनेडींच्या वलयामुळं या स्थळाला पावित्र्य प्राप्त झालेलं

आहेच. शिवाय इथून दिसणारं मनोहर विहंगम दृश्य पर्यटकांची गर्दी खेचून घेतं.... उत्तरेपासून दक्षिणेकडच्या क्षितिजापर्यंत पसरलेल्या पोटोमॅकचा विनाअडथळा नजारा, त्यापलीकडं कॅपिटॉल हिल, केनेडी सेंटर आणि लिंकन व वॉशिंग्टन मेमोरियल्स... हवामान स्वच्छ असेल तर हा नजारा मोठा रमणीय दिसतो.

अमेरिकी माणसं ध्वज फडकवण्याच्याबाबतीत आघाडीवर असली (बहुतेकशा भव्य इमारतींवर चांदण्या आणि पट्ट्यांचे फलक झळकत असतात) तरी ते आपल्याइतकं व्यक्तीपूजेचं स्तोम करत नाहीत. उलट ते राजकीय नेते, औद्योगिक क्षेत्रातील अग्रणी आणि राष्ट्रीय पटावरच्या सुप्रसिद्ध व्यक्तींच्या जीवनाची अनाकर्षक अथवा लैंगिक बाजू शोधून काढतात. मी केनेडींच्या कबरीजवळ कित्येकदा गेलो आहे. तिथं मला अमेरिकी माणूस क्वचितच भेटला, पण रशियन, चीनी, जपानी आणि भारतीय माणसांच्या झुंडीच्या झुंडी येत असत.

अर्लिंग्टन दफनभूमीच्या माथ्यावरील कबरी देवदूतांचा नेहमीचा लवाजमा, बायबलधील वचनं आणि मृतांच्या स्तुतीपर वचनांनी अलंकृत आहेत. शिवाय बऱ्याच कबरींवर अश्वारुढ पुतळेही आहेत.

माझे रशियन दूतावासातील मित्र ओरेकोव्ह अशा एका पुतळ्याकडं निर्देश करत म्हणाले होते, ‘‘तुम्हाला माहीत आहे का, असा जेव्हा घोड्याचा एक पाय उचललेला असतो, तेव्हा त्याला युद्धभूमीवर मरण आलेलं असतं.’’

‘‘घोड्याला का घोड्यावरच्या माणसाला?’’ मी विचारलं.

‘‘नाही, घोड्याला नाही, त्यावर बसलेल्या माणसाला. युरोप आणि उत्तर अमेरिकेत ही सुस्थापित प्रचलित परंपरा दिसते.’’

तुम्हाला हे माहीत नसणार, मी पैजेवर सांगतो. आपल्याला ही परंपरा पाहायला मिळत नाही. आपल्याकडच्या शिवाजीमहाराजांच्या बहुतेक पुतळ्यांमध्ये त्यांच्या घोड्याचा पुढचा पाय उचललेला आहे. ते युद्धात मरण पावले नव्हते. अशा पद्धतीनं घोड्याचा पाय उचललेला पुतळा टिपू सुलतान व झाशीची राणी लक्ष्मीबाई अशा योद्ध्यांच्या बाबतीत योग्य ठरेल.

□□

मृत्यूनंतरचं जीवन

दिल्ली विद्यापीठातील संस्कृतचे प्रोफेसर डॉ. सत्य व्रत शास्त्री युरोप आणि उत्तर अमेरिकेचा व्याख्यानदौरा आटोपून मायदेशी परतले आणि त्यांना उत्तर प्रदेश संस्कृत अकादमीकडून पंचवीस हजार रुपयांचा पुरस्कार जाहीर झाला.

त्यांनी बऱ्याच विषयांवर व्याख्यानं दिली होती. त्यांपैकी एक विषय होता उपनिषदांमधील मृत्यूची संकल्पना. ते मला सांगत होते की, त्यांच्या इटलीतल्या व्याख्यानाला जमलेल्या श्रोतृवृंदात डॉक्टर्स होते, शास्त्रज्ञ होते. ती मंडळी त्यांचे विचार ऐकून प्रभावित झाली होती. असं घडण्याचं कारण मी चांगलं समजू शकतो. कारण, ज्यू-ख्रिश्चन व इस्लामी श्रद्धांवर वाढलेल्या पाश्चात्त्य बुद्धिवंतांना हिंदू- जैन- बौद्ध- शीखांची जन्म- मृत्यू- पुनर्जन्म ही सगळी एकूण कल्पनाच त्यांच्या 'डे ऑफ जजमेंट; स्वर्ग- नरक या संकल्पनापेक्षा अधिक प्रभावी व चांगली वाटते.

पण मूळ प्रश्न अद्याप अनुत्तरीतच राहतो. मृत्यूनंतर जीवन असतं असं मानण्यास कुठला तर्कशुद्ध आधार आहे का?

आपल्या पवित्र ग्रंथांत (हिंदू, जैन, बौद्ध, व शीख) तसं असल्याचं स्पष्ट म्हटलं आहे. यांपैकी बहुतेकशी श्रद्धा उपनिषदांमधून आली आणि त्याचं सार गीतेत एकवटलेलं आहे.

मृत्यूनंतर देहाचा नाश होतो पण आत्मा जिवंत राहतो, ही संकल्पना घट्ट आहे. एखाद्या माणसानं वस्त्र बदलावं तसा आत्मा देहरूपी वस्त्र बदलतो. कथोपनिषदात ठासून सांगितलं आहे की, जन्म, ऱ्हास आणि मृत्यू या गोष्टी केवळ भौतिक देहाच्या बाबतीत घडतात, पण देहाच्या पलीकडेही काहीतरी आहे, त्याचा नाश होत नाही. ते 'काहीतरी' म्हणजे आत्मा, जो हृदयाच्या पोकळीत दडलेला असतो.

"दर सात वर्षांनी देहाचा प्रत्येक अणू-रेणू बदलतो, नवं रूप धारण करतो, तरी ती व्यक्ती मात्र तीच राहते; त्याच्या अस्तित्वाची ओळख कधीही बदलत नाही."

प्रश्न असा आहे की, "या अस्तित्वाला आधार काय?"

त्यावर शास्त्रीजी म्हणतात, "याचा अर्थ असा की, आतमध्ये परिवर्तन न घडणारं काहीतरी आहे, तेच बुद्धी आणि अस्तित्व यांचा स्रोत आहे आणि त्यावर

आपलं अस्तित्व अवलंबून आहे. 'आत्मा' अथवा कायमस्वरूपी अस्तित्व या गोष्टीला जन्मही नाही... आणि मृत्यूही नाही.

'आत्मा' म्हणजे नेमकं काय, याचं रहस्य उलगडलेलं नाही. त्याचं उत्तर नकारात्मक आलं. हेही नाही, तेही नाही अशा प्रकारचं. तो सर्वव्यापी 'परमात्मा' आहे आणि स्वतंत्र 'जीवात्मा' ही. जेव्हा जीवात्मा परमात्म्यात विलीन होतो तेव्हा ज्योती ज्योत मिले... म्हणजेच जेव्हा तुमचा प्रकाश अनादिअनंत प्रकाशात (आदि ग्रंथ) मिसळून जातो.... तेव्हा माणसाला जन्म- मृत्यू- पुनर्जन्म या चक्रातून मुक्ती मिळते... मोक्ष लाभतो.

त्याच वेळी, आपल्या हिंदू धर्मशास्त्रात आत्म्याचं देहान्तर, त्याच प्रमाणे मृत्यूनंतर पुढचा जन्म लाभेपर्यंतचा काळ- या सिद्धांतांच्या माध्यमातून पुण्यलाभ व पापाचं शासन होण्याची व्यवस्था आहे. मृत्यूनंतर पुढचा जन्म लाभेपर्यंतच्या काळात आत्मा निर्णयाची प्रतीक्षा करत असतो – पुण्यसंचयाचा लाभ मिळून चांगला माणूस म्हणून पुनर्जन्म मिळणार की आदल्या जन्मीच्या पापकर्मांची शिक्षा म्हणून समाजकंटकाचा जन्म मिळणार, या निर्णयाची.

''मृत्यूनंतरही आत्म्याचं अस्तित्व टिकून असतं हे सिद्ध करणारा कुठलाही शास्त्रीय पुरावा नाही. तो जाणीवेमध्ये सदैव हजर असतो, त्याची सत्यता सिद्ध करून दाखवता येत नाही.'' डॉ. शास्त्री ठामपणे मत मांडतात.

मग वाद कशाला घालायचा? ज्यांना विश्वास ठेवायचा आहे, ते ठेवतच राहणार. ज्यांचा विश्वास नाही, त्यांचं शब्दांच्या सुंदर चलाखीनं मतपरिवर्तन होणार नाही. माझ्या पुरतं सांगायचं तर,

मृत्यू म्हणजे अंतिम पूर्णविराम इतकाच अर्थ उरतो.

मात्र मी हा रहस्यभेद करून श्रद्धाळूंसोबत प्रार्थना करण्यासाठी अतीआतुर आहे :

असतो मा सद गमय
तमसो मा ज्योतिर्गमय
मृत्यो मा अमर्त्यम् गमय

मला असत्याकडून सत्याकडं ने
मला अंधाराकडून उजेडाकडं ने
मला मृत्यूकडून अमरत्वाकडं ने.

□□

प्रिय व्यक्तीच्या मृत्यूला तोंड देणं

या विषयावर दोन विचारशाळा आहेत- पौर्वात्य आणि पाश्चिमात्य. पौर्वात्य लोक आपले मातापिता, जोडीदार अथवा अपत्य यांसारख्या प्रिय व्यक्तीच्या मृत्यूला तोंड देण्याचा अश्रू आटेपर्यंत विलाप करणं हा सर्वोत्तम मार्ग मानतात. शोकगीतं आणि छाती पिटण्याची रुढी दु:खविरेचनाचा मार्ग समजला जात असे. त्यानंतर चौथा, चालीसवीन, भोग, अंतिम अर्दास अथवा मृतात्म्याच्या स्मृत्यर्थ प्रार्थनासभा या सर्व गोष्टी येतात. मित्रपरिवारानं भेटीला येण्याची अपेक्षा असते कारण, दु:ख वाटून घेतल्यानं ते हलकं होतं असा समज असतो. पाश्चात्त्यांची अशी समजूत असते की दु:ख ही खाजगी बाब आहे, तिचं सार्वजनिक प्रदर्शन घडता कामा नये. अश्रू ढाळणं हा दुबळेपणा मानला जातो. माणसानं आत्मसंयमाची ढाल उभी करून, प्रिय व्यक्तीच्या वियोगाच्या धक्क्यातून सावरलं पाहिजे.

अलीकडच मला स्वत:ला या समस्येला तोंड द्यावं लागलं. मी अज्ञेयवादी असल्यामुळं, माझा दु:खभार धार्मिक संस्कारांनी हलका झाला नाही. मी अत्यंत एकांतप्रिय असल्यामुळे मी माझ्या पत्नीच्या निधनानंतर माझ्या सांत्वनासाठी येऊ इच्छिणाऱ्या मित्र आणि नातेवाइकांना परावृत्त केलं. त्यापैकी बहुतेकजण माझ्या विनंतीकडं दुर्लक्ष करून मला भेटायला आलेच. माझ्यावर झालेल्या मानसिक आघातात मला हा प्रकार दयाबुद्धीनं केलेला वाटला. मी तिच्या मृत्यूची पहिली रात्र एकट्यानं अंधारात माझ्या खुर्चीत बसून काढली. अधूनमधून माझा बांध फुटत होता. पण मी हळूहळू सावरून स्थिरचित्त झालो. काही दिवस पालटले... मी पुन्हा पहाटेपासून ते अंधाराच्या सावल्या घेरून येईपर्यंत माझ्या नेहमीच्या दिनक्रमात रुजू झालो. त्यामुळं आता उरलेलं आयुष्य रिकाम्या घरात एकट्यानं घालवायचं या करकरीत सत्याच्या जाणीवेपासून मन थोडं बाजूला गेलं. पण मित्रमंडळी फोन करून माझा समतोल ढळवत राहिली. त्यामुळं मी फक्त स्वत:सोबत एकांत अनुभवण्यासाठी गोव्याला गेलो. त्याचा कितपत उपयोग होईल याबद्दल मी साशंक होतो.

प्रत्येक माणसाला दु:ख पचवण्याचा आपापला स्वतंत्र 'फॉर्म्युला' तयार करावा लागतो. देवावर श्रद्धा असणारी माणसं तिकडं वळतात. चौतिसाव्या 'साम'

मधील शब्द प्रसंगोचित आहेत: "परमेश्वर काळीज विदीर्ण झालेल्या लोकांच्या जवळ असतो, तो ज्यांचं धैर्य पूर्ण खचलं आहे अशांचं रक्षण करतो."

जीझस ख्राईस्ट पौर्वात्य होते. त्यांना मित्राच्या वियोगानंतर इतरांसमोर रडायची लाज वाटली नाही. त्यामुळं या घटनेबद्दल बायबलमध्ये (जॉन ११-३३-३८) म्हटलं आहे. "जीझसनी पाहिलं की, बरेचजण विलाप करत आहेत, त्यांच्यासोबत आलेले ज्यू लोकही रडत आहेत, तेव्हा ते अतिशय विषण्ण आणि त्रस्त झाले."

"तुम्ही त्याला कुठं ठेवलं आहे?" त्यांनी विचारलं.

"या आणि बघा परमेश्वरा." ते उत्तरले.

जीझस रडू लागले.

त्यानंतर ज्यू लोक म्हणाले, "बघा, त्यांचं त्याच्यावर किती प्रेम होतं!"

अपेक्षेप्रमाणंच ओशो रजनीशांनी अतिशय काळ्याकुट्ट विषयांवर प्रकाश टाकला आहे. त्यामध्ये दु:खातून सावरण्याचे मार्ग याबाबतही सांगितलं आहे. त्यांच्या 'वॉकिंग इन झेन, सिटींग इन झेन' या प्रवचनसंग्रहात त्यांनी पेरल्ली नामक इटालीयन माणसाची आणि पत्नीच्या निधनाच्या धक्क्यातून त्याच्या सावरण्याची कथा सांगितली आहे.

पत्नीच्या अंत्यविधीच्या वेळी पेरेल्लीनं प्रचंड तमाशा केला. अत्यंत भयंकर, आर्त, काळीज पिळवटून टाकणारा... त्याच्या मित्रांना त्याला त्याच्या प्रिय मारियाच्या कबरीत उडी घेऊन तिच्यासमवेत धरतीच्या कुशीत शिरण्यापासून अडवता अडवता पुरेवाट झाली. त्यानंतर, दु:खानं व्याकूळ पेरेल्लीला भाड्याच्या लिमोझिन मधून घरी नेण्यात आलं. लगेचच तो संपूर्ण एकांतवासात गेला.

एक आठवडा उलटला तरी त्याची काही खबर नव्हती. अखेर गरीब बिचाऱ्या पेरेल्लीच्या काळजीनं त्याच्या दिवंगत पत्नीचा भाऊ त्याच्या घरी आला. दहा मिनिटं दारावरची बेल वाजली तरी कुणी दार उघडलं नाही... त्यामुळं मेव्हणा अद्याप काळजीतच होता. अखेर त्यानं कटावणीनं दार उघडलं. तो घरात गेला. वरच्या मजल्यावर जाऊन पाहतोय तर, त्याच्या दिवंगत बहिणीचे पतीराज मोलकरणीसमवेत 'गर्क' होते.

शयनगृहात नुसता पसारा होता... सगळीकडं शॅम्पेनच्या रिकाम्या बाटल्या पडल्या होत्या.

"पेरेल्ली, हे फार भयंकर आहे!" त्याच्या मेव्हण्याला प्रचंड धक्का बसला होता.

"तुझी पत्नी, माझी बहीण जाऊन फक्त एक आठवडा होतोय आणि तुझं हे चाललंय!"

पेरेल्ली कार्यात इतका गर्क होता की, त्यानं फक्त मान वळवून त्याच्याकडं पाहिलं आणि म्हणाला,

"माझं काय चाललंय ते मला कसं कळणार? मला इतकं दुःख झालंय! इतकं दुःख!"

एके काळी जैन, हिंदू आणि शीख संपूर्ण आयुष्य उपभोगलेल्या वयस्क लोकांचं निधन साजरं करत असत. त्यांची तिरडी फुगे-पताका लावून सुशोभित करत असत. घरापासून घाटापर्यंत बँड लावून लष्करी संचलनाच्या सुरांवर अथवा चित्रपट गीतांच्या तालावर वाजतगाजत अंत्ययात्रा निघत असे. आज फारसं कुणी ही रुढी अनुसरत नाही ही कीव करण्याजोगी गोष्ट आहे. वयोवृद्ध माणसांच्या मृत्यूकडं–विशेषत: ज्यांनी प्रदीर्घ आजाराशी झुंज देऊन डोळे मिटले आहेत त्यांना–भोगातून मुक्ती मिळाली अशा दृष्टीनं पाहून त्यांच्या मरणाचा उत्सव साजरा केला पाहिजे.

□□

भाग दुसरा

मृत्यूनंतर...

झेड. ए. भुट्टो : मृत्यूदंडाची शिक्षा ते वधस्तंभ

गेले दोन दिवस मी इस्लामाबाद आणि रावळपिंडीत होतो. अवेळी पाऊस शहरांना झोडपून काढत होता. मेघाच्छादित मार्घाला टेकड्यांवरून थंडगार वाऱ्याचे झोत वाहात होते. अशा वातावरणातसुद्धा लोक बोचऱ्या थंडी-पावसात वृत्तपत्रांच्या स्टॉलवर उर्दू वृत्तपत्रांच्या ताज्या पुरवण्या नजरेखाली घालण्यासाठी घोळक्यानं जमत होते.

चार एप्रिल रोजी सकाळी भुट्टोंना फाशी देण्यात येणार असल्याचं पहिलं वृत्त येऊन थडकलं तेव्हा मी सदर बझारमध्ये होतो. 'ददागत'च्या प्रती हातोहात संपत होत्या. गटागटानं लोक मूकपणे वृत्त वाचत होते. कुणी अश्रू ढाळले, कुणी सुस्कारा सोडला, पण कसलाही आवाज उठला नाही. बझारमध्ये सर्वत्र सशस्त्र पोलीस आणि लष्कराच्या तुकड्या नागरिकांवर बारीक नजर ठेवून होत्या. संपूर्ण शहरावर विषण्णतेची कृष्णछाया झाकोळली असली तरी, जवान अथवा पोलीस यांच्याकडून हिंसाचार होण्याची भीती नव्हती. त्यांनाही लोकांची, आपल्या देशाच्या अनिश्चित भवितव्याची काळजी समजत असावी.

लोकांनी भुट्टोंना फासावर चढवण्याची कल्पना पटवून घेतली होती. त्यांना जो काही पाठिंबा होता तो आणि चालू सरकारच्या विरोधी चीड.. दोन्हीही नि:शब्द झाले होते. भुट्टोंच्या बहुतेकशा समर्थकांना पकडण्यात आलं होतं. त्याचा विश्वासार्ह आकडा उपलब्ध नाही, पण देशभरातून पंचवीस हजारांवर लोकांना पकडलं होतं. खरा आकडा सहज याच्या चौपट असेल. भुट्टोंच्या मंत्रिमंडळात कायदामंत्री असणाऱ्या श्री. अब्दुल हफीज पीरजादा यांनी हा आकडा दोन लाख इतका असल्याचं म्हटले होतं. ही गोष्ट स्पष्ट होती की, प्रशासन तत्पर कारवाई करण्यास अनुकूल असलं तरी, बंडाचं किंचितसं जरी निशाण पकडलं तरी ते चिरडण्याचं ठाम ठरलेलं होतं. विरोधी आंदोलन होणार हे निश्चित, पण ती उशिरा होतील, बहुधा पुढच्या नोव्हेंबरमध्ये घेण्याचं कबूल केलेल्या सार्वजनिक निवडणुकीच्या तोंडावर.

पाकिस्तानमधल्या राजकीय पटावर चमत्कारिक विरोधाभास दिसतो. बहुसंख्य लोकांचं मत आहे की, भुट्टोंना बंदिवासातून मुक्त करून, सद्य:स्थितीत खुल्या व न्याय्य निवडणुका झाल्या तर त्यांचा पक्ष घवघवीत यश मिळवेल. याच दरम्यान

राजकीय विश्लेषकांचं मत आहे की, भुट्टोंच्या बाजूनं जनमत उत्स्फूर्तपणे वाढण्याची अल्प शक्यता आहे. भुट्टो सर्वसामान्य जनतेत अत्यंत लोकप्रिय होते ही निर्विवाद गोष्ट आहे. त्याचं कारण होतं, त्यांनी दिलेल्या सर्वसामान्य जनतेचं प्रतिनिधित्व करणाऱ्या घोषणा आणि वचनं... त्यांनी सर्वसामान्य जनतेला रोटी-कपडा-मकान देण्याचं वचन दिलं होतं. या लोकांना माहीत होतं की, त्यांचं ही वचनपूर्ती करण्याचं ना उद्दिष्ट आहे, ना त्यांच्याजवळ त्यासाठी आवश्यक साधनस्त्रोत आहेत, पण लक्षावधी भुकेलेल्या, तिरस्कृत, निराधार लोकांना काहीच नसण्यापेक्षा या मृगजळाचा भास बरा वाटत होता.

"भुट्टोंनी तुम्हाला काय दिलं?" एका भुट्टोविरोधी, क्रुद्ध, भूमिहीन शेतकरीवर्गाच्या नेत्यानं प्रश्न केला.

त्यावर तत्पर उत्तर आलं, "त्यांनी आम्हाला वचन दिलेल्या गोष्टी जरी दिल्या नसल्या तरी त्यांनी आम्हाला आमचे हक्क मागण्याची 'जबान' दिली."

भुट्टोंनी 'इस्तिसाल' हा नवा शब्द वापरला. या अरेबिक शब्दाचा अर्थ आहे 'पिळवणूक'. त्यांनी कारखान्यात काम करणाऱ्या लोकांना त्यांची जमीनदार व सामान्य जवानांकडून पिळवणूक होत असल्याचं, त्यांचे अधिकारी त्यांचा गैरवापर करून घेत असल्याचं दाखवून दिलं.

"आता इथून पुढं 'इस्तिसाल' सोसू नका, मी त्याचा शेवट करीन." त्यांनी वचन दिलं होतं.

बहुतेकशा लोकांना 'इस्तिसाल' शब्दाचा अर्थ समजला नव्हता. त्यांच्या लेखी 'यावाचून आपलं चालू शकतं' एवढाच अर्थ होता. भुट्टोंनी त्यांच्या देशातील इतर कुणाही राजकारण्यापेक्षा चतुर, हुशार व्यक्ती म्हणून असणाऱ्या ख्यातीचा पुरेपूर लाभ उठवला. जगातल्या सर्वांत कावेबाज मुत्सद्दी व्यक्तींसोबत त्या स्तरावर बोलणी करू शकणारे बहुधा ते एकमात्र असावेत. भुट्टो स्वतः 'वाधेरो' (जमीनदार) होते, त्यांचं राहणीमान श्रीमंती होतं... अशा गोष्टींनी लोकांना फारसा फरक पडत नव्हता. त्यांना अनेक बायका, एखाद-दुसरं अंगवस्त्र असलं म्हणून काय झालं? त्यांनी अधूनमधून मदिरापान केलं, अश्लील भाषा आणि घाणेरड्या शिव्या वापरल्या किंवा काही लोकांना ठोकलं, हाणलं अथवा तुरुंगात डांबलं म्हणून काय झालं? बहुतेक राज्यप्रमुख यासाठी विख्यात असतातच आणि ते यातून निर्लेप बाहेरही पडतात. लोकांच्या दृष्टीनं भुट्टोंची एकमात्र चूक म्हणजे गुन्ह्यांचे धागेदोरे मागं ठेवणं आणि स्वतः त्यामध्ये अडकणं.

भुट्टोंचे विचार पाकिस्तानातील सुशिक्षित, शहरी उच्चवर्गीयांना पटत नव्हते. त्यांच्या दृष्टीनं त्यांच्या अंदाधुंद कारकिर्दीत अनेक विरोधक राजकारण्यांचा खून झाला, त्यांच्या कुटुंबीयांची, घरच्या बायकांचीसुद्धा मानखंडना झाली, हजारो

निरपराध स्त्री-पुरुषांना तुरुंगवास सोसावा लागला. पाकिस्तानी जनतेचं भुट्टोंविषयीचं मत टोकाचं बदललं. काहीजण त्यांची पूजा करत राहिले, तर काहीजण तिरस्कार करत.

भुट्टोंकडून मारहाण होऊन तुरुंगवास झालेल्या एका माणसाची पत्नी संतापानं भडकून सांगत होती, ''मी त्याला माझ्या स्वत:च्या हातांनी फासावर देईन, मी त्याला दहा वेळा तरी फाशी देईन.''

अशा परिस्थितीत आवश्यक असणारी गोष्ट होती, या लोकांच्या जखमेवर फुंकर घालणं. ही गोष्ट फक्त एकच व्यक्ती करू शकत होती – राष्ट्राध्यक्ष झिया-उल-हक. पण, दयेची याचना करण्याचा अखेरचा दिवस उलटला तरी भुट्टोंच्या पत्नी अथवा मुलांनी त्यांच्या प्राणांची याचना केली नसल्यामुळं राष्ट्राध्यक्षांपुढं दयेचा अर्ज मंजूर करण्याचा पर्यायच उरला नाही आणि त्यांनी जखमेवर फुंकर घालण्याची संधी गमावली. श्री. अब्दुल हफीज पीरजादा (भुट्टोंचे कायदामंत्री) आणि श्री. अजिज अहमद (भुट्टोंचे परराष्ट्रमंत्री) यांनी भुट्टोंना जीवदान मिळावं यासाठी विनंती केली. त्याचबरोबर त्यांच्यासोबत शिक्षा सुनावण्यात आलेल्या आणखी चारजणांनीही, अहमद रझा कसुरी अथवा त्यांच्या पित्याबद्दल वैयक्तिक आकस नसून, फक्त भुट्टोंच्या आदेशांचं पालन करत असल्याच्या मुद्याच्या आधारे दयेची याचना केली होती. शिक्षा सुनावण्यात आलेल्यांपैकी एक आरोपी अरशद इक्बालच्या आई-रबिया खनाम यांनी भुट्टोंची 'कुणाही व्यक्तीची ज्याचा आज्ञाभंग करण्याची हिम्मत नाही असा क्रूर हुकूमशहा' अशी उघड निर्भत्सना केली होती. राष्ट्राध्यक्ष झिया-उल-हक श्री. अहमद रझा कसुरींनी मांडलेला युक्तिवाद पटल्यामुळं शिक्षेच्या अंमलबजावणीच्या संदर्भात पुढं पावलं टाकण्यास प्रवृत्त झाले असावेत. श्री. अहमद रझा कसुरी 'लक्ष्य' होते, मात्र मारेकरी त्यांना ठार करण्यात अपयशी ठरले. त्याऐवजी त्यांनी अहमद यांच्या पित्याचा वध केला होता. वृत्तप्रतिनिधींना दिलेल्या मुलाखतीत श्री. अहमद रझा कसुरी यांनी म्हटलं होतं की, 'भुट्टोंचं जिवंत असणं हा पाकिस्तानला 'सतत धोका' राहील. त्यांना जर फाशी दिलं नाही, तर माझी आई राष्ट्राध्यक्षांच्या निवासासमोर आंदोलन करेल. श्री. कसुरी यांनी म्हटलं होतं की, भुट्टोंना फाशी ऐवजी आजन्म कारावासाची शिक्षा दिली किंवा त्यांची फाशी रद्द केली, तर त्यांचा देशाला सतत धोका राहील. त्यांची राजकीय दबावामुळं मुक्तता केली तर ते बाहेरून दुष्ट भूमिका बजावत राहतील. भुट्टोंना स्वत:ला दयामाया वगैरे ठाऊक नव्हतंच. त्यांच्या शब्दकोशात हा शब्दच नव्हता. त्यामुळं त्यांनी स्वत:साठी दयेची अपेक्षा ठेवू नये.' अशाच प्रकारची भावना काही धर्ममार्तंडांनीही व्यक्त केली होती. (त्यापैकी एक नाव म्हणजे मौलाना महम्मद हुसैनी हजारी, पाकिस्तान नॅशनल अलायन्सच्या उलेमा समितीचे ज्येष्ठ उपाध्यक्ष.) मौलानांनी भुट्टोंना 'मानवतेच्या

चेहऱ्यावरील काळा डाग' असं संबोधलं होतं आणि त्यांना देशाच्या विभाजनासाठी जबाबदार धरलं होतं. "हे प्रकरण फारच दीर्घकाळ ताणलं आहे" परराष्ट्र मंत्रालयातील एक वरिष्ठ अधिकारी मला म्हणाले होते, "मृत्यूदंड देण्याचं निश्चित झाल्या झाल्या ताबडतोब काय ते ठरवायला हवं होतं."

भुट्टोविरोधी घटक या मताशी पूर्ण सहमत होते. एवढंच नव्हे तर यापुढं जाऊन ते म्हणाले की, ५ जुलै १९७७ रोजी लष्करप्रमुख झियांनी भुट्टोंना अटक करण्याऐवजी गोळ्या घातल्या असल्या तर ते स्वत: आणि देशवासी या यातनामयी काळातून सुटले तरी असते... गर्बा कुश्तान रोज-ए-अव्वल... तुम्हाला मांजराच्या पिल्लाला मारायचं असेल, तर ते जन्माला आल्यादिवशी त्याला मारा.

अखेर १८ मार्च १९७८ रोजी सकाळी साडेआठ वाजता झुल्फिकार अली भुट्टोंच्या जीवननाट्यातील अंतिम अंकाचा पडदा उघडला. स्थळ : लाहोर उच्च न्यायालयातील मुख्य न्यायकक्ष. हे प्रशस्त दालन लाकडी कठड्यांनी तीन भागांत विभागलं आहे. उत्तरेच्या बाजूला उच्च स्तरावर पाच न्यायाधीश टोप अणि काळे झगे परिधान करून बसले होते. त्यांच्या दिशेला तोंड करून बसलेल्या मंडळींत उच्च न्यायालय बार सदस्य होते, त्यामध्ये सरकारी वकील आणि बचावपक्षाचे वकीलही होते, एक सारख्या काळ्या पोशाखात. त्यांच्या पाठीमागं लाकडी कठड्या पलीकडं इतर लोक बसले होते. पश्चिमेच्या बाजूला, न्यायाधीश आणि वकिलांच्या लगत पाच आरोपी उभे होते. त्यांच्यामागं सशस्त्र पोलीस होते. आरोपींमध्ये प्रमुख होते झुल्फिकार अली भुट्टो फिकट स्प्रिंग सूट आणि टाय अशा... अतिशय उत्तम वेशभूषेत.

निकाल देण्यासाठी कसलीही पूर्वसूचना देण्यात आली नव्हती. या खटल्याचं काम पाहणाऱ्या वकिलांना रजिस्टारनं सकाळी लवकर फोन करून मुख्य न्यायकक्षात हजर राहायला सांगितलं होतं. आरोपींना कोट लखपत कारागृहातून प्रचंड बंदोबस्तात न्यायालयात आणण्यात आलं होतं. तरीसुद्धा ही बातमी सगळीकडं वाऱ्यासारखी पसरून न्यायकक्ष खचाखच भरला होता.

सर्वांच्या नजरा प्रभारी मुख्य न्यायमूर्ती मुश्ताक हुसैन यांच्यावर खिळल्या होत्या. त्यांनी १० आणि ११ नोव्हेंबर १९७४ रोजी रात्री लाहोर मध्ये झालेल्या नवाब महम्मद रझा कसुरी यांच्या हत्येच्या खटल्यातील पाच न्यायाधीशांनी एकमतानं केलेल्या निवाड्याचा सारांश वाचून दाखवला. सर्व आरोपींनी अपराधी नसल्याचं म्हणणं मांडलं होतं. चार जणांनी आपला बचाव सादर केला होता. फक्त एका आरोपीनं... झुल्फिकार अली भुट्टोंनी न्यायालयाच्या कामकाजात भाग घेण्यास नकार दिला होता.

न्यायमूर्ती मुश्ताक हुसैन यांनी न्यायाधीशांच्या पीठाची 'फायंडिंग्ज' वाचून

झाल्यानंतर शिक्षा सुनावली "टू बी हँग्ड बाय द नेक टिल यू आर डेड..."

...मरेपर्यंत फाशी!

सगळ्या नजरा न्यायाधीशांवरून आता आरोपीकडं वळल्या. मुख्यत्वे झुल्फिकार अली भुट्टोंकडं. शिक्षा ऐकताना त्यांच्या चेहऱ्यावर भीतीचा लवलेशही नव्हता. त्यांनी फक्त चेहरा दुसरीकडं वळवला. ते स्वत:च्या विचारात बुडाले होते.

"ते हतबुद्ध झालेले दिसत होते," एक वकील म्हणाले, "पण त्यांनी भीती अथवा रागाची कसलीही रेघसुद्धा दाखवली नाही. असं वाटत होतं की, जणू त्यांनी न्यायमूर्तींचं बोलणं ऐकलंच नसावं अथवा आपण एखादा भयानक खेळ पाहतोय असं त्यांना वाटत असावं."

यानंतर कसल्याही घोषणा उमटल्या नाहीत... ना पसंतीचे ना निषेधाचे... कसलेही उद्गार उमटले नाहीत. भुट्टोंच्या पत्नी नुसरत अथवा त्यांची कन्या बेनझीर न्यायालयात आल्या नव्हत्या. सगळीकडं सशस्त्र पोलीस तैनात होते.

इतर चार आरोपींच्या वतीनं खटला चालवणारे वकील सल्लामसलतीसाठी त्यांच्याकडं गेले. भुट्टोंनी उच्च न्यायालयाच्या कामकाजावर बहिष्कार घातला असल्यामुळं त्यांच्याशी बोलायला कुणीच नव्हतं. काहीकाळ ते स्वत:च्याच विचारात हरवलेले होते.

इकडं कोट लखपत कारागृहात भुट्टोंसाठी सहा कोठड्या राखीव ठेवलेल्या होत्या. ते थेट त्यांच्या कोठडीत गेले आणि त्यांनी अंगावरच्या सगळ्या पोशाखासह बिछान्यात धाडकन् अंग टाकलं. त्यांची नजर छतावर खिळली होती.

"ते तिथं तासाभरापेक्षा जास्त वेळ नि:स्तब्ध पडून होते," तुरुंगाचे मुख्याधिकारी सांगतात, "मी त्यांच्याजवळ जाऊन तुम्हाला काही खायला हवं आहे का असं विचारलं, तेव्हा ते रडत असल्याचं माझ्या लक्षात आलं. त्यांनी मला काहीच उत्तर दिलं नाही."

सकाळी अकरा वाजता श्री. याह्या बख्तियार त्यांना भेटायला आले. त्यावेळी त्यांनी परस्परांना आलिंगन देऊन भावनांना वाट करून दिली.

"हा शेवट आला म्हणायचं?" भुट्टोंनी विचारलं.

"नाही", बख्तियार ठासून म्हणाले, "आपण या शिक्षेविरूद्ध अपील करू."

ते दोघं काहीवेळ बोलले. भुट्टोंना पुन्हा उत्साह आला आणि ते बरेचसे पूर्ववत झाले.

कारागृहाच्या नियमांनुसार मृत्युदंड सुनावण्यात आलेल्या कैद्यांना खास रचनेच्या कोठडीत ठेवण्यात येतं, त्यांनी आत्महत्येचा प्रयत्न करू नये यासाठी त्यांच्यावर अविरत पहारा ठेवला जातो. फक्त सकाळी आणि संध्याकाळी अर्धा तास त्यांना व्यायामासाठी अथवा 'टेहली' साठी बाहेर आणलं जातं.

भुट्टोंना पहाटे पाच वाजता तसल्या कोठडीत हलवण्यात आलं, मात्र त्यांनी आग्रह धरल्यानुसार त्यांना स्वत:चे कपडे घालण्याची, स्वत:चा बिछाना, खुर्ची वापरण्याची आणि घरचं भोजन घेण्याची परवानगी देण्यात आली. त्यांना लेखनसामग्री व त्यांना हवी ती सगळी मासिकं व वृत्तपत्रं देण्यात आली होती. त्यांच्या मनावर खिन्नतेचं मळभ पुन्हा झाकोळून आलं होतं. तुरुंगाच्या मुख्याधिकाऱ्यांनी सांगितल्यानुसार "ते बिछान्यावर मेलेल्या उंदरासारखे पडून असतात."

असा प्रकार काही दिवस चालू होता.

वृत्तपत्रांमध्ये प्रसिद्ध होणारे विविध राज्यप्रमुखांचे विनंतीअर्ज पाहून त्यांचा खचलेला जोम पुन्हा पूर्ववत होत होता. त्यांना खात्री वाटू लागली होती की, जगभरात सर्वत्र उमटणाऱ्या विरोधी सुरामुळं आपल्याला इजा करू पाहणारे व आपलं नीतीधैर्य खचवण्यासाठी सगळे उपाय योजणारे पाकिस्तानी राज्यकर्ते आणि न्यायाधीश धैर्यगलित होतील. त्यांनी ताणाच्या ओझ्याखाली मोडतोय असं जराही न दर्शवण्याचा निश्चय केला होता.

याह्या बख्तियार यांनी सर्वोच्च न्यायालयात अपील दाखल केलं. हे न्यायालय रावळपिंडीत असल्यामुळं, मे महिन्याच्या मध्यात भुट्टो आणि त्यांच्या सह-आरोपींना रावळपिंडीच्या कारागृहात हलवण्यात आलं... अवघ्या काही महिन्यांपूर्वी ज्या भवनातून त्यांनी पाकिस्तानची सूत्रं हलवली होती, ते भवन कारागृहाच्या लगत होतं. चित्रं केवढं बदललं होतं! त्यांच्यासाठी चार कोठड्यांचा संच तयार करण्यात आला होता. या कोठड्या एरवी खुनाच्या आरोपाखाली शिक्षा भोगणाऱ्या महिलांसाठी राखीव असत. भुट्टोंना शयनगृह, अभ्यासिका, स्वच्छतागृह व स्वैपाकघर देण्यात आलं होतं. एका सुप्रसिद्ध कैद्याला आरामदायी व्हावं यासाठी पुन्हा एकदा तुरुंगाचे नियम धाब्यावर बसवण्यात आले होते. त्यांना दवाखान्यात असतात तसल्या लोखंडी बिछान्याऐवजी 'निवार' बिछाना, रबरी फोमची गादी, त्यांची स्वत:ची ब्लँकेट्स देण्यात आली होती. पंखा आणि दिव्याचीही सोय करण्यात आली होती– त्यांची बटणे त्यांच्या हाताला येण्याजोगी ठेवण्यात आली होती. शिवाय त्यांना टेबल, खुर्ची, टेबल लॅम्प, पुस्तकं आणि मासिकंही पुरवण्यात आली होती. त्यांचे भोजन आणि हवाना सिगार्स त्यांच्या घरून येत असत. ते स्वत:चे कपडे घालत असत (त्यांच्या कपड्यांच्या दोन सूटकेसेस गच्च भरलेल्या होत्या) आणि स्वत:चं दाढीचं सामान वापरत असत. त्यांना दररोज स्वत:च्या वकिलासमवेत एक तास घालवण्याची परवानगी देण्यात आली होती आणि त्यांना हवं तेव्हा ते अर्धा तास 'टेहली' घेऊ शकत होते. रावळपिंडीमध्ये हिवाळ्यात कडाक्याची थंडी असल्यामुळं त्यांना विद्युत हीटर्स पुरवण्यात आले होते. त्यांची पत्नी आणि मुलगी दुपारी त्यांच्यासमवेत चहापान करत असत. बरेचदा बेनझीर पित्याशेजारी त्यांच्याच

बिछान्यावर आडवी होत असे. त्यावेळी दोघांमध्ये कुजबुजत्या आवाजात बोलणं होत असे. तिथं सदैव हजर असलेल्या तुरुंगाधिकाऱ्याला ऐकू जाऊ नये यासाठी आणि त्यांचं संभाषण गुप्त यंत्रांवर ध्वनिमुद्रित न होण्याची दक्षता म्हणून.

६ फेब्रुवारी १९७९ रोजी सर्वोच्च न्यायालयानं भुट्टोंचं अपील फेटाळलं त्यावेळी ते न्यायालयात हजर नव्हते. ही बातमी त्यांना कारागृह अधीक्षकानं सांगितली.

त्यावर त्यांची इतकीच प्रतिक्रिया होती, "हे फार दुःखद आहे." पाठोपाठ त्यांनी प्रश्न केला, "हे एकमतानं ठरलं?"

त्यावर अधीक्षकानं त्याची खातरजमा न करताच उत्तर दिलं, "होय."

त्यावर भुट्टोंची प्रतिक्रिया होती, "मोठं आश्चर्य आहे."

हे वृत्त नुसरत भुट्टोंना समजलं (त्यावेळी त्या सिहाला मध्ये – पिंडीपासून पंधरा मैल अंतरावर – नजरकैदेत होत्या) तेव्हा त्या गाडीत बसल्या आणि पोलिसांचा वेढा भेदून तुरुंगाशी आल्या. त्यांना पतीला भेटण्याची परवानगी देण्यात आली. त्या त्यांच्या बाहुपाशात कोसळल्या. त्या आल्या आल्या भुट्टोंनी त्यांना विचारलेला पहिला प्रश्न म्हणजे, "हे एकमतानं ठरलं?"

नुसरतनी त्यांना सर्वोच्च न्यायालयाच्या सात न्यायमूर्तींपैकी तिघांनी त्यांना 'बेनिफिट ऑफ डाऊट' म्हणजेच संशयाचा फायदा दिला असल्याचं सांगितलं.

"काळजी करू नकोस!" ते नुसरतना खात्री देत म्हणाले.

"आपण रिव्ह्यू दाखल करू."

मृत्यूदंड निश्चित झाल्यानंतर कारागृह अधिकाऱ्यांनी भुट्टोंना फाशीच्या इतर कैद्यांप्रमाणे वागवायचं ठरवलं. त्यांनी त्यांचं दाढीचं सामान काढून घेतलं. 'निवार' चा बिछाना हलवला ('निवार' चा उपयोग फास लावून घेण्यासाठी केला जाऊ शकतो) आणि घरून येणारं भोजनही बंद केलं. भुट्टोंनी दवाखान्यातल्यासारख्या बिछान्यावर झोपण्यास नकार दिला. त्याऐवजी त्यांनी जमिनीवर रबरी फोमची गादी अंथरली. अखेरच्या दिवसापर्यंत हाच त्यांचा बिछाना होता. दुपारपर्यंत सरकारनं थोडं मवाळ धोरण स्वीकारलं आणि त्यांना घरी बनवलेलं भोजन घेण्याची परवानगी दिली.

२४ मार्च १९७९ रोजी सर्वोच्च न्यायालयानं 'रिव्ह्यू' याचिका फेटाळली. आशेचा अखेरचा किरण विझला. याह्या बख्तियार यांची भुट्टोंचे वकील म्हणून भूमिका संपली, तरी त्यांनी न्यायालयाला भुट्टोंना भेटण्याची परवानगी देण्याची विनंती केली. एम. ए. रहमान प्रतिनिधित्व करत असलेल्या सरकार पक्षानं याला आक्षेप घेतला नाही. न्यायालयातून बाहेर आल्यावर याह्या बख्तियार यांनी प्रतीक्षा करणाऱ्या वृत्तप्रतिनिधींना सांगितलं की, पुन्हा 'रिव्ह्यू' याचिका दाखल करण्यासाठी

कायदेशीर आधार आहे. दरम्यान, कारागृह अधीक्षकांनी भुट्टोंना औपचारिक निवेदनपत्र दिलं. त्यामध्ये भुट्टोंना मृत्यूदंडावर शिक्कामोर्तब झाल्याचं आणि दयेची याचिका सादर करण्यासाठी सात दिवसांचा अवधी असल्याचं कळवण्यात आलं होतं. कारागृह अधीक्षकांनी ते पत्र भुट्टोंना नेऊन दिलं आणि पत्राच्या कार्बन प्रतीवर स्वाक्षरी करण्यास सांगितलं, तेव्हा भुट्टो त्याला नकार देत अधीक्षकांवर खेकसले, ''हो, हो मला हे सगळं माहीत आहे.''

दुसऱ्या दिवशी (२५ मार्च १९७९) रोजी लाहोर उच्च न्यायालयानं शिक्षा झालेल्या पाची व्यक्तींना 'ब्लॅक' वॉरन्ट जारी केलं. त्यामध्ये शिक्षेची अंमलबजावणी ४ एप्रिल १९७९ नंतर होऊ शकते असं नमूद करण्यात आलं होतं. नेमकी तारीख गुप्त राखण्यात आली होती.

भुट्टोंना त्यांना हव्या तितक्या नातेवाइकांना व मित्रांना भेटण्याची परवानगी देण्यात आली होती. त्यांना भेटायला खूप मंडळी आली होती, त्यामध्ये त्यांची पहिली पत्नी - अमीर बेगम, त्यांचे काका, चुलत-मावस भावंडं (मुमताज भुट्टो), मंत्रिमंडळातील त्यांचे माजी सहकारी - हफीज पीरजादा यांचा समावेश होता. भेटायला येणाऱ्या सर्वांची झडती घेण्यात येत असे. कोठडीच्या आत कुणालाही प्रवेश नव्हता. शरीर संपर्क करता येऊ नये (अथवा सायनाईड किंवा दुसरं कुठलं विष देता येऊ नये) यासाठी लोखंडी जाळीलगत सहा फूट रुंद टेबल ठेवलं होतं.

एकदा रात्री भुट्टोंनी कारागृह उपअधीक्षकांना बोलावून घेऊन त्यांना हफीज पीरजादांना बोलावून घेण्यास सांगितलं. भुट्टोंनी पीरजादांकडं दयेची याचना करण्याबाबत स्पष्ट विनंती केली नाही, पण त्यांचे शब्द होते - ''मरना बहुत मुश्किल होता है.''

१ एप्रिल १९७९ रोजी पीरजादा व भुट्टोंच्या अंतिम भेटीनंतर, पीरजादांनी दयेची याचिका दाखल केली. या गोष्टीवरून दिसून येते की, भुट्टो आपल्याला जीवदान मिळण्यासाठी कधीही भीक न मागण्याच्या निश्चयापासून ढळले नव्हते, तरीही त्यांना अजूनही आशा होती की, काही तरी घडेल, कुणीतरी लष्करप्रमुख झियांना रोखेल. पीरजादांना तुरुंगातून बाहेर पडत असताना वृत्तप्रतिनिधींनी प्रश्न केला की, 'भुट्टोंनी दयेसाठी विनंती केली आहे का?'

त्यावर पीरजादा उत्तरले, ''नाही. त्यांनी केलेली नाही, पण मी करणार आहे.''

पीरजादांनी राष्ट्राध्यक्ष झियांकडं भुट्टोंना जीवदान देण्याची विनंती केली. ही विनंती विस्तृतपणे प्रसिद्ध झाली, पण त्यावर राष्ट्राध्यक्षांच्या कार्यालयातून कसलीही प्रतिक्रिया देण्यात आली नाही.

४ एप्रिल रोजी भुट्टोंना फाशी देण्याचा निर्णय दोन दिवस आधी (म्हणजे २ एप्रिल रोजी) ठरला. नियमानुसार फाशी पहाटे साडेपाच वाजता दिली जाते. (किंवा हिवाळा असेल तर सकाळी सहा वाजता) पण भुट्टोंना रात्री २ वाजता

फाशी देण्याचं ठरवण्यात आलं. त्यामागं निदर्शनं टाळणं आणि त्यांचा मृतदेह विमानानं लर्कानाला नेऊन, नाओ देरो खेड्यातल्या त्यांच्या घरच्या दफनभूमीत दफन करण्यासाठी वेळ मिळणं, ही कारणं होती. दरम्यान तारा मसिह या फाशी देणाऱ्या माणसाला बहावलपूरहून लाहोरला आणण्यात आलं. शिक्षेच्या अंमलबजावणीसाठी त्यांना कोट लखपत कारागृहात नेण्यात येईल असा अंदाज होता.

३ एप्रिल १९७९ रोजी सकाळी अकरा वाजता नुसरत आणि बेनझीर भुट्टोंना सिहालाहून रावळपिंडीला आणण्यात आलं. त्या दोघींनी 'ही आमची अखेरची भेट आहे की नाही,' याबद्दल सांगण्याची मागणी केली. त्यावर त्यांना उडवाउडवीचं उत्तर मिळालं, "आप यही समझ ले."

त्या दोघींनी भुट्टोंना याबद्दल सांगितल्यानंतर त्यांनी कारागृह अधीक्षकांना बोलावून घेऊन त्यांच्याकडून खात्री करून घेतली की, गाठीभेटींच्या बाबतीत बोलायचं तर ही शेवटचीच भेट होती. फाशी देण्याची नेमकी वेळ गुप्त राखण्यात आली होती.

नुसरत आणि बेनझीर त्यांच्याशी टेबलापलीकडून तीन तास बोलत होत्या. त्यामध्ये क्षणभर भुट्टोंनी मागचापुढचा विचार न करता, त्यांनी त्यांच्या लर्कानामधल्या घरात भिंतीत दडवून ठेवलेल्या काही कागदपत्रांबाबत सूचना दिल्या. अवघ्या चार तासांत त्या घराची झडती घेऊन ती कागदपत्रं ताब्यात घेण्यात आली.

भुट्टो, त्यांची पत्नी आणि मुलगी यांच्या अखेरच्या भेटीची कहाणी काळीज हेलावणारी आहे. बेनझीरनी वडिलांना अखेरचा निरोप देण्याआधी त्यांना आलिंगन देण्याची परवानगी मिळावी किंवा निदान त्यांच्या पावलांना स्पर्श करू द्यावा अशी विनंती केली, पण ती ठामपणे नाकारण्यात आली. भुट्टोंना ज्या चांदीच्या तबकातून चहा नेऊन दिला जात असे, ते तबक बेनझीरना परत करण्यात आलं, "अब साहिब को इसकी जरुरत नही पडेगी," या वाक्यासह. आता अखेरची घटका समीप आल्याचं स्पष्ट झालं होतं. नुसरत आणि बेनझीर दुपारी अडीच वाजण्याच्या सुमारास तुरुंगातून बाहेर पडल्या. त्यांनी राष्ट्रध्यक्ष झिया-उल-हक यांच्या भेटीला नेण्याची विनंती केली. अधीक्षकांनी राष्ट्राध्यक्षांच्या निवासस्थानी फोन केला. तिथं त्यांना सांगण्यात आलं की, त्या महिलांना जे सांगायचं असेल ते त्यांना कागदावर लिहून द्यायला सांगा.

दुपारी चार वाजता न्यायाधीश लेखनसामग्री घेऊन आले. त्यांनी भुट्टोंना त्यांची अंतिम इच्छा लिहिण्यास सांगितलं. त्यावर न्यायाधीश साक्षीदार म्हणून स्वाक्षरी करणार होते. भुट्टोंनी तासभर किंवा जास्तच वेळ त्यांचा अंतिम संदेश लिहिला. त्यांनी काय लिहिलं होतं हे कुणाला कधीच कळणार नाही. कारण त्यांनी स्वत:च्या

सिगार लायटरनं तो कागद जाळून टाकला.

संध्याकाळी सहा वाजता त्यांनी गरम पाणी आणि त्यांचं दाढीचं सामान मागितलं.

"मला मुल्लासारख्या अवतारात मरायचं नाहीये."

आणि त्यानंतर हनुवटीवरचे खुंट सफाचट करून आरशात पाहात स्वत: वरच विनोद करत ते उद्गारले, "आता मी तिसऱ्या जगताच्या नेत्यासारखा दिसतोय."

त्यानंतर भुट्टोंसोबत त्यांच्या अंतिम प्रार्थनेत सहभागी होण्यासाठी मौलवी 'तसबिह' आणि 'मुसल्ला' घेऊन आले. भुट्टोंनी गळ्याभोवती रुजारी पांघरली, मात्र मौलवींना चटई काढून टाकून निघून जायला सांगितलं... त्यांना आपल्या निर्माणकर्त्याला भेटायला जाताना कुणाच्याही मदतीची गरज नव्हती.

त्यानंतर मात्र त्यांचं धैर्य खचलं. ते गादीवर पडून होते... एक प्रकारच्या बेशुद्धीत असल्यासारखे. फाशी देण्याची वेळ जवळ आली तेव्हा, तुरुंगातील इतर कैद्यांना उठवून, पवित्र कुराणातील वचनांचं पठण करण्याचा आदेश देण्यात आला. फक्त भुट्टो तेवढे अवतीभवतीच्या घटनांबाबत परिणामशून्य अवस्थेत होते. रात्री दीड वाजता तुरुंगाचे अधिकारी, न्यायाधीश आणि डॉक्टरसमवेत भुट्टोंना वधस्तंभाकडं नेण्यासाठी आले. अधीक्षकांनी त्यांना हलवून सांगितलं, "भुट्टो साहेब, जाने का वक्त आ गया है."

त्यानंतर काय घडलं याबाबत निरनिराळं ऐकायला मिळतं. एका सूत्रानुसार, भुट्टो उठले. हातबेड्या घेतलेली माणसं पाहताच ते भयंकर घाबरले. त्यांनी वेळ काढण्यासाठी अनेक क्लृप्त्या केल्या. त्यांना आंघोळ करायची होती, मृत्यूपत्र करायचं होतं, चहा प्यायचा होता. मात्र हे सगळं नम्रतेनं पण ठामपणे नाकारण्यात आलं.

याबाबत आणखी एक कहाणी ऐकायला मिळते ती अशी - ते उठतच नव्हते. अधीक्षकांना त्यांनी स्वत:चं जीवन संपवलं की काय अशी भीती वाटली. त्यांनी डॉक्टरांना बोलावून घेतलं. डॉक्टरांनी नाडी बघितली, स्टेथोस्कोप लावून त्यांच्या हृदयाचे ठोके ऐकले. ते जिवंत असल्याची खात्री करून घेण्यासाठी त्यांच्या पापण्या उघडून पाहिल्या. या सूत्रानुसार त्यांना उठता येत नव्हतं किंवा त्यांची उठायची इच्छा नव्हती. त्यामुळं त्यांना स्ट्रेचरवर ठेवावं लागलं. ते आडवे झोपलेल्या अवस्थेत असल्यामुळं त्यांचे हात पाठीमागं बांधण्याऐवजी पुढं बांधण्यात आले होते. अंतिम प्रवासाला निघालेल्या फाशीच्या कैद्याचे हात मागं बांधले जातात.

कारागृहावर संभाव्य हल्ल्यांची शक्यता लक्षात घेऊन मोठ्या प्रमाणात खबरदारी घेण्यात आली होती. पी एल ओ आणि काही परदेशी सरकारांची नावं दबत्या स्वरात ऐकायला मिळत होती. ते भुट्टोंना वाचवण्यासाठी प्रयत्न करतील अशी

शक्यता व्यक्त होत होती. खबरदारीचे जे काही उपाय करण्यात आले होते, त्यामध्ये पॅराशूट्स आणि शत्रूच्या हेलीकॉप्टर्सची टेहळणी करण्यात येत होती. परिणामी संरक्षण विभागातल्या बहुसंख्य व्यक्ती त्यावेळी कारागृहात उपस्थित होत्या. अडीचशेपेक्षा जास्त व्यक्तींनी स्वत:च्या डोळ्यांनी त्यांना फाशी देताना पाहिलं असा अंदाज आहे.

आरोपीच्या कोठडीपासून वधस्तंभापर्यंत तसं बरंच अंतर आहे. रात्री पावणेदोनच्या सुमाराला भुट्टोंना स्ट्रेचरवरून वधस्तंभापाशी आणण्यात आलं. स्ट्रेचर खाली ठेवलं आणि अधीक्षक भुट्टोजवळ गेले. तेव्हा भुट्टो अचानक उठून बसले. त्यावेळी ते काहीतरी पुटपुटले. त्यांनी ''नुसरत एकाकी होईल'' असं म्हटल्याचं सांगतात. त्यांच्या हातातल्या बेड्या काढून त्यांचे हात पाठीमागं बांधण्यात आले तेव्हा गाठ फारच घट्ट असल्याबद्दल त्यांनी विरोध केला असं म्हटलं जातं. त्यानंतर कुणाच्याही मदतीशिवाय ते वधस्तंभाच्या पायऱ्या चढून गेले. तारा मसिहनं त्यांच्या चेहऱ्यावर काळं आच्छादन घालण्याआधी त्यांचे ओठ हलले. कुणी म्हणतात, ते पुटपुटले ''संपवून टाका!'' कुणी म्हणतात, त्यांचे ओठ हलले पण आवाज फुटलाच नाही.

बरोबर दोन वाजता दोर खेचण्यात आला... आणि चलाख, आत्मविश्वाससंपन्न, भपकेबाज झुल्फिकार, पाकिस्तानचे राष्ट्राध्यक्ष आणि पंतप्रधानपद भूषविणारे, जीनांनंतर सर्वांत लोकप्रिय ठरलेले नेते अनंतात विलीन झाले.

मृत्यूसमयी भुट्टोंनी सलवार कमीज परिधान केला होता. त्यांनी या पोशाखाला सर्वसामान्यांचा ... 'अवामी' सूट बनवला होता. त्यांच्या मनगटावर 'झेनिथ'चं घड्याळ होतं आणि बोटात तीन हिरे जडवलेली सोन्याची अंगठी. पिंडी मशिदीतले नम्र सेवक हयात महम्मद यांनी त्यांच्या मृतदेहाला आंघोळ घालून तो प्रेतवस्त्रात गुंडाळला, त्यावेळी ती अंगठी गायब असल्याचं कुणाच्या तरी लक्षात आलं. अधीक्षकांनी ताबडतोब तारा मसिह आणि हयात महम्मद यांना अटक केली आणि त्यांची झडती घेण्याचा हुकूम दिला. ती अंगठी फाशी देणाऱ्या तारा मसिहच्या खिशात सापडली. दुसऱ्या दिवशी सकाळी घड्याळ आणि अंगठी दोन्ही बेनझीर भुट्टो यांच्या ताब्यात देण्यात आलं.

त्यांचं पार्थिव विमानानं लर्कानाला नेण्यात आलं आणि तिथून नाओ देरो इथं. भुट्टोंची प्रथम पत्नी – त्यांच्याहून पंधरा वर्षांनी मोठ्या असणाऱ्या – अमीर बेगम, त्यांचे काका-मामा, काकू-मावश्या आणि इतर नातेवाइकांना त्यांचं अंत्यदर्शन घेण्याची परवानगी देण्यात आली होती. ते गाढ झोपेत असल्यासारखे शांत दिसत होते. जखमेची कसलीही दृश्य खूण नव्हती. (फाशी दिल्यानंतर माणसाची मान लांब होते, डोळे आणि जीभ बाहेर येते असं म्हणतात, त्यात काही तथ्य नाही.)

भुट्टोंना मृत्युदंड देण्यामुळे त्यांच्या दुष्टकृत्यांच्या स्मृती पुसल्या जातील आणि

त्यांनी देशासाठी केलेल्या काही चांगल्या गोष्टी ठळकपणे समोर येतील. त्यांचा हुतात्मा म्हणून जयघोष झालेला आहेच. त्यांच्या आत्म्याला शांती लाभावी यासाठी लोक त्यांच्या कबरीशी 'फतेहा' (प्रार्थना) करत असल्याचं वृत्त आहे. बरीच माणसं त्यांच्या कबरीचं चुंबन घेऊन तिथली माती उचलून कपाळाला लावत आहेत. प्रत्येक वाडीवस्तीत, खेड्यात, गावात आणि शहरात... खैबरपासून ते कराचीपर्यंत सर्वत्र लोक गटागटानं जमून घैबाना नमाज-ए-जनाजा अर्पण करत आहेत. भुट्टोंचं पिशाच्च कबरीतून कधीच प्रकटलं आहे. राज्यकर्त्या लष्करप्रमुखांच्या सत्तेत राहण्याच्या भ्रामक स्वप्नांचा चुराडा केल्याखेरीज त्याचं समाधान होणार नाही.

भुट्टोंच्या 'हौतात्म्या'चा लाभ (ते येणाऱ्या काळात स्पष्ट होईलच) पी. पी. पी.च्या वरिष्ठ नेत्यांना होईल, त्यामध्ये त्यांची चुलतबहीण मुमताज अली भुट्टो, श्री. अब्दुल हफीज पीरजादा, जनरल टिक्का खान (त्यांना पाकिस्तानात मोठा मान आहे) यांना होईल आणि सगळ्यात महत्त्वाचं म्हणजे त्यांच्या मुलीला - बेनझीर भुट्टोंना होईल.

□□

संजय गांधी : तरुण हुकूमशहा

१९८० सालातला जून महिना. अंगाची लाही लाही करणाऱ्या उन्हाचा कडाका होता. कुणीही प्राणीमात्र सावली सोडून बाजूला दिसणार नाही अशा एका तळपत्या दुपारी मी इंडिया गेट जवळच्या घामाघूम गर्दीत उभा होतो. मला माझ्या दिवंगत तरुण मित्राला अखेरचा निरोप द्यायचा होता. माझ्या मनात सोळा वर्षांपूर्वीच्या स्मृती जाग्या झाल्या. तेव्हा मी याच ठिकाणी अशाच तळपत्या उन्हात उभा होतो... माझ्या मित्राच्या आजोबांची अंत्ययात्रा पाहण्यासाठी. त्याचे आजोबा अर्धशतकाहून अधिक काळ राष्ट्रीय व्यक्तिमत्त्व होते आणि सतरा वर्षं पंतप्रधानपदी विराजमान होते. त्यांच्या अंत्यविधीच्या वेळी कडक बंदोबस्त ठेवण्यात आला होता. राजकारणात झपाट्यानं स्थान मिळवणाऱ्या माझ्या या तरुण मित्राची पहिल्यापासूनच बदनामी आणि निंदानालस्ती झाली आहे. नुकताच त्यानं संसदेतही प्रवेश मिळवला होता. त्याच्या अंत्यविधीला त्याच्या आजोबांच्या वेळच्या गर्दीपेक्षा प्रचंड गर्दी लोटली होती.

उर्दूमध्ये एक रचना आहे :

ऐ गुलचीन-ए-अजल तुझ से नादानी हुई
फूल वो तोड के गुलशन मे वीरानी हुई

हे फुलाचे प्राण हिरावणाऱ्या, तुझ्याकडून घोडचूक झाली आहे. तू तोडलेल्या एका फुलानं सगळी बाग वैराण झाली आहे

अंत्ययात्रेत तरुण दांभिक घोषणा देत होते :

जबतक सूरज चाँद रहेगा
संजय तेरा नाम रहेगा

घरी परतल्यानंतर मी या विचित्र घटनेबद्दल विचार करत होतो. मला फक्त एकच कारण सापडलं. ते म्हणजे, गेल्या वर्षा-दोन वर्षांत, कुणाच्या लक्षातही आलं नसेल, पण संजयभक्ती वाढली होती.

आयुष्यात धोके पत्करत जगणारा, संकेत-रुढी-परंपरा धुडकावणाऱ्या व्यक्तीला

लोकांचं प्रेम लाभण्यापेक्षा लोक त्याला घाबरतात. त्याला मात्र कशाचंही भय नसतं. हे सगळं संजयला लागू होत होतं. मला त्याचं एक वाक्य स्मरतंय, तो म्हणाला होता की, ज्या नेत्याला लोक घाबरतात त्याला लोकांचं प्रेम लाभलेल्या नेत्यापेक्षा जास्त आदर मिळतो.

"त्यामुळंच मी जेव्हा त्यांना एखादी गोष्ट करायला सांगतो, तेव्हा ते ती गोष्ट व्यवस्थित करतातच."

आता संजयवाद्यांचा नेता कोण होईल? त्याचा भाऊ-राजीव ही जबाबदारी पेलेल असं मला वाटत नाही. तो बाजूला राहणारा, कुठलीही महत्त्वकांक्षा नसलेला दुर्दैवी आणि कुटुंबवत्सल माणूस आहे. हे कमलनाथ, जगदिश टायटलर अथवा तरुण सिंदिया यांनाही जमणार नाही. संजयमधली धडाडी अथवा आत्मविश्वासपूर्ण ऐट यांपैकी कुणातच नाही. या व्यक्तिमत्त्वाचा एकमात्र संभाव्य वारसदार आहे मनेका. ती तिच्या दिवंगत पतीसारखीच आहे, संपूर्ण निर्भय. ती जेव्हा संतापानं भडकून उठते तेव्हा व्याघ्रारुढ दुर्गेसारखी भासते.

□□

टिक्का खान : बांग्लादेशचा कसाई

हे नाव बऱ्याचशा भारतीयांच्या स्मृतीपटलावर धूसर झालं असेल, पण ते आपल्या बांग्लादेशी शेजाऱ्यांच्या मनावर रक्तवर्णानं गोंदलेलं राहील. त्यांना पाकिस्तानचे लष्करप्रमुख याह्या खान यांनी पूर्व पाकिस्तानमधील अशांतता संपवण्यासाठी पाठवलं होतं. हे कार्य त्यांनी त्यांना ठाऊक असलेल्या एकमात्र पद्धतीनं केलं. त्यांनी त्यांचं बलाढ्य पंजाबी लष्कर दुर्दैवी बांग्लादेशींवर सोडलं. लुटालूट, बलात्कार आणि कुणी पाकिस्तानशी बेईमानी करत असल्याचा संशय आला तर त्याला ठार करण्याची परवानगी दिली. त्यांच्या ढाक्यातील कार्यकालाची जगभरातील प्रसारमाध्यमांनी विस्तृत दखल घेतली. त्यांना बांग्लादेशचा कसाई असं नाव पडलं होतं. त्यांचं २८ मार्च २००२ रोजी इस्लामाबादमध्ये वयाच्या शहाऐंशीव्या वर्षी निधन झालं.

बांग्लादेश स्वतंत्र झाल्यानंतर, मी पाकिस्तानचे नवे राज्यकर्ते झुल्फिकार अली भुट्टो यांच्या आमंत्रणावरून पाकिस्तानात गेलो होतो. त्यावेळी मी लष्करप्रमुख टिक्का खान (तोवर ते निवृत्त झाले होते) यांना भेटून त्यांची बाजू ऐकून घेण्यास उत्सुक होतो. त्यांनी माझी मुलाखत देण्याची विनंती नाकारली. त्यांना कुणाही भारतीयाला भेटायचं नव्हतं. त्यातसुद्धा एखाद्या शीख पत्रकाराला तर नाहीच नाही. मी माझे मित्र - मन्जुर कादिर यांना माझ्या वतीनं रदबदली करायला सांगितलं. त्यांनी जनरल टिक्का खान यांना खात्री दिली की, माझं पाकिस्तानबद्दल काहीही वाईटसाईट मत नाही आणि बांग्लादेश स्वतंत्र झाला त्यावेळच्या उठावातील त्यांच्या भूमिकेबद्दल त्यांना जे काही सांगायचं असेल ते मी तंतोतंत लिहीन.

ती मुलाखत अगदी संस्मरणीय ठरली. जनरल टिक्का खाननी माझं त्यांच्या बंगल्यामध्ये स्वागत केलं. ते योद्ध्यासारखे अजिबात वाटत नव्हते. ते फौजी न वाटता बँकेतल्या कारकुनासारखे जास्त दिसत होते. ते बुटके आणि स्थूलकाय होते. शिवाय उद्धट-तुसडे. आम्ही बसलो होतो त्या खोलीत त्यांचा नोकरही दिमतीला होता. तो माणूस होता धिप्पाड पठाण. साडेसहा फूट उंचीचा, पण अगदी कोकरासारखा गरीब. मी खोलीत सभोवती नजर टाकली. सगळीकडे कुटुंबीयांची छायाचित्रं आणि वरिष्ठ लष्करी अधिकाऱ्यांच्या घरात पाहायला मिळणारी विजयचिन्हं दिसत होती. भिंतीवर कुराणातली वचनं लिहिलेली होती. फायरप्लेस च्या वरच्या बाजूला लिहिलेलं सुप्रसिद्ध वचन मला ठाऊक होतं.

लष्करप्रमुख अतिशय रागीट होते. त्यांचा सगळा राग होता तो थेट भारतीयांवर, बांग्लादेशींवर नाही. ज्वालामुखीच्या उद्रेकातून लाव्हा रस वाहावा तसे 'दगा', 'धोखा', 'झूठ' अशासारख्या शब्दांचे अंगार फुटत होते. 'बांग्लादेशचा कसाई' हे टोपणनाव भारतीय प्रसारमाध्यमांनी पाडलं असल्याचं त्यांचं ठाम मत होतं.

"आम्ही पापभीरु मुस्लिम आहोत," याचा ते वारंवार पुनरुच्चार करत होते. "आमचे सैनिक शिस्तीचे आहेत, ते निरपराध स्त्रियांवर बलात्कार, हिंस्र अत्याचार करण्याचा स्वैरपणा करणार नाहीत."

मी त्यांना जे बोलयचं आहे ते बोलून दिल्यावर, शक्य तितक्या सौम्य मृदुतेनं विचारलं,

"पाकिस्तानी सैन्याची भारतीयांविरुद्धची कामगिरी इतकी कमकुवत का होती?"

"दगा," ते पुन्हा म्हणाले, "आम्हाला युद्ध घोषित करणं भाग पडण्याआधी बराच काळ भारतीय लष्कर पूर्व पाकिस्तानात घुसलेलं होतं."

मी या मुद्याकडं लक्ष वेधलं की, संपूर्ण तयारीनिशी क्वचितच युद्धं झाली असतील. ज्या ज्या वेळी भारतीयांना विरोधाचा सामना करावा लागला, त्यावेळी त्यांनी संघर्ष टाळला आणि मुक्ती वाहिनी...

लष्करप्रमुखांच्या नोकरानं त्यावेळची परिस्थिती पाहिलेली होती. तो मध्येच बोलला, "अवाम हमारे खिलाफ था."

त्यांना त्याचं संभाषणात तोंड खुपसणं आवडलं नाही, त्यांनी त्याला झापलं.

मी पुन्हा माझा मुद्दा रेटत म्हणालो, "जनरल साहेब, सामान्य माणसांनी तुमच्या विरोधात जाण्याचं काहीतरी कारण असलं पाहिजे."

त्यांनी माझ्या प्रश्नाचं उत्तर द्यायचं टाळत, हा सगळा भारतीयांनी केलेला प्रचार असल्याचा पुनरुच्चार केला.

मी त्यांना जे काही बोलायचं होतं ते बोलू दिलं. त्यांचा निरोप घेण्याआधी मी फायरप्लेसच्या वरच्या बाजूला असणाऱ्या वचनाकडे लक्ष वेधलं.

त्यांनी अरेबिक मधलं वचन खणखणीत आवाजात वाचलं, "नस्र मिन अल्लाह, फतेह उन करीब" (परमेश्वर ज्याची बाजू न्याय्य आहे, त्यालाच विजयश्री बहाल करतो.)

"जनरल साहेब, अल्लानं आम्हा भारतीयांना विजयश्री बहाल केली."

त्यांना मी त्यांच्या चांगुलपणाचा गैरफायदा घेतला असं वाटलं.

"सरदार- साहेब, मला वाटतं तुम्हाला पवित्र ग्रंथातलं हे वचन माहीत होतं."

मी मान डोलवली आणि त्यांच्याशी निरोपाचं हस्तांदोलन करून तिथून निघालो.

□□

एम. ओ. मथाई : नेहरूंचा सूड

मेलेल्या माणसाबद्दल वाईट बोलू नये या भावनेशी मी सहमत नाही, तरी सुद्धा मी मथाईंच्या विरोधात काहीही बोलणार नाहीये. पण मी एका संस्थेच्या विरोधात बोलणार आहे... जिचं सर्वोत्तम वर्णन करायचं तर 'मथाईजम' हा शब्द योग्य ठरेल.

तत्पूर्वी मला अलीकडंच निवर्तलेल्या मथाई या व्यक्तीच्या संदर्भात तुमच्या स्मृती ताज्या करू द्या. १९५२ सालापर्यंत त्यांचे कुटुंब व मित्रपरिवार सोडला तर कुणी त्यांचं नावसुद्धा ऐकलं नव्हतं. त्यांनी दुसऱ्या महायुद्धादरम्यान अमेरिकी लष्करात कसलीशी कारकुनाची नोकरी केली होती. १९४६ साली ते जवाहरलाल नेहरूंच्या संपर्कात आले आणि हळूहळू त्यांचा विश्वास संपादन करून त्यांच्या घरचा माणूस बनण्याच्या दिशेनं त्यांचे प्रयत्न सुरू झाले. त्यांची पंतप्रधानांच्या विशेष सचिव पदी नेमणूक करण्यात आली. या स्थानामुळं त्यांना जवाहरलाल नेहरू आणि फिरोज व इंदिरा गांधी यांच्या खाजगी जीवनात खोलवर डोकावता आलंच, शिवाय या पदानं त्यांना प्रचंड सत्ता दिली – कसल्याही उत्तरदायित्वविना. त्यांच्याच शब्दांत सांगायचं तर, "मला डावलून कुठलीही फाईल अथवा कागद पंतप्रधानांपर्यंत पोचत नसे. माझ्या सहभागाखेरीज काहीही होत नसे. अधिकारी माझा उल्लेख उप-पंतप्रधान असा करत असत आणि पडद्यामागील सूत्रधार म्हणूनही."

ते मग्रूर झाले यात फारसं आश्चर्य वाटण्याजोगं नाही, "काही थोड्यांचा अपवाद वगळता, मला बाकीच्या मंत्र्यांबद्दल फक्त तिरस्कार वाटतो, ते सामान्य अथवा त्याहूनही वाईट प्रकारात मोडतात."

अगदी पंडितजींनासुद्धा हे नमूद करणं भाग पडलं की, "ते लहानसहान बाबींतही नेहमी मूर्खासारखं वागत असत आणि कधीकधी त्यासाठी आपलं वजन वापरत असत."

सत्तेनं मथाई बिघडले. त्यांना त्यांच्या पदाचा पुरेपूर वापर करून घेण्याच्या भरपूर संधी मिळाल्या. त्यांच्याच फुशारकीच्या शब्दांत सांगायचं तर, "असंख्य मंत्री, राज्यपाल आणि राजदूतांच्या नेमणुकांमागं मीच होतो."

त्यांनी स्वत: स्थापन केलेल्या धर्मादाय विश्वस्त संस्थेसाठी आर्थिक मदत मिळवण्यासाठी अनेक श्रीमंत लोकांशी (बिर्लांशीसुद्धा) संपर्क साधला होता. ही

गोष्ट स्पष्ट आहे की, मथाईंना त्यांच्या पदापर्यंत नेऊन ठेवण्यात त्यांच्या कार्यक्षमतांचा वाटा नव्हता, तर त्यामागं एक वास्तव होतं, ते म्हणजे ते सर्वांची अशी खात्री पटवायचे की, मी मला हवं ते नेहरूंकरवी करून घेऊ शकतो. ते मागच्या दारानं आत प्रवेशले आणि १९५९ साली त्यांना तिथून दूर करेपर्यंत त्यांनी तीनमूर्ती भवनात अक्षरश: राज्य केलं.

मथाईंना नेहरूंच्या छत्रछायेतून दूर करण्यात आल्यानंतर त्यांची खरीखुरी हलकट वृत्ती प्रकट झाली. नेहरू कुटुंबानं त्यांच्यावर ठेवलेला विश्वास त्यांनी पायदळी तुडवला. नेहरू अतिशय उदार मनाचे असल्यामुळं त्यांची त्यांना क्षमा करून पुन्हा रूजू करून घेण्याची इच्छा होती. मथाईंना तसं सुचवण्यात आलं तेव्हा ते वसकन उत्तरले, ''फक्त कुत्रंच तेवढं आपलं ओकलेलं चाटायला जातं.''

त्यांना पदच्युत केल्यानंतर पुढं अठरा वर्षं त्यांनी कडवडपणा जपला. नेहरूंचं निधन झाल्यानंतर इंदिरा गांधींना सत्तेवरून दूर व्हावं लागलं, त्यावेळी मथाईंना ज्या कुटुंबाचं त्यांनी मीठ खाल्लं होतं त्यांच्याविरूद्ध गरळ ओकायला सुरक्षित वातावरण मिळालं.

त्यांच्या जनता राजवटीत प्रसिद्ध झालेल्या 'रेमिनिसन्सेस ऑफ द नेहरू एज' या पुस्तकात त्यांनी जवाहरलाल नेहरूंच्या आयुष्यात आलेल्या स्त्रियांची प्रकरणं खुली केली, फिरोज गांधींचं अल्पबुद्धी असणारी व बायकांना भूलथापा देऊन फसवणारी व्यक्ती असं फालतू चित्र उभं केलं आणि इंदिरा गांधींचं वर्णन त्यांची पत्नी म्हणून नव्हे तर 'रखेली' असं करून 'पंतप्रधान असताना पित्याच्या दोन पावलं पुढंच जाण्याचा प्रयत्न करणाऱ्या गर्विष्ठ' असं केलं.

'पुअर फिश! मला वाटतं, बऱ्याच स्त्रिया प्रचंड भ्रामक समजुतींत असतात,' त्यांनी लिहिलं आहे.

या पुस्तकातील सर्वात दुष्टबुद्धीचा भाग म्हणजे प्रकाशित न झालेलं प्रकरण २९. या प्रकरणाचं शीर्षक होतं 'शी' (She). प्रकाशकांनी हे प्रकरण न छापण्याचा अगदी साजूकपणे निर्णय घेतला व एक टीप छापली, पण त्यामुळं वाचकांचं फाजील कुतूहल चाळवलंच. त्यांनी म्हटलं होतं : ''हे प्रकरण म्हणजे लेखकाचा संपूर्ण व्यक्तिगत अनुभव आहे, तो त्यानं मनातच न दडपता डी. एच. लॉरेन्स यांच्या शैलीत प्रकट केला आहे, पण लेखकानं अखेरच्या क्षणी हे प्रकरण पुस्तकातून काढलं आहे.'' (याला लॉरेन्स यांच्या 'लेडी चॅटर्लीज लव्हर' या मालकीण व गेमकीपर यांच्या गरमागरम प्रेम कहाणीचा संदर्भ आहे, हे उघड आहे.)

मथाईंचं निधन झालं आहे. त्या एकोणतिसाव्या प्रकरणाची त्यांच्या सोबतच ज्वाळांमध्ये राख झाली असेल अशी मला आशा आहे. पण अजून बराच 'मथाईजम' टिकून आहे. एक मथाई जातो, त्याच्या जागी दुसरा येतो. जिथं जिथं सत्ता एका

ठिकाणी एकवटलेली असते, तिथं तिथं अशी माणसं अथक खुशामत व निष्ठाप्रदर्शन करून जवळीक साधत असतात. निव्वळ सततची शारीरिक उपस्थिती एवढ्या जोरावर ते स्वत:चं स्थान बनवतात व गोपनीय माहिती मिळवतात. त्याचा उपयोग त्यांना आपली पकड कायमची भक्कम करण्यासाठी होतो. त्यांना खूपच गोष्टी माहीत होतात आणि त्यांना निवृत्त करणं अथवा त्यांच्यापासून सुटका मिळवणं अवघड होऊन बसतं. अशी माणसं धोकादायक असतात.

मथाईंना निरोप द्यायला मला उशीर होतोय. त्यासाठी मी नोएल कॉवर्डचे शब्द वापरतो : "तो खुजा माणूस होता. हीच त्याची समस्या होती. पायांची उंची कमी असणाऱ्या माणसावर कधीही विश्वास ठेवू नका; त्याचा मेंदू त्याच्या बुडाच्या फारच जवळ असतो."

□□

रजनी पटेल : मार्क्सवादी लक्षाधीश

जीवनरसानं सळसळणाऱ्या व्यक्तीच्या निधनानंतर त्याला श्रद्धांजली वाहताना लोक त्यातला रसच का काढून घेतात कोण जाणे! रजनी पटेल म्हणजे - लार्जर दॅन लाईफ इटसेल्फ. त्यांच्यात चांगले-वाईट दोन्ही घटक ठासून भरले होते. त्यातूनच तर त्यांचं ऊर्जासंपन्न व्यक्तिमत्त्व घडलं होतं. पण आपल्या सगळ्या भिकार राजकारणी आणि पत्रकारांनी ते इतर सुप्रसिद्ध व्यक्तींच्या निधनानंतर श्रद्धांजली पर बोलतात तेच चावून चोथा झालेले शब्द वापरले. भारताचा थोर सुपुत्र, स्वातंत्र्य सेनानी, महान कायदेपंडित, वगैरे वगैरे. यकृताचा कर्करोग किंवा हृदयगती थांबणं या कारणांपेक्षा रजनींना या साचेबद्ध कंटाळवाण्या शब्दांनी मृत्यूनंतरही मारलं.

रजनींजवळ प्रेम करण्याजोगे अनेक गुण होते. त्यांना मैत्रीची ईश्वरदत्त देणगी लाभली होती. मित्रांची बाजू चुकीची आहे हे माहीत असूनही ते त्यांच्या बाजूनं उभे राहिले. त्यांच्यात बरंच औदार्य होतं. त्यांना मद्य आणि सुंदर स्त्रियांची आवड होती. त्यांच्यात बऱ्यात उणिवाही होत्या– राजकीय व आर्थिक नैतिकतेचा अभाव, स्वत: आचरणात आणत नसलेल्या गोष्टींचा उपदेश करणं आणि बड्या व्यक्तींच्या ओळखींचा वापर करून घेणं. मी त्यांना पन्नास वर्षं ओळखत होतो. या काळात मी रजनी या नाण्याच्या दोन्ही बाजू पाहिल्या, पण त्यांना मित्रांविषयी इतकी आपुलकी होती की, आम्हा कुणालाही त्यांच्याशी संबंध नाही असं म्हणण्याचं धैर्य झालं नाही. त्यांच्या वर्तुळातून हळूच बाजूला होणं एवढाच आमच्यापुढं सर्वोत्तम मार्ग होता.

माझी रजनी यांच्याशी सर्वप्रथम भेट झाली तेव्हा ते केंब्रिज विद्यापीठात होते. त्यावेळी ते अतिउत्साही कम्युनिस्ट होते, मी मात्र नव्हतो. आमच्या दोघांच्या संभाषणाचा शेवट नेहमी भांडणातच व्हायचा. एकदा ते, कृष्ण मेनन आणि मी - आम्हा तिघांना पॅरिसला एकत्र जाण्याचा प्रसंग आला. त्या सहा तासांच्या प्रवासात त्या दोघांनीही माझ्याकडे पूर्ण दुर्लक्ष केलं.

मी जेव्हा मुंबईत राहायला आलो तेव्हा रजनी यांनी कम्युनिस्ट पक्षाचं सदस्यत्व रद्द करून इंदिरा गांधींच्या कॉंग्रेसमध्ये प्रवेश केला होता.

"आता आपण एकाच चर्चचे सदस्य आहोत" ते मला म्हणाले होते. तेव्हापासून आम्ही दर आठवड्याला एकमेकांचं आदरातिथ्य स्वीकारू लागलो.

त्यावेळी रजनी त्यांच्या दुसरी पत्नी-सुशीला यांच्यापासून वेगळे झाले होते. सुशीला असामान्य देखण्या होत्या. युरोपियन रंगरूपाच्या, ग्रीक शिल्पासारखा रेखीव चेहरा आणि बहुतेक चित्पावन ब्राम्हणांचे असतात तशा हिरवट-करड्या रंगाचे डोळे. त्यांची तिन्ही मुलं आईसोबत राहात होती. रजनींचे बकुल भट्ट या गुजराती घटस्फोटितेशी सूर जुळले होते. बकुल त्यांच्यापेक्षा जवळजवळ वीस वर्षांनी लहान होत्या. सुशीला त्यांना कधीही माफ करू शकल्या नाहीत. त्यांनी अनेकदा चारचौघांत भेटल्यावर रजनींना अडचणीत आणलं होतं.

रजनी आणि बकुल एकमेकांच्या प्रेमात आकंठ बुडाल्याचं उघड होतं, पण पुढं बऱ्याच वर्षांनंतर, मद्यपानाच्या एका धुंद मैफलीत, मध्यरात्रीच्या समारंभात दोघं पती-पत्नी असल्याचं जाहीर करण्यात आलं.

रजनींना नावलौकिक लाभला ही गोष्ट जितकी नेत्रदीपक होती तितकीच अभद्रही. त्यांना राजकीय पृष्ठभूमी अजिबात नव्हती. त्यांना कामगार नेता म्हणणं अगदीच खुळचटपणाचं ठरेल. ते जिल्हा बोर्डाची पोटनिवडणूक जिंकू शकले नव्हते. त्यांच्या अध्यक्षपदाच्या कार्यकालातली गोष्ट आहे. मुंबई प्रदेश काँग्रेस समिती एखाद्या श्रीमंत कंपनीच्या संचालक मंडळासारखी झाली होती. ते उद्योगपती-राजकारणी या नव्या समीकरणाचे पहिलेवहिले रचनाकार होते. रजनींच्या धनाढ्य मंडळींकडून पैसे काढण्याच्या पद्धतीपुढं, एस. के. पाटील व अतुल्य घोष हे आधीचे निधीसंकलक अगदीच नवशिके वाटू लागले.

मला एक प्रसंग आठवतोय. एके दिवशी संध्याकाळी त्यांनी महाराष्ट्रातील दुष्काळपीडितांसाठी मदत निधी उभारण्यासाठी, लक्षाधीशांची फौज निमंत्रित केली होती. आम्ही रॉयल सॅल्यूट स्कॉच (पंधराशे रुपयांची एक बाटली) आणि फ्रेंच शॅम्पेनचा आस्वाद घेत उपासमार व दुष्काळ यांवर चर्चा केली. रजनींच्या प्रत्येक पार्टीत नेहमी घडायचं तसंच, या चर्चेतही अनेकदा व्यत्यय आला. बकुल रजनींना पंतप्रधानांचा अथवा त्यांच्या मंत्रिमंडळातील कुणी सदस्याचा फोन असल्याचं सांगायला येत होत्या. तिथं प्रथमच येणारी माणसं त्यामुळं भलतीच प्रभावित झाली होती.

मात्र, प्रत्येक माणूस... मग तो कुणी का असेना, रजनींचं कृपाछत्र मिळवण्याचा प्रयत्न करत असे ही वस्तुस्थिती नाकारता येणार नाही. मला त्यांच्या अपार्टमेंटमध्ये भेटलेल्या मुख्यमंत्री, राज्यपाल, लक्षाधीश, लष्करप्रमुख, नौदलप्रमुख आणि राजकारण्यांची मोजदाद करणंच शक्य नाही.

रजनी या व्यक्तिमत्त्वाच्या दोन बाजू माझ्या ठळकपणे लक्षात राहिल्या आहेत. त्यांचा एक मुलगा कार अपघातात गंभीर जखमी झाल्यामुळं जसलोक हॉस्पिटलमध्ये बरेच आठवडे अतिदक्षता विभागात होता. लोकांच्या झुंडीच्या झुंडी भेटायला येत

होत्या. त्यांच्या स्वागतासाठी चहा, कॉफी, स्कॉच, खाद्यपदार्थ पुरवले जात होते. इन्टरकॉम वरून त्यांना मुलाच्या तब्येतीबद्दल माहिती पुरवली जात होती. मी हॉस्पिटलमध्ये शेवटची भेट दिली, तेव्हा मला त्यांच्या मुलाला पाहण्याची परवानगी देण्यात आली. मी त्याला पाहून बाहेर पडत असताना, बाहेर एका स्टुलावर बसलेली, केसांत वयाची खूण दाखवणाऱ्या रुपेरी तारा असणारी पण अतिशय देखणी स्त्री उठून उभी राहिली आणि मला म्हणाली, ''कृपया मला त्या मुलाची तब्येत कशी आहे सांगा.''

मी तिला त्याबद्दल माहिती पुरवली आणि तुम्ही स्वत:च आत जाऊन बघा, असा सल्लाही दिला.

''मला आत जाण्याची परवानगी नाही,'' ती स्त्री कोऱ्याकरकरीत चेहऱ्यानं म्हणाली.

त्या सुशीला पटेल होत्या... त्या मुलाची आई.

□□

गुरचरण सिंग तोहरा : बे-ताज बादशहा

जथेदार गुरचरण सिंग तोहरा यांना मी अखेरचं पाहिलं ते टीव्हीच्या पडद्यावर. सकाळी हरी मंदिर-सुवर्णमंदिरात रागींच्या मागं बसलेले. तोहरांनी शिरोमणी गुरद्वारा प्रबंधक समितीचे अध्यक्ष या नात्यानं कार सेवेचं उद्घाटन केलं. गेली वीस वर्षं 'अमृतसर' तलावात साचलेला गाळ स्वच्छ करण्यासाठी ही सेवा आयोजित करण्यात आली होती. या कार्यात वीस लाखांवर स्त्री-पुरुष सहभागी होतील अशी अपेक्षा होती. 'रागी' समर्पक ईशस्तवन गात होते. सत्गुरू की सेवा सफल है, जो करे चित लाए... देवाची प्रार्थना तेव्हाच सफल होते, जेव्हा एखादी व्यक्ती ती अंत:करणापासून करते.

त्यानंतर अवघ्या काही तासांत, त्यांना हृदयविकाराचा तीव्र झटका आला. त्यांना स्थानिक रुग्णालयात नेण्यात आलं. पंतप्रधान अटल बिहारी वाजपेयी, उपपंतप्रधान एल. के. अडवाणी, प्रकाशसिंग बादल यांच्यासह अन्य पंजाबी नेत्यांनी त्यांची विचारपूस केली. तोहरांना दिल्लीच्या एस्कॉर्ट्स हॉस्पिटलमध्ये हलवण्यात आलं. हृदयशस्त्रक्रियेनं त्यांचे प्राण वाचवता येतील अशी आशा होती, पण त्याआधीच त्यांनी हार पत्करली आणि मध्यरात्र उलटताच काही मिनिटांतच त्यांची प्राणज्योत मालवली. एक एप्रिलचा दिवस उजाडणार होता. ही वेळ नेत्यांनी 'निरोप' घेण्यास योग्य नव्हती. दैनिकं एव्हाना छपाईसाठी सज्ज असतात आणि पहिल्या पानावर अगदी थोडीशी जागा शिल्लक असते. शिवाय त्या दिवशी भारतानं पाकिस्तान विरुद्धच्या पहिल्या कसोटी सामन्यात नेत्रदीपक विजय मिळवला होता. तसंच मिस इंडिया सौंदर्यस्पर्धेतल्या लक्ष्मी पंडितला तिचं वय आणि मिस इंडिया वर्ल्ड चा किताब पटकावण्यासाठी विवाहित की अविवाहित याबद्दल काहीतरी सांगायचं होतं.

तोहरांच्या निधनाच्या वृत्ताला मिळायला हवं होतं तेवढं 'कव्हरेज' मिळालं नाही.

त्यांचं शीख राजकारणावर अर्ध्या शतकाहून अधिक काळ वर्चस्व होतं. ते शिखांचे अनभिषिक्त सम्राट बनू शकले असते आणि त्यांच्या समाजाच्या इतिहासात त्यांच्या जीवनाचा एक अध्याय निर्माण होऊ शकला असता. पण ते फक्त सर्वात महत्त्वाचे 'जथेदार' बनले, त्यापलीकडे गेले नाहीत. त्यांचं नाव तळटीपांत पाहायला मिळेल.

गुरचरण सिंग तोहरा यांचा जन्म १९२४ साली पतियाळा जिल्ह्यातील तोहरा (त्यामुळेच आडनाव पडलं) खेड्यातील एका छोट्या शेतकरी कुटुंबात झाला. ते तिवाना जाट होते. जाट शिख असतात तसे उंचेपुरे, धिप्पाड, मजबूत बांध्याचे, ठळकपणे लक्षात येण्याजोग्या देहयष्टीचे. या विनम्र ज्ञानी व्यक्तीचं पंजाबी आणि पवित्र धार्मिक ग्रंथांवर प्रभुत्व होतं. ते पंजाबी लहेजाचं हिंदुस्तानी बोलत असत. त्यांना इंग्रजी समजत असे, पण बोलता येत नव्हतं. विशीच्या मध्यात असताना त्यांनी शीख राजकारणात प्रवेश केला. फाळणीनंतर देशाचा जो भाग पाकिस्तान बनला, तिथले शीख प्रचंड संख्येनं स्थलान्तरित होऊन भारतभर विखुरले. राजकीय सत्ता पश्चिम पंजाब मधील नेत्यांकडून माळवा आणि दोआबाच्या नेत्यांच्या हातात गेली.

फाळणीमध्ये झालेल्या कत्तलीत तोहरांनी घेतलेली भूमिका त्यांच्या व्यक्तिमत्त्वाला कलंक लावणारी ठरली. त्यांनी या संहारात सहभागी होऊन एका निरपराध मुस्लिम माणसाला ठार केल्याची कबुली दिली. त्यांनी जर मुस्लिम रक्तासाठी तहानलेल्या शीख आणि हिंदू जमावाच्या क्रोधापासून मुस्लिमांना वाचवलं असतं तर मी त्यांना सच्चा नेता म्हणून मानाचा मुजरा केला असता.

१९६० साली तोहरा एसजीपीसी चे सदस्य म्हणून निवडून आले. १९७३ साली ते पहिल्यांदा अध्यक्षपदी विराजमान झाले. त्यानंतर ते सव्वीसवेळा निवडून येऊन, अखेरच्या दिवसापर्यंत या समितीच्या प्रमुखपदी राहिले.

ते पैशाच्या प्रचंड स्त्रोताचा (वार्षिक दीडशे कोटी रुपयांपेक्षा जास्त) वापर करून, समितीमार्फत व्यवस्थापन केलं जाणाऱ्या अगणित शाळा, महाविद्यालये आणि रुग्णालयांची स्थिती सुधारू शकले असते; ते निरक्षरतेचा अंधार दूर करू शकले असते. पण त्यांच्यापाशी अशी दृष्टी नव्हती. तथापि, एक गोष्ट मान्य करावीच लागेल की, तोहरा पैशाच्या व्यवहाराच्या बाबतीत अतिशय प्रामाणिक होते. बरेच राजकारणी करतात तसं त्यांनी कधीही एक रुपयासुद्धा स्वत:च्या खिशात टाकला नाही किंवा आपल्या पदाचा वापर करून नातलगांसाठी वशिल्याचा वापर केला नाही. इतर राजकारण्यांपेक्षा ते आणखी एका बाबतीत वेगळे होते- ते कर्मठ धर्मनिष्ठ होते. ते मद्यपान करत नसत. पंचतारांकित हॉटेलात राहात नसत. त्यांच्याकडं गाडी-बंगला नव्हता.

एसजीपीसीचे प्रमुख म्हणून काम करताना, त्यांच्या कारकिर्दीवर आणखी एक मोठा काळा डाग लागला. ते सुवर्णमंदिराचं पावित्र्य टिकवण्यात अपयशी ठरले. त्यांनी भिंद्रनवालेंना तिथं सशस्त्र किल्ला उभारू दिला. पुढं केंद्र सरकारला इथल्या पवित्र परिसरात लष्कर पाठवणं भाग पडलं. लष्करानं केवळ भिंद्रनवाले आणि त्यांच्या शेकडो सशस्त्र अनुयायांनाच नव्हे तर हजारो निरपराध यात्रेकरूंनाही ठार

केलं आणि 'अकाल तख्त' उद्ध्वस्त केलं. तोहरा नांगी टाकत लष्कराला शरण आले आणि त्यांनी आजवर मिळवलेला बराचसा मान गमावला. त्यानंतर त्यांना ठार करण्याचा प्रयत्न झाला.

तोहरा राज्यसभेवर सहा वेळा आणि लोकसभेवर एकदा निवडून आले होते. संसदेत त्यांच्याइतका कार्यकाल फारसा कुणाचा नसेल. पण त्यांनी कामकाजात क्वचितच भाग घेतला. संसदेतील चर्चांमधलं त्यांचं योगदान पोस्टाच्या तिकिटाच्या मागच्या बाजूला लिहिता येईल.

तोहरांना खलिस्तानविषयी सुप्त सहानुभूती होती. एकदा मला त्यांच्याशी या विषयावर सरळ सरळ वाद घातलेलं आठवतंय. मी त्यांना म्हणालो की, शीख लोकसंख्येच्या वीस टक्के लोक पंजाबबाहेर राहतात. तिथं त्यांची भरभराट झाली आहे. त्यांपैकी बहुतेकसे पाकिस्तानी निर्वासित आहेत. तुम्हाला त्यांना पुन्हा एकदा मुळा पासून उद्ध्वस्त करायचं आहे का? खलिस्तान खालसा पंथाच्या दृष्टीनं अनर्थ घडवेल ही गोष्ट तुमच्या ध्यानात येत नाही का?

त्यावर त्यांचं कठोर उत्तर होतं: "कौमान नू कुर्बानी देनी पौंदी है"... म्हणजे समाजाला आपलं ध्येय साध्य करण्यासाठी त्यागांची आहुती द्यावीच लागते.

तोहरा कपटी राजकारणी होते, त्यांच्या मार्गात आडव्या येणाऱ्या कुणालाही मात देऊ शकणारे. हा माणूस पंथाचा 'बे-ताज बादशहा' नक्कीच होऊ शकला असता. पण त्यांची झेप मोर्चे काढणं आणि तुरुंगात जाणं इथंवरच मर्यादित राहिली. त्यांच्याजवळ द्रष्ट्या मुत्सद्द्याच्या अंगी असणारे गुण नव्हते. असा द्रष्टा मुत्सद्दी माणूस ऊर्जासंपन्न व प्रगमनशील समाजाला समृद्धीच्या उत्तुंग शिखरावर नेऊ शकला असता आणि इतिहासाच्या पानांवर आपलं सन्माननीय स्थान निर्माण करू शकला असता.

मी त्यांना अखेरचं पाहिलं ते टीव्हीवरच. त्यांच्या खेड्यात त्यांच्यावर सरकारी इतमामानं अंत्यसंस्कार करण्यात आले. त्यावेळी शोकाकुल नागरिकांची प्रचंड गर्दी होती. सर्वांत सुंदर शोकगीताचे सूर उमटत होते. त्या शब्दांचा अर्थ होता... माझा राजस मित्र मृतांमध्ये झोपी गेला आहे.

माझ्या डोळ्यांत अश्रू दाटले. या माणसाला जर विशिष्ट दृष्टी आणि त्यानुसार घडविण्याची इच्छा असती तर, हा माणूस किती महान गोष्टी प्रत्यक्षात उतरवू शकला असता!

□□

धीरेन भगत : तिशीतच निवर्तला

त्यावेळी मी ऐंशीचा उंबरठा ओलांडला होता तरीही अजून चांगला धट्टाकट्टा आणि ठणठणीत होतो. त्यावेळी धीरेन भगतनं माझ्यावर खोटाखोटा मृत्यूलेख लिहिला होता. मात्र रस्त्यावरील एका अपघातात त्याचं निधन झालं आणि त्याच्यावर श्रद्धांजलीपर लेख लिहायला मी जिवंत राहिलो, असं विधिलिखित होतं.

काही वर्षांपूर्वी धीरेन भगतनं एका भारतीय नियतकालिकासाठी माझ्यावर मृत्यूलेख लिहिला होता. त्यातला काही भाग फाजील स्तुती करणारा होता. म्हणजे माझं 'लार्जर दॅन लाईफ' असणं, पत्रकारांचा पितामह... अशासारखा; काही भाग तितकासा स्तुतीपर नव्हता: म्हणजे मी दारूड्या व बायकांच्या मागं असणारा अशी स्वत:ची अयोग्य ख्याती पसरवली आहे. प्रत्यक्षात मी गरम पाण्याच्या बाटलीपेक्षा अधिक 'सचेतन' कुणाहीसोबत झोपलेलो नाही. ती मला 'गिऱ्हाईक' बनवून केलेली मजा होती. बऱ्याच लोकांनी फक्त पहिल्या काही ओळी वाचल्या अन ते पुढच्या मजकुराकडं वळलेच नाही. त्यांनी माझ्या मरणाबद्दल शोक व्यक्त करणाऱ्या दीर्घ तारा आणि माझ्या 'विधवे'च्या सांत्वनार्थ पत्रं पाठवली.

मी धीरेन भगतवर मृत्यूलेख लिहायला जिवंत राहिलो. तो खरोखर मरण पावला. हा मृत्यू अगदीच अकाली होता. वयाच्या अवघ्या तिसाव्या वर्षी. अतिशय निष्ठूर मृत्यू... एक बस दुसऱ्या बसला मागं टाकून पुढं जात असताना धीरेन त्या बसखाली चिरडून ठार झाला. आणि सगळ्यात वाईट गोष्ट म्हणजे, तो त्याच्या मातापित्याचं एकुलतं एक अपत्य होता आणि लेखक आणि पत्रकार म्हणून अत्यंत आश्वासक तरुण.

धीरेन ऑक्सफर्डहून भारतात परतल्यावर मला भेटायला आला होता. देखणा, बायकी, लालचुटूक ओठांचा, सोनेरी कडांचा चष्मा घातलेला. खादीचा कुर्ता-पायजमा आणि खांद्यांवर रेशमी शाल लपेटलेली. त्याच्या बोलण्यात इंग्रजी उच्चवर्गीयांमधला कमावलेला तोतरेपणा होता, त्याला राजकीय इच्छाआकांक्षा होत्या. त्यानं नेत्यांचा पेहराव आत्मसात केलेला होता नेतागिरीच्या दिशेनं पहिलं पाऊल म्हणून. त्याचं माझ्या पत्नीशी नातं असल्याचं समजलं. (तिची आई भगत

होती.) प्रथमदर्शनी माझं तो खोटारडा असल्याचं मत बनलं.

त्यानंतर मी त्याचे 'द स्पेक्टॅटर' मधले लेख वाचू लागलो, तेव्हा माझं त्याच्याविषयीचं मत बदललं. ते लेख अत्यंत अभ्यासपूर्ण, मार्मिक आणि सुंदर भाषेत मांडलेले असत. मी त्याचा 'फॅन' झालो. त्याचे पंजाबवरील काही लेख वाचल्यानंतर मी या विषयावर त्यानं पुस्तक लिहावं म्हणून त्याच्या पाठीमागं लागलो आणि त्याला राष्ट्रपती झैलसिंग यांना भेटायला घेऊन गेलो. तेव्हापासून, तो कधीही दिल्लीला आला की, मला भेटायला येत असे. मी त्याला मित्रांसोबत बाहेर जेवायला नेत असे. धीरज अपेयपान करत नसे, तो शाकाहारी होता, तरीसुद्धा तो 'कंपनी' म्हणून फार छान होता.

जेव्हा दिलेल्या अंतिम तारखेची मर्यादा पाळण्याचा विषय यायचा तेव्हा धीरेन युक्तीनं हातावर तुरी द्यायचा. त्याच्याजवळ नेहमी गोडबोल्या पण लबाड सबबी असायच्या : आत्ता मला पैशाची चणचण आहे, त्यामुळं दररोजच्या खर्चाची हातमिळवणी करण्यासाठी मला दैनिकांसाठी लिहिणं भाग पडतंय.

माझे पेंग्विन इंडिया मधले सहकारी- डेव्हिड दाविदर, त्याला कराराच्या बंधनात अडकवलं पाहिजे, या माझ्या मताशी सहमत झाले. तो आमच्या लेखकांच्या यादीतला असा एकमात्र लेखक होता, ज्याला आम्ही रॉयल्टीचे पैसे आगाऊ दिले. त्यानंतर त्याच्यापाशी सबबींचं आणखी भांडार होतं: मी 'द ऑब्झर्व्हर (लंडन)' चा बातमीदार झालोय; मी प्रेमात पडलोय, मैत्रिणीनं प्रेमभंग केला; आनंदपूरच्या होला मोहल्लाचं वृत्तसंकलन करत असताना घोडदळाची ठोकर बसून मुकामार लागला, मला कित्येक दिवस दवाखान्यात पडून राहावं लागलं...

आमच्या प्रत्येक भेटीत त्याच्याजवळ हस्तलिखित पूर्ण करून न देण्याचं काहीतरी सबळ कारण असायचंच.

"हे फक्त पत्रकाराचं वृत्तान्तकथन असणार नाही, तो कलाविष्कार असेल", तो मला खात्री द्यायचा.

"तुम्हाला जर तुमचे पैसे परत हवे असतील, तर मी तुम्हाला चेक देतो."

आम्ही त्याला आणखी अवधी द्यायचं ठरवलं, पण नियतीनं नाही. पेंग्विन इंडियाचं फक्त काही हजार रुपयांचं नुकसान झालं, पण भारतानं मात्र एक असा माणूस गमावला, जो या देशाच्या सर्वात कीर्तिसंपन्न सुपुत्रांच्या पंक्तीत जाऊन बसू शकला असता.

□□

प्रभा दत्त : बॉसची बॉस

खरंतर हा लेख मी प्रभावर लिहिण्याऐवजी, तिनं माझ्यावर लिहिणं जास्त योग्य ठरलं असतं. तिच्या लेखणीला अजूनही तलवारीची धार होती; माझ्या लेखणीची धार वयासोबत काहीशी बोथट झाली आहे. तिनं माझ्यावर श्रद्धांजलीपर लेख 'रॉयल-ब्ल्यू' शाईनं लिहिला असता. मी तिच्यावर लिहिताना फक्त माझे रंगहीन अश्रू वापरू शकतो. प्रभाच्या आयुष्याची अजून माध्यानसुद्धा व्हायची होती, माझ्या आयुष्याच्या संध्याछाया घेरून आल्या आहेत. पण नियतीनं यातल्या कुठल्याच गोष्टीचा विचार केला नाही. एके दिवशी सकाळी विधाता प्रसारमाध्यमांच्या लिलीच्या वाफ्यातील बहर गोळा करायला निघाला आणि त्यानं त्यातलं सर्वांत तरुण, सर्वांत सुंदर फुल खुडलं.

मी प्रभाचा 'बॉस' झालो. त्यापूर्वी मला प्रभा दत्त या व्यक्तीबद्दल फारसं माहीत नव्हतं. ती स्वत:च गाजवणाऱ्या प्रकारातली होती, तिच्यावर कुणी गाजवणं तिला आतूनच आवडत नसे. ती माझ्या कार्यालयात पहिल्यांदा आली तेव्हाच तिनं ही गोष्ट स्पष्ट केली की, मी कुणाकडूनही आदेश स्वीकारणाऱ्या जातकुळीतील नाही. मला माझ्या कामाबद्दल तुमच्यापेक्षा जास्त समजतं, तुम्ही तुमचं काम बघा, मी माझं बघीन. तिनं माझ्याकडं मोठ्या मोठ्या, करड्या रंगाच्या डोळ्यांनी असं पाहिलं की, जणू एखादा कीटकसंग्राहक आपल्या संग्रहातील नव्या किड्याकडं पहात असावा. मी कशा प्रकारचा संपादक आहे हे अजमावण्यासाठी तिनं मला बरेच प्रश्न विचारले. मी तिच्या अस्तित्वामुळं आणि तिनं माझी ज्या प्रकारे तोंडी परीक्षा घेतली त्यामुळं काहीसा घाबरलो होतो. तिची माझ्याबद्दलची भावना बदलून तिनं मी पुढं केलेला मैत्रीचा हात स्वीकारायला बरेच महिने लागले.

तो प्रसंग मोठा नाट्यपूर्ण होता. प्रभाचं तिच्या नवऱ्याशी लग्न झालं होतं तसंच, 'द हिंदुस्तान टाईम्स'शीही. ती तिच्या दोन मुलींत जशी गुरफटलेली असायची, तशीच ती या वृत्तपत्रातही गुरफटलेली होती. या दोन्ही गोष्टींत ती पटकन चिडायची. एकदा एक सहकारी थातुरमातुर काम करून सटकला. त्यामुळं तिच्या संतापाचा उद्रेक झाला. तिला रडू कोसळलं. मी तिच्या खांद्यावर वडिलकीच्या नात्यानं हात ठेवला तो तिनं झटकून टाकला

होता, पण त्यानंतर मात्र तिनं मला ऑफिसमध्ये पित्याचं स्थान दिलं होतं, अडीअडचणीच्या क्षणी कधीही जिच्याकडं यावं अशी व्यक्ती.

प्रभाच्या मूल्यनिष्ठांमध्ये कामाला सर्वाधिक महत्त्व होतं. यामुळंच तिला मनातील विचार बोलून दाखवण्याचं प्रचंड धैर्य लाभलं होतं, तेसुद्धा कुणाशी बोलतोय याची व लिखाणाचे अनुषंगिक परिणाम काय होतील याची पर्वा न करता. एकदा माझ्यासमोर तिनं के.के बिर्लांना 'द हिंदुस्तान टाइम्स' मध्ये काय चुकतंय, ते तोंडावर सांगितलं होतं. तिनं आर्थिक व सामाजिक रॅकेट्स मोडून काढली. (तिला लैंगिक प्रकरणांबाबत स्त्रीसुलभ तिरस्कार असे) तिला बरेचदा हिंस्त्र धमक्या येत असत. तिचं माझ्याशी फक्त एकदाच भांडण झालं होतं. मी तिचा एस. एल. खुराना यांच्याबद्दल तिनं लिहिलेला लेख नाकारण्याचा प्रयत्न केला तेव्हा. एस. एल. खुराना 'द हिंदुस्तान टाइम्स'चे कार्यकारी अध्यक्ष होते आणि तेव्हाचे 'लेफ्टनंट गव्हर्नर ऑफ दिल्ली'. समजा तिला माझ्या कर चुकवण्याबद्दल, बेकायदेशीर साहित्याच्या क्रयविक्रयाबद्दल किंवा एखाद्या लबाडीच्या व्यवहाराबद्दल काही आढळलं तर तिनं मलासुद्धा सोडलं नसतं, कदाचित माझ्याविषयी एरवी तिला कितीही आपुलकी असली तरीसुद्धा.

प्रभा अतिशय परंपरानिष्ठ, सरळमार्गी व्यक्ती होती. आपलं कुटुंब, मित्रपरिवार, नोकर आणि त्यांचं कुटुंब यांच्यासाठी मनापासून वाहून घेतलेली. ती कामातून वेळ काढून स्वत:च्या मुलींना, त्याचबरोबर तिच्या नोकरांच्या मुलांना शिकवत असे. त्याचबरोबर मित्रमंडळींच्या समस्याही स्वत:च्या शिरावर हौसेनं घेत असे. ती मित्रमंडळींच्या बाबतीत जितकी प्रखर निष्ठावंत होती, तितकीच त्यांची निंदानालस्ती करणाऱ्यांवर कडाडून, स्पष्ट शब्दांत हल्ला चढवणारी. तिच्या या स्वभावगुणांनीच तिची कठोर आणि शीघ्रकोपी अशी प्रतिमा निर्माण केली होती. तिला चांगलं ओळखणाऱ्या व्यक्तींना ती अंतर्यामी किती मृदू होती ते माहीत होतं : संतापाचा लाव्हा उसळून फुटला की त्यापाठोपाठ अश्रूंचा प्रपात घोंघावत येत असे. ती निवडुंगासारखी होती, बाहेरून काटेरी आणि अंतरंग साखरेसारखं गोड असणारी.

आपलं जाणं जवळ आलंय याची प्रभाला चाहूल लागली असेल? मला खात्रीनं सांगता येणार नाही, पण तिनं तिच्या दोन्ही मुलींसाठी शक्य तितक्या गोष्टींत वाहून घेतलं होतं. जणू लवकरच आपली ताटातूट होणार आहे याची जाणीव असल्यासारखं. त्याच दरम्यान, तिला 'हॅमरेज' झालं त्याच्या आदल्यादिवशी ती एका नातेवाईकाला भेटायला रुग्णालयात गेली होती. त्यावेळी ती त्यांना अगदी मजेत म्हणाली होती की, तुम्ही किती भाग्यवान आहात, आरामात बिछान्यावर पडून राहायचं... ऑफिसला जाण्याची चिंता न करता. त्यावेळी तिला थोडीशी चाहूल लागली असावी की, आता अवघ्या काही तासांत आपण याच रुग्णालयात

मृत्यूशी दोन हात करणार आहोत.

तिची जिवलग मैत्रीण उषा रायनं मला सांगितलं की, प्रभाचं निधन झालं त्याच्या आदल्या संध्याकाळी उषानं तिचे हात हातात घेतले, त्यावेळी प्रभानं अशक्त आवाजात तिला विचारलं, ''तू माझ्या तळहातावरच्या रेषा पाहिल्यास? मी इथून जिवंत बाहेर पडीन का सांग.''

माझ्या पत्रकारितेच्या संपूर्ण कारकिर्दीत मला इतकी धाडसी आणि प्रामाणिक मुलगी अजून भेटायचीय... तडजोड वगैरे माहीत नसलेली, अविचारी साहस म्हणावं इतक्या टोकाचं धाडस, स्वतःच्या कामाविषयी संपूर्ण समर्पणभाव, कामचोर मंडळींचा तिरस्कार करणारी.

तिची मुलगी - एनडीटीव्ही वरची बरखा दत्त. तिचं आईशी नुसतं दिसण्यातच साम्य नाही, तर आईची निर्भयता आणि कामाला वाहून घेण्याची वृत्तीही तिच्यात उतरली आहे हे पाहून मला खूप आनंद होतो.

□□

हरदयाळ : थोर क्रांतिकारकाला आदरांजली

मी शाळेत असतानाची गोष्ट. शिष्यवृत्तीच्या संदर्भात सर्वांमुखी एकच नाव होतं - हरदयाळ. त्यांच्या नावाआधी नेहमी एक विशेषण जोडलं जात असे- थोर... ते होते थोर हरदयाळ. त्यांची विद्यार्थीदशेतील थोरवी बहुगुणित झाली. त्यांना अद्‌भुत स्मरणशक्ती लाभली होती. त्यांनी एकदा एखादं पुस्तक वाचलं की, ते त्यातला शब्द न शब्द धडाधड तोंडपाठ म्हणून दाखवू शकत असत. ते प्रत्येक विषयात सर्वप्रथम येत असतच, शिवाय ते प्रत्येक परीक्षेत गुणांचं आधीचं 'रेकॉर्ड' भरभक्कम अंतर टाकून मोडत असत. ही माहिती अगदी बरोबर नाही. कारण, कधीकधी त्यांना इतर परीक्षार्थींनी दुसऱ्या नंबरावर जाण्यास भाग पाडलं होतं. पण लोक यावर विश्वास ठेवायला तयार नव्हते. त्यांची ख्याती इतकी उत्तुंग होण्याचं आणखी कारण होतं, ते म्हणजे ते क्रांतिकारकही होते. त्यांनी सरकारी आश्रय नाकारून, गदर चळवळीच्या प्रारंभीच्या काळात अमेरिका आणि कॅनडामध्ये चळवळीला दिशा दिली होती. पहिल्या जागतिक महायुद्धाच्या काळात ते जर्मन सरकारच्या 'ब्रिटिश राज' विरुद्ध बंड उभारण्याच्या प्रयत्नांचे प्रमुख सल्लागार बनले.

हरदयाळांचा जन्म ४ ऑक्टोबर १८८४ रोजी दिल्लीत झाला. भोती आणि गौरी दयाळ माथुर यांच्या सात मुलांतले हरदयाळ सहावे. ते केंब्रिज मिशन स्कूलमध्ये गेले आणि सेंट स्टीफन्स कॉलेजमधून पदवीधर झाले. त्यानंतर ते लाहोरच्या गव्हर्नमेंट कॉलेजात रुजू झाले. त्यांनी इंग्रजी भाषा व साहित्यात एम. ए. केलं, तसंच इतिहास घेऊन एम. ए. केलं. त्यामध्ये सर्वाधिक गुण मिळवून विद्यापीठातले आधीचे सर्व विक्रम मोडीत काढले. त्यांना सेंट जॉन्स कॉलेज, ऑक्सफर्ड मध्ये जाण्यासाठी शिष्यवृत्ती मिळाली. भारतात असताना ते ख्रिस्ती मिशनऱ्यांच्या नि:स्वार्थी अर्पणवृत्तीनं, तसंच आर्य आणि ब्राह्मो समाजाच्या हिंदू धर्मातील अर्थशून्य कर्मकांडं आणि वेडगळ समजुती दूर करण्याच्या प्रयत्नांनी प्रभावित झाले होते. त्यांना लाला लजपत राय यांच्याविषयी आदर होता. त्यांचा भाई परमानंदांशी स्नेह जुळला होता.

१९०५ साली हरदयाळ ऑक्सफर्ड विद्यापीठात दाखल झाले. त्यावेळी ते एकवीस वर्षांचे होते, त्यांचं लग्न झालं होतं. त्यांना कुठल्याही सरकारी नोकरीत

सहज शिरता आलं असतं, पण एव्हाना त्यांच्या डोक्यात राष्ट्रभक्तीचा किडा शिरला होता. ''आयसीएस गेलं खड्ड्यात'' असं म्हणून ते परीक्षेला बसले नाहीत. त्यांची दादाभाई नौरोजी आणि श्यामजी कृष्ण वर्मा यांच्याशी ओळख झाली आणि त्यांनी स्वातंत्र्य संग्रामात उतरायचं ठरवलं. त्यांनी सरकारला शिष्यवृत्ती परत केली आणि ऑक्सफर्डला रामराम ठोकला.

ते काहीसे संन्यस्त वृत्तीचे होते. त्यांनी कधीही मद्यपान वा धूम्रपान केलं नाही. ते शाकाहारी बनले होते. त्यांनी युरोपी वस्त्रांचा त्याग करून धोतर-कुर्ता असा पेहराव स्वीकारला होता. ते नेहमी जमिनीवर झोपत असत. त्यांनी निरनिराळ्या धर्मांचा अभ्यास केला होता. बुद्ध त्यांचा आदर्श होते. त्यांनी भाई परमानंदांशी नव्या धर्मस्थापनेच्या शक्यतेबाबत चर्चा केली होती. भाई परमानन्द त्यांना या विचारापासून परावृत्त करत म्हणाले होते, ''माझं वैयक्तिक मत असं आहे की, सर्व धर्म ही मानवजातीची एक प्रकारे फसवणूक आहे. तुम्ही त्यात आणखी एक फसवा धर्म वाढवाल इतकंच.''

हरदयाळ भारतीय तत्त्वज्ञानावर व्याख्यानं देत व लेखन करत सामान्य जीवन जगत होते. त्यांनी मादाम कामांच्या 'वंदे मातरम्' आणि 'तलवार' चं संपादन केलं होतं. १९११ साली, ते बौद्ध धर्माचा अभ्यास करण्यासाठी अमेरिकेत हार्वर्डला गेले. स्टॅनफोर्ड विद्यापीठानं त्यांना भारतीय तत्त्वज्ञानाचं अध्यापन करण्यासाठी निमंत्रित केलं होतं. त्यांच्या मूलगामी मतांनी- ते मुक्त प्रेमाचे पुरस्कर्ते होते – त्यांचा स्टॅनफोर्डमधला कार्यकाल संपला. त्यांचे फ्राईड हॉसविर्थ या स्विस मुलीशी सूर जुळले होते. त्यामुळं त्यांच्या अमेरिकी व भारतीय चाहत्यांना भयंकर धक्का बसला. स्टॅनफोर्ड मध्ये असतानाच, हरदयाळनी पश्चिमी किनारपट्टीवरच्या भारतीय कामगारांशी संपर्क साधून त्यांना गदर पार्टी संघटित करण्यासाठी साहाय्य केलं. २३ डिसेंबर १९१२ रोजी दिल्लीत व्हॉईसरॉय हार्डिंगना ठार करण्याचा प्रयत्न झाल्याचं वृत्त येताच, बर्कलेमधल्या इतर भारतीयांसमवेत हरदयाळही भांगडा करत आणि वंदे मातरम् गात आनंदोत्सवात सहभागी झाले होते.

१ नोव्हेंबर १९१३ रोजी गदर पार्टीची स्थापना झाली. हरदयाळ या संघटनेचे प्रेरणादायी मार्गदर्शक होते. त्यांना अमेरिकी पोलिसांनी अटक केली. तुरुंगातून सुटल्यावर त्यांनी पुन्हा फ्राईड हॉसविर्थ यांच्याकडं स्वित्झर्लंडमध्ये जायचं ठरवलं, पण दरम्यान त्याच अमेरिकेत घटस्फोटाच्या प्रक्रियेसाठी आल्या आणि हरदयाळ यांच्यासोबत राहण्याऐवजी त्यांनी सारंगधर दास या दुसऱ्या एका भारतीयाशी लग्न केलं.

४ ऑगस्ट १९१४ रोजी पहिल्या जागतिक महायुद्धाला प्रारंभ झाला. युद्धाच्या प्रारंभीच्या वर्षांत ते जर्मनी आणि टर्कीमध्ये राहून, मुक्तीसैन्याद्वारे भारतावर स्वारी

करण्याचे बेत आखत होते. जर्मन लोक भारत देश मुक्त झालेला पाहण्यास आतुर आहेत अशी त्यांची भाबडी समजूत होती. त्यांच्या बऱ्याच काळानंतर ही गोष्ट लक्षात आल्यावर ते जर्मन व तुर्की लोकांचे कडवट समीक्षक बनले.

त्यांनी पुढं एके ठिकाणी मत नोंदवलं आहे : ''तुर्की लोकांना अक्कल नाही.. एक देश म्हणून ते मुस्लिम जगताचं नेतृत्व हातात घेण्यास अगदी अपात्र आहेत.

जर्मन लोकांविषयी (ज्यांनी त्यांच्या नवउपक्रमांना अर्थपुरवठा केला होता) त्यांनी 'नैतिकता नसणारे... लोभी' असल्याचं नमूद केलं आहे. ते कठोर मेहनत करतात आणि राष्ट्रभक्त असतात, पण हा बहुधा त्यांचा एकमात्र सद्गुण असावा, असं त्यांनी लिहिलं होतं.

ते ब्रिटिशांचे अत्यंत कट्टर समर्थक बनले. त्यांना ब्रिटिश म्हणजे सत्यवचनी माणसं... ज्यांचं भारतात नैतिक आणि ऐतिहासिक कार्यक्षेत्र आहे', असे वाटू लागले. ब्रिटिश सरकारनं त्यांची जाहीर निवेदनं हिंदीत अनुवादित करून भारतात मोफत वितरीत केली.

हरदयाळना तटस्थ देश सोडून, जाण्यासाठी कुठं ठिकाण नव्हतं. त्यांनी स्वीडनला जायचं ठरवलं. त्यांची ॲगडा एरिकसन या स्वीडिश महिलेशी मैत्री जुळली होती. थोड्याफार अडथळ्यांना तोंड देत त्यांनी स्वीडिश व्हिसा मिळवला. ते बरीच वर्षं स्वीडनमध्ये राहिले. तिथं ते स्वीडिश बोलायला शिकले, शिवाय तेरा निरनिराळ्या भाषाही. ते ॲगडा यांच्यासोबत राहात असत. त्या स्वत:चा उल्लेख सौ. हरदयाळ असा करत असत. हरदयाळनी बरीच पुस्तकं लिहिली. त्यांपैकी सर्वांत गाजलेलं पुस्तक म्हणजे 'हिंट्स ऑन सेल्फ कल्चर'. आजही या पुस्तकाला मागणी आहे.

त्यांना इंग्लंडला परत येण्याची परवानगी मिळाली आणि अखेर ब्रिटिशांनी त्यांना सार्वत्रिक माफी देऊन भारतात परत जाण्याची परवानगी दिली. पण त्यांना भारतात येणं कधीही शक्य झालं नाही. अमेरिकेत व्याख्यानदौऱ्यावर असताना, ४ मार्च १९३९ रोजी फिलाडेल्फियात त्यांचं झोपेत निधन झाले. त्यावेळी त्यांचं वय होतं अवघं चौपन्न वर्ष.

ॲगडा एरिकसन दु:खी अंत:करणानं त्यांची रक्षा घेऊन मायदेशी - स्वीडनला परतल्या. ती थोर हरदयाळनी त्यांच्यासाठी मागं ठेवलेली एकमात्र गोष्ट होती. त्यांनी त्यांची भौतिक संपत्ती – जी काही होती ती – पत्नी आणि मुलगी –शांती (तिला त्यांनी कधी पाहिलंसुद्धा नव्हतं) यांच्यासाठी ठेवली होती.

□□

आरजीके : प्रसिद्धीपराङ्मुखतेचं मूर्तिमंत उदाहरण

काही माणसं अशी असतात की, ती आपलं कर्तव्य आहे असं वाटणाऱ्या गोष्टी सर्वशक्तिनिशी पार पाडत असतात, त्याबद्दल आपलं नाव घेतलं जाईल का, त्याचा आपल्याला आर्थिक मोबदला मिळेल का, याची पर्वा न करता. अशी माणसं भगवद्गीतेतल्या 'कर्मण्येवाधिकारस्ते मा फलेशू कदाचन'... म्हणजेच 'फळाची अपेक्षा न धरता कर्म करत राहा' या उपदेशाचं मूर्तिमंत उदाहरण असतात. अशाच प्रकारातील एका माणसाचा माझ्याशी नऊ वर्षं संबंध आला. तो माणूस म्हणजे आरजीके.

मी 'द इलस्ट्रेटेड वीकली ऑफ इंडिया'त संपादक म्हणून रुजू झालो तेव्हा तो तिथं काम करत होता. मला तिथून डच्चू मिळाल्यानंतर तो तिथंच होता. त्याची माझ्या जागी नियुक्ती करावी, या माझ्या शिफारसीकडं व्यवस्थापनानं दुर्लक्ष केलं. ती गोष्ट जराही लावून न घेता तो कामत, खन्ना, प्रीतीश नंदी अशा संपादकांच्या हाताखाली निवृत्तीपर्यंत काम करत राहिला. काही आठवड्यांपूर्वी त्याचं निधन झालं, कसलाही गाजावाजा न होता.

त्याच्याशी रोज संपर्कात असूनही मला जवळपास दहा वर्षं त्याच्याविषयी फारशी माहिती नव्हती. तो लगेचच माझ्या खालच्या नंबरावर होता. त्याच्या आरजीके या नावाच्या आद्याक्षरांपैकी 'जी' म्हणजे गोपाल एवढंच काय ते त्याच्याबद्दल ठाऊक होतं. आम्ही त्याला या नावानं हाक मारत असू. 'द वीकली' साठी तो कर्मचारीवृंदातील इतर कुणाही सदस्यापेक्षा जास्त लिहीत असे, पण त्या मजकुराखालची त्याच्या नावाची आद्याक्षरं सोडून त्याला कसल्याही श्रेयाची अपेक्षा नसायची. आमची हिंदू धर्माच्या विविध पैलूंविषयी लेखन करण्यासाठी फक्त त्याच्यावरच भिस्त असायची. कारण त्याला मूळ संस्कृतमधले सगळे धार्मिक श्लोक ठाऊक असत.

नियतकालिकाचं काम करत असताना, तो संपूर्ण वेळ एका मोठ्या हॉलच्या कोपऱ्यात असलेल्या टेबलाशी बसलेला असे. त्याच हॉलमध्ये 'धर्मयुग' 'फेमिना' आणि 'फिल्मफेअर' चेही कर्मचारी असत. त्याच्या टेबलाच्या मागं स्वच्छतागृहं होती. तिथं नव्यानं येणारी माणसं अथवा पाहुणे ज्या कुणाला तिथं जायचं असायचं

ते नेहमी आरजीकेला "मुत्री कुठं आहे?" असं विचारून त्याच्या कामात व्यत्यय आणत असत. त्यामुळं त्यानं टेबलावर सूचनापाटी ठेवली, 'टॉयलेट्स स्ट्रेट अहेड.' त्याला उत्तम विनोदबुद्धी नव्हती. मी त्याला कधीही खळखळून हसताना पाहिलं नाही. त्याच्या चेहऱ्यावर स्मितसुद्धा क्वचितच पाहिलं.

तो दक्षिण भारतातला आहे हे आम्हाला माहीत होतं. पण आंध्र, कर्नाटक, तमिळनाडू किंवा केरळ यांपैकी कुठला. ते माहीत नव्हतं.

एकदा विक्रम वोहरानं आरजीकेला विचारलं, "तू मल्याळू आहेस का?"

त्यावर आरजीके उत्तरला, "मी तुला विचारलं, तू पंजाबू आहेस का, तर तुला कसं वाटेल?"

बस, तो विषय इथंच संपला.

'द टाइम्स ऑफ इंडिया' समूहाच्या दैनिक व नियतकालिकांतील फारशा लोकांना आरजीके माहीत नव्हता. आख्ख्या जगातल्या एकाही माणसाला तो माहीत नसता, तरी त्यानं पर्वा केली नसती.

ग्रे च्या काव्यपंक्ती त्याला अचूक लागू होतात :

Full many a gem of purest ray serene
Dark, unfathomed caves of the ocean bear;
Full many a flower is born to blush unseen
And waste its sweetness in the desert air.

□□

मुल्क यांचं स्मरण : एक अग्रणी

१९४० सालाच्या आसपासची गोष्ट. आम्ही साहित्यिक महत्त्वाकांक्षा असणाऱ्या काही मित्रमंडळींनी एक मंडळ स्थापन केलं होतं. आम्ही आठवड्यातून एकदा भेटून स्वत:च्या कथा-कविता परस्परांना ऐकवत असू. ते आमचं परस्पर प्रशंसा मंडळ होतं. प्रत्येक साहित्यकृती वाचून झाली, की व्हिस्कीचे रिते चषक पुन्हा भरले जात असत. आम्ही मुल्कराज आनंद आणि आर. के. नारायण या भारतीय लेखकांच्या कादंबऱ्या इंग्लंडमध्ये चांगलं नाव मिळवत आहेत असं ऐकून होतो. त्यामुळं आम्ही त्यांची पुस्तकं मिळवून त्यावर आमच्या मंडळात चर्चा करत असू. आम्हाला चांगलीच 'ग' ची बाधा झालेली असल्यामुळं, जर मुल्कराज आणि नारायण यांना परदेशी प्रकाशक मिळू शकतो, तर आपल्यालाही मिळू शकेल यावर आमचं एकमत होत असे. मुल्क इंग्लंडमध्ये नाव मिळवून पंजाब भेटीवर आले होते, तेव्हा त्यांचं भारतीय-इंग्रजी लेखन अग्रणी म्हणून मोठ्या उत्साहात स्वागत करण्यात आलं. त्यांनी आमच्या बैठकीला येण्याचं मान्य केलं होतं. त्यांना मोठा लेखक म्हणून आम्ही त्यांच्या भजनी लागणं अपेक्षित होतं; पण त्यांचं जे थंड स्वागत झालं त्यामुळं त्यांचा अपेक्षाभंग झालेला दिसत होता.

"तुम्हा पोरांना कादंबरी लिहायला काय लागतं ते माहीत नाही," त्यांनी आम्हाला फटकारलं होतं, "तुमची एखादी कादंबरी प्रकाशकानं स्वीकारल्या-नंतर मगच माझ्याशी बोला."

त्यांना आम्हाला अनादरानं वागवण्याचा संपूर्ण अधिकार होता.

माझं इतक्या वर्षांत मुल्क आणि नारायण यांच्याविषयीचं मत बदललेलं नाही. हे दोघंही भारतीय-इंग्रजी वाङ्मयातील अग्रणी आहेत, आपापल्या स्वतंत्र शैलीनं भरपूर लेखन करणारे आहेत, पण त्यांची कारागिरी सामान्य दर्जाची आहे. मुल्क यांच्या कादंबऱ्या म्हणजे वाङ्मयाची झळाळी दिलेलं प्रचाराचं पुरण भरलेलं काल्पनिक वाङ्मय. 'अनटचेबल', 'कुली', 'टू लीव्हज ॲन्ड अ बड'. या कादंबऱ्यांचं कथानक वाचकांची मनं जागवण्यासाठी रचलेलं असे- सुखवस्तू लोकांनी गरिबांवर लादलेली मानखंडना व्यक्त करणारं, ब्रिटिशांना त्यांच्या वंशविद्वेषी वसाहतवादाबद्दल अपराधी जाणीव देणारं. त्यांना ब्रिटिश उदारमतवादी व डाव्या

मंडळींकडून यथायोग्य स्तुती लाभली.

नारायण कथाकथनामध्ये संतुष्ट होते. मालगुडी नावाच्या छोट्या काल्पनिक खेड्यात निवांत आयुष्य जगणाऱ्या माणसांच्या, अगदी साध्या साध्या गोष्टींवर आधारित कथा. त्यांना मुल्क यांच्यापेक्षा अधिक कौतुक लाभलं, विशेषत: दक्षिण भारतात. पण या दोघांमध्ये एक गोष्ट समान होती - हे दोघंही अग्रणी होते.

मुल्क यांचा जन्म १२ डिसेंबर १९०५ रोजी पेशावर मध्ये झाला, पण त्यांचा जडणघडणीचा काळ अमृतसरमध्ये गेला. त्यांचं शाळा आणि महाविद्यालयीन शिक्षण तिथंच झालं. ते स्वत:ला नेहमी 'अम्बेरसरिया' म्हणवून घेत असत. ते लहानखुरे, दाट कुरळ्या केसांचे होते, खालचा ओठ पुढं असणारे. त्यांना कधीही शब्दांची उणीव भासली नाही. एखाद्या सभेत प्रत्येक वक्त्याला भाषणासाठी पाच ते दहा मिनिटं दिली असली तरी, मुल्क त्या ठिकाणी अर्धा तास भाषण लांबवायचे, भाषणाचा अवधी संपत आल्याच्या घंटेकडं किंवा खांद्यावर थाप दिली तरी त्याकडं दुर्लक्ष करत. ते नेहमी त्यांचे वडील त्यांच्या आईला सारखे कसे मारत असत यावर आणि त्याचा त्यांच्या बालमनावर कसा परिणाम झाला याबद्दल सविस्तर बोलत असत. ते त्यांच्या वडिलांना कधीच क्षमा करू शकले नाहीत. डॉ. सिग्मंड फ्रॉईडच्या तोलाच्या एका मनोविश्लेषकानं त्यांचं 'अ‍ॅक्यूट मदर-फिक्सेशन' ची शिकार असल्याचं निदान केलं होतं.

मुल्कना भारतीय असण्याचा, भारताला लाभलेल्या कला, शिल्प, चित्रकला यांच्या महान वारशाचा, इथल्या वास्तुरचना शैलीचा (हवेल्यांसारख्या), इथलं जीवनमान आणि शिष्टाचारांचा अतिशय अभिमान होता.

एकदा लंडनमध्ये एका गजल मैफिलीत ते पहिल्या रांगेत बसले होते. गजलेच्या प्रत्येक दोन ओळी झाल्या की, ते टाळ्या वाजवून विनम्र 'सलाम' करून दाद देत होते. श्रोत्यांपैकी कुणालाही हा 'विनम्र' रिवाज ठाऊक नव्हता. मी त्या मैफिलीत एका इंग्रजी मित्राला सोबत घेऊन गेलो होतो. त्यानं माझ्या कानात कुजबुजत विचारलं, ''तो माणूस गाताना तो जो लहानखुरा माणूस 'वॉव! वॉव!' असे ओरडतोय तो कोण आहे?''

मी त्याला मुल्क कोण आहेत त्याबद्दल सांगितलं आणि तो ओरडत नाहीये तर 'वाह! वाह!' म्हणतोय... म्हणजे वंडरफुल! वंडरफुल! म्हणतोय असं सांगितलं.

मुल्क काही काळ गांधीजींसोबत त्यांच्या आश्रमात राहिले असले तरी, ते राजकारणाच्या बाबतीत कम्युनिस्ट पक्षाच्या बरेच जवळ होते. त्यांचे 'प्रोग्रेसिव्ह रायटर्स असोसिएशन' आणि 'पीपल्स थिएटर ग्रुप'शी जवळचे संबंध होते. यामुळं

त्यांच्याविषयी 'राईट विंग' वाल्यांमध्ये चीड निर्माण झाली. एकदा तर ते त्यांचं अगदी सहज 'लक्ष्य' बनले. त्यांना न्यूयॉर्कच्या 'एव्हरग्रीन रिव्ह्यू' भारतीय कलेतील कामजीवनावर एक प्रदीर्घ लेख लिहायला सांगितला होता. तो लेख प्रसिद्ध झाला. लेखासोबत खजुराहोच्या शिल्पांची आणि कामसूत्रामधली चित्रंही विपुल होती. तो लेख प्रसिद्ध झाल्यानंतर एका आठवड्यात त्या मासिकाला न्यूयॉर्कच्या साराह लॉरेन्स कॉलेजच्या प्रोफेसर कॅम्पबेल यांच्याकडून कायदेशीर नोटीस आली. प्रोफेसर महोदयांनी तो लेख त्यांच्या याच विषयावरील जर्मन भाषांतरावरून उचलला असल्याचा आरोप केला होता. बिचाऱ्या मुल्कना स्पष्टीकरण देण्यास सांगण्यात आलं. त्यांना स्वत:चं निर्दोषत्व सिद्ध करण्यासाठी खूप प्रयास पडले. हे वृत्त कम्युनिस्टांवर टीका करायला टपलेल्या दोसू कारका या 'करन्ट' च्या संपादकांच्या दृष्टीनं पहिल्या पानावर छापण्याजोग होतं. त्यांनी त्यांच्या साप्ताहिकाच्या पहिल्या पानावर ठळक मथळा दिला, "कॉमी लेखकाचं वाङ्मयचौर्य सापडलं."

त्यानंतर कित्येक महिने मुल्कना सार्वजनिक ठिकाणी जाणं येणं अशक्य झालं होतं.

मी मुल्क यांच्या मुंबईतल्या कफ परेड मधल्या तळमजल्यावरील फ्लॅटवर काही वेळा गेलो आहे. त्यांनी खास उंच खुर्ची बनवून घेतली होती. खुर्चीच्या समोर लेखनाचे कागद ठेवण्यासाठी पाट जोडलेला होता. ती खुर्ची लहान मुलांसाठी डायनिंग टेबलशेजारी खुर्ची असते तशी दिसायची. मुल्क त्या खुर्चीच्या पायाशी असणाऱ्या पट्टीवर पाय ठेवून, समोरच्या पाटावर कागद ठेवून लेखन करत असत.

ते 'कॅसानोव्हा' नसले तरी, निरनिराळ्या राष्ट्रीयत्वाच्या स्त्रिया त्यांच्याकडं आकर्षित होत असत... पतंगानं दिव्याच्या ज्योतीकडं खेचलं जावं तशा. ते सुप्रसिद्ध व्यक्ती होते. त्यामुळं त्या महिलांना त्यांच्यासोबत दिसणं फार आवडत असे. त्यांचे दोनपेक्षा जास्त विवाह झाले होते. त्यांना बऱ्याच मैत्रिणीही होत्या. त्यांच्या इंग्रजी पत्नीपासून झालेला मुलगा, महाराजा दलिपसिंग यांच्या अतिशय वाचनीय चरित्राचा सहलेखक आहे.

मुल्क यांनी दिलेला चिरंतन वारसा म्हणजे 'मार्ग' हे कलेला वाहिलेलं मासिक. या मासिकाला टाटांचं अर्थसाहाय्य आहे. या मासिकाचा खप अगदी मर्यादित होता व आहे, पण या विषयावरलं हे एकमात्र आणि उत्तम दर्जाचं मासिक आहे हेच त्याचं आगळं वैशिष्ट्य आहे. त्यांना साहित्य अकादमी आणि पदम्‌भूषण पुरस्कारांसह अनेक पुरस्कार लाभले. त्यांच्या शब्दाला अधिकारी वर्तुळात मोठा मान होता. विशेषत: वरिष्ठ बाबू मध्ये. त्यांना त्यांच्या पुस्तकांची नावं सोडून काही माहीत नसायचं, पण ते त्यांच्या ख्यातीपुढं दबून असायचे. त्यांनी त्या अधिकाऱ्यांचं मन वळवून दिल्ली आणि लोणावळा या ठिकाणी साहित्यिक निवासांसाठी अनुदान

मिळवलं. साधारणपणे ते एकटेच या घरांचे वहिवाटदार असायचे.

मी जे काही लिहिलं आहे, ते एका सुप्रसिद्ध लेखकाला आदरांजली वाटण्याजोगं नसेल कदाचित. त्यामुळं मी मुल्क यांच्या लक्षावधी चाहत्यांची माफी मागतो. पण, जेव्हा मी २८ सप्टेंबर २००४ रोजी पुण्यात त्यांचं निधन झाल्याचं वृत्त ऐकलं तेव्हा माझं मन दु:खानं व्याकूळ झालं.

मी त्यांना लेखक म्हणून खूप आदर दिला नसेलही, पण मी त्यांच्या स्मृती मोठ्या प्रेमानं जागवतो आहे.

□□

एकमेवाद्वितीय – निराद बाबू

‘‘**ए**खाद्या लेखकाच्या दृष्टीनं उपेक्षेइतकं भयानक दुसरं काहीही नसतं, त्या तुलनेत दूषणं, तिरस्कार आणि विरोध या आनंददायी बाबी म्हणता येतील.’’

निराद चौधरींनी त्यांच्या ‘अ पॅसेज टू इंग्लंड’ या पुस्काच्या मला दिलेल्या प्रतीवर डॉ. जॉन्सन यांचे हे शब्द लिहिले आहेत. या ओळींवरून निराद बाबूंचा भूतकाळ आणि वर्तमानातील व्यक्तिमत्त्व प्रकट होतं. हे शब्द एका असामान्य व्यक्तीनं वर्षानुवर्षे सोसलेली उपेक्षा; त्याची उपेक्षा करणाऱ्या व्यक्तींचा धिक्कार करून लक्ष वेधून घेण्याचे त्याचे प्रयत्न आणि त्याच्या औद्धत्याचा परिणाम म्हणून ‘दूषणं, तिरस्कार आणि विरोध’ चेतवण्यात त्याला आलेलं यश व्यक्त करतात.

निराद बाबू कित्येक वर्षं बंगाली भाषेत लेखन करत होते. मात्र, इंग्रजीत त्यांचं पहिलं पुस्तक – ‘द ऑटोबायोग्राफी ऑफ ॲन अननोन इंडियन’ प्रकाशित होईपर्यंत त्यांना तितकीशी प्रसिद्धी लाभली नव्हती. या पुस्तकानं भारतातील आंग्लाळलेल्या उच्चमध्यमवर्गीयांमध्ये कुतूहल निर्माण केलं. आपल्या परंपरांपासून पूर्ण मुक्त नाही व इंग्लंडमधील परंपराही पूर्णपणे आत्मसात नाहीत असा एक वर्ग बुद्धीजीवी असल्याचा बुरखा पांघरुन होता. प्रत्यक्षात त्यांचं वाचन पुस्तकाचा सारांश व परीक्षण वाचण्यापलिकडं क्वचितच गेलं असेल.

त्यामुळं त्यांनी हे पुस्तक ‘ब्रिटिश साम्राज्याला’ अर्पण करायचं ठरवलं. पण या वर्गानं फक्त अर्पणपत्रिकाच वाचून निषेधाचा गळा काढला. बऱ्याच लोकांनी एरवी हे आत्मचरित्र वाचलंही नसतं. त्यांना हे वाचल्यावर त्यामध्ये भारत विरोधी काहीही नसल्याचं आढळलं आणि त्यांना आश्चर्याचा धक्का बसला. उलट, हे आजवर कुणीही रेखलं नव्हतं, इतकं पूर्व बंगालचं सर्वांत देखणं चित्र होतं.

आणि अखेरीस भारतात, इंग्रजी भाषा जशी लिहिली पाहिजे तशा पद्धतीनं लिहिणारा लेखक तयार झाला. असं उत्तम इंग्रजी क्वचितच कुणा इंग्रजालासुद्धा लिहिता येतं.

आता निराद चौधरींकडं दुर्लक्ष करणं कुणालाच परवडणारं नव्हतं. ते आणि त्यांची पत्नी अमिया दिल्लीच्या उच्चवर्गीय वर्तुळात सर्वांत लोकप्रिय जोडपं बनलं. त्यांच्या प्रचंड ज्ञानसंपदेचे किस्से डिनर पार्टीजमधून आवडीनं चघळले जात असत.

मी चौधरी कुटुंबाविषयी पहिला किस्सा ऐकला तो स्वर्गीय कर्नल लक्ष्मणन (आकाशवाणीचे डायरेक्टर - जनरल) यांच्याकडच्या कॉकटेल पार्टीत. निरादबाबूंनी पार्टीला पत्नी आणि दोन मुलांनाही (अर्धी चड्डी व पूर्ण बूटवाल्या) आणलं होतं. ओळख वगैरे उपचार झाल्यानंतर यजमानांनी निराद बाबूंना कोणतं 'ड्रिंक' घेणार म्हणून विचारलं आणि त्यांच्याकडं अप्रतिम 'शेरी' असल्याचंही सांगितलं.

"कसली शेरी आहे?" प्रमुख पाहुण्यांनी प्रश्न केला.

इतर लोकांसारखंच कर्नल लक्ष्मणन यांनाही शेरीचे फक्त दोनच प्रकार ठाऊक होते, त्यामुळं ते उत्तरले, "दोन्ही प्रकारच्या आहेत. तुम्ही कुठली घेणार.. 'ड्राय' की 'स्वीट'?"

पण निराद बाबूंचं एवढ्यावर समाधान होणार नव्हतं. त्यांनी त्यांच्या मुलाला हाक मारून त्याला शेरीची चव चाखून सांगायला सांगितलं. त्यांच्या तेरा वर्षांच्या चिरंजीवानं शेरीचा घोट घेतला, तो जिभेवर घोळवला आणि विचारमग्न होऊन काही क्षणांनी उत्तर दिलं, "ओलोरोसो १९४७ असणार."

निराद बाबू जगातील कोणत्याही विषयावर बोलू शकत असत. त्यांना ज्याचं लॅटिन, संस्कृत, हिंदी व बंगाली भाषेतलं नाव माहिती नाही असा एकही पक्षी, झाड, फुलपाखरू किंवा कीटक नव्हता. ते लंडनला गेले त्याआधीच कितीतरी दिवस त्यांना तिथली महत्त्वाची स्मारकं व वस्तू संग्रहालयंच नव्हेत तर अनेक सुप्रसिद्ध उपाहारगृहं कुठं आहेत ते सुद्धा माहीत होतं. मी त्यांना रोममध्ये सहा वर्षं वास्तव्य केलेल्या एका महिलेशी तिथल्या कोलोसियम पासून जाणाऱ्या रस्त्याच्या नावाबद्दल वाद घालताना आणि स्वतःचं म्हणणं खरं असल्याचं सिद्ध करताना ऐकलं आहे. मी त्यांना खगोलशास्त्रज्ञांशी ताऱ्यांविषयी चर्चा करताना ऐकलं आहे. पंधराव्या शतकातील फ्रेंच साहित्यातील दुर्बोध ओळी तोंडपाठ म्हणताना ऐकलं आहे. मद्य व्यावसायिकाला बरगन्डीच्या सर्वोत्तम द्राक्षांबद्दल सल्ला देताना ऐकलं आहे. साहित्याचे नोबेल पुरस्कार विजेते आईसलँडिक लेखक लॅक्सने यांच्या सन्मानार्थ आयोजित केलेल्या एका छोट्या समारंभात मी निराद बाबूंना त्यांना आईसलँडिक साहित्यावर ऐकवताना ऐकलं आहे.

निराद बाबू लहानखुऱ्या, नाजूक चणीचे होते. उंची पाच फुटांहून जराशी जास्त. ते 'दुहेरी' आयुष्य जगले. ते घरात धोती-कुर्ता परिधान करत असत, लेखन-वाचन जमिनीवर बसून करत असत. कामावर जाताना मात्र ते युरोपी वेशभूषेत असत. कोट, टाय, पँट आणि विचित्र खाकी टोपी घालत असत. ते घरातून बाहेर पडले की, रस्त्यावरची व्रात्य पोरं "जॉनी वॉकर, लेफ्ट, राईट, लेफ्ट, राईट" म्हणत असत.

निराद बाबू साधे, विनम्र नव्हते. तसं असण्यामागंही सबळ कारण होतं.

त्यांच्याइतकं उत्तम इंग्रजीत कुणाही जीवित अथवा मृत भारतीयानं लेखन केलं नव्हतं. ते अतिशय तापटही होते. त्यांना डॉ. बी. व्ही. केसकर या विचित्र, अर्धवट मंत्र्यांनी नोकरीतून हाकलून दिलं तेव्हा त्यांचा संतापानं भडका उडाला होता. पुढं बऱ्याच वर्षांनी भारत सरकारला त्यांच्याकडून पूर्व पाकिस्तानातील हिंदू अल्पसंख्याकांच्या स्थितीविषयी एक सुस्पष्ट पुस्तिका लिहून घ्यायची होती. म्हणून त्यांना या कामासाठी कोरा धनादेश देऊ करण्यात आला होता. त्यावेळी निराद बाबूंनी अत्यंत आर्थिक संकटात असूनही हा प्रस्ताव तुच्छतेनं नाकारला.

"सरकारनं निराद चौधरींवरची बंदी उठवली असेल, पण निराद चौधरींनी भारत सरकारवरची बंदी उठवलेली नाही," मी अर्थमंत्री टी. टी. कृष्णम्माचारी यांचा प्रस्ताव घेऊन त्यांच्याकडं गेलो, तेव्हा ते म्हणाले होते.

निराद बाबूंच्या 'अ पॅसेज टू इंग्लंड' या दुसऱ्या पुस्तकाची इंग्रजी प्रेस मध्ये अतिशय उत्तम परीक्षणं आली होती. या पुस्तकाच्या तीन आवृत्त्या हातोहात खपल्या आणि या पुस्तकाला, भारतीय लेखकाचं इंग्लंडमध्ये सर्वाधिक खपाचं ठरलेलं पुस्तक बनण्याचं भाग्य लाभलं. लंडनमधल्या 'फॉईल्स' या सुप्रसिद्ध पुस्तकालयाच्या काचेच्या दर्शनी खिडक्यांत निराद बाबूंची भव्य छायाचित्रं झळकू लागली. काही भारतीय समीक्षकांनी पूर्वीप्रमाणेच प्रतिकूल भूमिका घेतली. निराद बाबूंनीही तशीच प्रतिक्रिया दिली. सुरुवातीला त्यांनी 'चांगलं काय ते समजण्याची कुवत नसलेल्या' लोकांचा विचार न करण्याचा प्रयत्न केला. नंतर मात्र त्यांनी 'भुंकणाऱ्यां' विरूद्ध कडक शब्दांत राग व्यक्त केला.

मी त्यांना विचारलं, 'तुम्ही अशा दोन्ही प्रकारच्या वृत्ती स्वत:ला कशा पटवून देता?'

त्यावर, "काय लिहिलं आहे हे नीट समजून न घेताच लोक माझ्या पुस्तकांबद्दल ओंगळवाण्या गोष्टी लिहितात, त्यावेळी मला आपल्या मुलीकडं पाहून एखाद्या दारुड्याला अश्लील हावभाव करताना पाहणाऱ्या पित्यासारखं वाटतं. मला त्यांना कठोर शिक्षा द्यायची आहे."

त्यानंतर त्यांनी अगदी टिपिकल बंगाली हावभाव करून शिक्षेचं स्वरूप सांगितलं, "मला त्यांना माझ्या चप्पलेनं हाणायचं आहे."

काही वर्षांपूर्वी, निराद बाबूंनी प्रतिष्ठित 'लंडन' साप्ताहिकात लिहिलेल्या लेखात, ऑक्सफर्ड मधला काळ किती खडतर होता. त्यांना पुस्तकांसाठी मिळणाऱ्या रॉयल्टी वर जगावं लागत होतं, याचा उल्लेख केला होता. मी त्या लेखातील काही अंश माझ्या स्तंभात प्रसिद्ध केले होते. त्यानंतर के. के. बिर्लांनी मला पत्र लिहून कळवलं की, निराद बाबूंना सांगा, मला त्यांना जीवनभर मानधन देण्याची इच्छा आहे. त्यांना हव्या त्या चलनात, हवी तेवढी रक्कम. मी बिर्लांचं पत्र निराद बाबूंना

पाठवलं. त्यानी मला पत्रोत्तर लिहून बिर्लांच्या या औदार्यपूर्ण प्रस्तावाबद्दल त्यांचे आभार मानायला सांगितलं पण त्यांनी मानधन स्वीकारायला नकार दिला.

त्यांनी ब्रिटिश सरकारकडून 'सीबीइ' (कमांडर ऑफ द ब्रिटिश एम्पायर) स्वीकारली, ही कीव करण्याजोगी गोष्ट आहे. त्यांची खरं तर सरदारांच्या रांगेत बसण्याची योग्यता होती कारण ते बुद्धी व वाङमयाचं अद्वितीय लेणं लाभलेली व्यक्ती होते.

□□

बलवंत गार्गी : 'द नेकेड ट्रँगल'नं त्यांना मित्रांपेक्षा शत्रू जास्त दिले

२२ एप्रिल २००३ रोजी साठ वर्षांच्या जुन्या मैत्रीची अखेर झाली. बलवंत गार्गींचे मुंबईत निधन झालं. त्यांची आणि माझी माझ्या लाहोरमधल्या वास्तव्यात मैत्री झाली होती. त्यांचं पार्थिव अंत्यसंस्कारांसाठी विमानानं दिल्लीला नेण्यात आलं. उपस्थित पंजाबी साहित्यिकांमध्ये माजी पंतप्रधान आय. के. गुजरालही होते. अनुपम खेर चित्रपट विश्वाचं प्रतिनिधित्व करत होता. दुर्दैवाची गोष्ट म्हणजे, या अष्टपैलू, अलौकिक व्यक्तिमत्त्वाला फक्त पंजाबी वृत्तपत्रांनीच आदरांजली वाहिली होती. कारण दोन-तीन पुस्तकं सोडली तर त्यांचं बहुतेकसं लिखाण 'गुरुमुखी' लिपीत होतं.

बलवंत बठिंड्याचे बनिया. ते लाहोरला राहायला आले. एके काळी लाहोर हे पंजाबी लेखनाचं केंद्र होतं. त्यांनी नाटककार, दिग्दर्शक आणि उपहासिका लेखक म्हणून नाव मिळवलं. फाळणीनंतर ते दिल्लीला आले. तिथं त्यांनी तळमजल्यावर छोटं, एका खोलीचं अपार्टमेंट घेतलं. छोटंसं अंगण आणि स्वैपाकघर एका बाजूला आणि स्वच्छतागृह दुसऱ्या बाजूला. ते त्यांच्या या शयनगृह कम् – दिवाणखाना – कम् भोजनगृहात मित्रमंडळींचं आदरातिथ्य करत असत.

त्यांच्या घरात फर्निचर नव्हतं. त्यांच्या घरात पाहुण्यांना खातापिताना खाली जमिनीवरच बसावं अगर पसरावं लागत असे. त्यांच्या घरचं आमंत्रण लाभण्याचं भाग्य फार थोड्या लोकांना मिळत असे. या गिड्ड्या, थुलथुलीत, लठ्ठ, नेहमी 'अदृश्य' साबणानं हात धुणाऱ्या 'बनिया' ला देखण्या बायका हेरण्याची चांगली 'नजर' होती. त्यांचं 'सरदारनींना' म्हणजे शीख बायकांना विशेष प्राधान्य असायचं.

मी त्यांना नेहमी रागवून म्हणायचो, ''तुम्हाला हा जो शीख बायकांचा 'चसका' (आवड) आहे ना, त्याचं कारण फक्त शीख बायकाच तुम्हाला गुरुमुखीत वाचू शकतात हे असावं.''

त्यांनी त्यांच्या चाहत्यांचं वर्तुळ विस्तारण्यासाठी इंग्रजीत लेखन करण्याचा

प्रयत्न करावा यासाठी मी त्यांच्या मागे लागलो होतो. त्याप्रमाणे त्यांनी इंग्रजीत लेखन केलं. त्यांच्या भारतीय रंगभूमीवरील कार्याचं उत्तम स्वागत झालं. त्यांना वॉशिंग्टन स्टेट युनिव्हर्सिटी (सीटल) मध्ये नाट्यविषयक अभ्यासक्रम शिकवण्यासाठी निमंत्रित करण्यात आलं. प्रथमच त्यांच्या हातात चार पैसे आले. ते अमेरिकेतून परतले ते भलीमोठी गाडी आणि सुंदर अमेरिकी पत्नी-जेनी यांच्यासह. भारतात आल्यावर ते चण्डीगढला नाट्यकला विभागात प्रोफेसर म्हणून नियुक्त झाले. जेनींना भेटणारा प्रत्येकजण त्यांच्या प्रेमात पडत असे, पण त्या पतीशी निष्ठावंत राहिल्या. त्यांच्यामधल्या उणिवा सांगायच्या तर त्यांचा प्रचंड खादाडपणा...... बसल्या बैठकीला त्या तीन माणसांचं भोजन गट्टम करू शकत असत, आणि त्यांचा पंजाबी शिकायला असणारा नकार. त्यांच्या संसारात दोन गोंडस बाळं आली – एक मुलगा आणि एक मुलगी. जेनींनी त्यांना दोन मुलं दिली, पण त्यांचा पंजाबी शिकण्यास नकार होता आणि बलवंतांना ज्या प्रशंसेची आस होती, ती त्या पूर्ण करू शकल्या नाहीत, त्यामुळं ते इतर स्त्रियांकडं वळले. त्यांपैकी एक होती, आकर्षक घटस्फोटिता. ती त्यांची विद्यार्थिनी होती. ती 'सरदारनी' होती हे सांगणे न लगे. ती त्यांची लग्नाआधीची मैत्रीण होती. जेनींनी त्यांना घटस्फोट दिला. दुसऱ्या एका भारतीयाशी लग्न करून त्या अमेरिकेला परत गेल्या. त्यांनी सोबत मुलीलाही नेलं. बलवंत यांच्यासोबत राहिला त्यांचा मुलगा आणि ती स्वच्छंदी मैत्रीण. जेव्हा तिनं दुसऱ्या एका पुरुषासाठी त्यांच्याशी प्रतारणा केली तेव्हा बलवंतांनी 'द नेकेड ट्रँगल' ही इंग्रजी आत्मचरित्रात्मक कादंबरी लिहून सूड उगवला. ही कडवट मनोवस्थेत लिहिलेली वाईट कादंबरी होती. त्यामुळं त्यांचा चाहतावर्ग वाढण्याऐवजी, त्यांनी आधीच्या चाहत्यांपैकी काही गमावले.

माझा बलवंत गार्गींशी बराच संपर्क आला. ते अतिशय संभाषणचतुर होते. परवीन बाबी जेव्हा बॉलीवूड सम्राज्ञी होती, त्यावेळी मी बलवंत यांच्या मार्फत तिला भेटलो होतो. त्यांच्याकडच्या मेजवानीला उमा वासुदेव हटकून असायच्या.

बलवंत गार्गींना मृत्यूआधी चार वर्षं आपला अंत जवळ आला असल्याची जाणीव झाली होती. त्यांनी मला पतियाळाहून फोन करून, मी त्यांच्यासाठी जे जे काही केलं त्याबद्दल माझे आभार मानले. माझे आभार मानण्याची अजिबात गरज नव्हती. कारण, मी त्यांच्या बिकट काळात पैसे उसने देणं आणि त्यांना इंग्रजीत लेखन करण्याचा सल्ला देण्याखेरीज फारसं काही केलं नव्हतं. (त्यांनी ते पैसेही परत केले आहेत). मी त्यांना रागे भरत म्हणालो, "हे काय झालंय तुम्हाला? आणि तुम्ही माझं काहीही देणं लागत नाही; आपण जुने मित्र आहोत."

त्यांना स्वत:ला अल्झायमर आजार जडल्याचं आणि लवकरच आपली स्मृती जाणार हे माहीत होतं. त्यांनी आयुष्यातली अखेरची वर्षं मुंबईत त्यांच्या अभिनेता पुत्रासोबत घालवली. त्यांच्या सेवेला होता एक विश्वासू नोकर आणि एक मैत्रीण – सरदारनी.

□□

आर. के. नारायण : मालगुडीची अखेर

वयाच्या पंचाण्णव्या वर्षी त्यांचं निधन होण्याआधी आठवडाभर त्यांच्या प्रकृतीतल्या चढउतारांचं वृत्त सगळ्या राष्ट्रीय वृत्तपत्रांत येऊ लागलं होतं. मला बीबीसी आणि इतर काही दूरदर्शन वाहिन्यांकडून (गरज पडल्यास) श्रद्धांजली तयार ठेवा-असे फोन आले होते. यावरून आर. के. नारायण यांच्याविषयी जगभरात लोकांना असणारी आस्था आणि आदर दिसून येत होता. १३ मे २००१, रविवारी पहाटे पाच वाजता माझा फोन खणखणला. लंडनच्या बीबीसीतून फोन होता. दोन तासांपूर्वी नारायण यांचं निधन झालं होतं, त्यांच्याविषयी मी काहीतरी बोलावं यासाठी. त्याप्रमाणे मी त्यांच्याविषयी हिंदी वाहिनीसाठी हिंदीत आणि त्यांच्याकडील वाहिन्यांसाठी इंग्रजीत बोललो.

नारायण यांच्यावर स्तुतिसुमनांचा जो प्रचंड वर्षाव झाला, त्या कौतुकाला ते पात्रच होते. राजा राव, मुल्कराज आनंद, गोविंद देसानी आणि नारायण या लेखकांच्या चौकडीनं (नारायण या चौकडीचे नेते होते) इंग्रजी भाषिक जगताला सिद्ध करून दाखवलं की, भारतीय लोकसुद्धा त्यांची भाषा उत्तम अवगत करू शकतात. नारायण त्यांच्या समकालीन लेखकांपेक्षा अधिक भाग्यवान ठरले. त्यांना ग्रॅहम ग्रीन यांच्यासारखा उत्साही आश्रयदाता लाभला होता. त्यांनी नारायण यांच्या लेखन कारकिर्दीला प्रारंभ केला, प्रकाशकांना नारायणना किफायतशीर कामं देण्यास तयार केलं. त्यांनी नारायण यांची सुबोध शैली सर्वप्रथम हेरली. कसलाही भपकेबाजपणा नसलेली आणि बहुतेकसे लेखक वाचकांचा इन्टरेस्ट टिकवण्यासाठी प्रणयरम्य अथवा हिंसाचाराचं थैमान असणारं लेखन करतात, त्या प्रकारापासून पूर्ण अलिप्त. नारायण यांनी त्यांच्या कल्पनाचित्रातील मालगुडी गाव जगाच्या नकाशावर आणलं. संथ गतीनं पुढं सरकणाऱ्या, सुस्त कथानकांत आणि पात्रांत दक्षिण भारतातील जीवनाचं आणि लोकांचं प्रतिबिंब होतं. त्यांना एन. राम आणि त्यांच्या इंग्रज पत्नी - सुसान यांच्या रूपानं उत्साही चाहते लाभले. या दाम्पत्यानं त्यांचं अत्यंत अभ्यासपूर्ण विस्तृत चरित्र लिहिलं आहे. त्यांनी 'द हिंदू' मध्ये नारायण यांचं सदर सुरू केलं. या स्तंभानं दाक्षिणात्य नारायणना प्रचंड वाचकवर्ग लाभला. उत्तरेकडं त्यांच्या लेखनकार्याला पावती मिळायला बराच काळ जावा लागला. फ्रँक मॉरिस

या अलीकडच्या काळातील सर्वांत सुप्रसिद्ध प्रकाशकाला नारायण यांच्या कादंबऱ्या 'कंटाळवाण्या' वाटल्या.

माझी नारायण यांच्याशी प्रथम भेट झाली तेव्हा ते म्हैसूरच्या उपनगरात राहात असत. ते सकाळी कामावर जात असत, ते दुपार उलटून गेल्यावर परत येत असत. मी त्यांच्यासोबत बाजारातून फेरफटका मारायला जात असे. ते अतिशय सावकाश चालत असत आणि सांगत असलेली गोष्ट पूर्ण करण्यासाठी दर चार पावलांवर थांबत असत. वाटेत बऱ्याच दुकानांशी थांबत. त्यांचं दुकानदारांशी नमस्कारांचं आदानप्रदान होत असे. ते त्या दुकानदारांशी माझी ओळख करून देत असत. त्यांचं कन्नड किंवा तामिळीत संभाषण होत असे. मला त्यातलं ओ की ठो कळत नसे. मग पुन्हा आमचा निवांत फेरफटका सुरू होत असे.

ते दिल्लीत होते त्या कालावधीत शक्य तितक्या वेळा माझ्याकडं गप्पांसोबत कॉफीचा आस्वाद घेण्यासाठी येत असत. आमची इंग्लंड व अमेरिकेत लेखक परिषदांतही भेट झाली. आमची दोघांची एक भेट माझ्या मनावर कोरलेली आहे. आम्ही दोघं हवाईमध्ये एक आठवडा एकत्र होतो. आम्ही संध्याकाळी एकत्र असायचो. ते कंपनी म्हणून फारसे चांगले नव्हते. मला त्यांची दर चार पावलांवर थांबून बोलणं पुरं करण्याची सवय काहीशी वैतागवाणी वाटायची. रात्री भोजनासाठी चांगलं ठिकाण सापडणं ही सुद्धा समस्या होती. नारायण मद्यपान अजिबात न करणारे आणि शाकाहारी; मी त्याउलट. ते किराणामालाच्या दुकानात जाऊन दह्याचं कार्टन विकत घेत असत. त्यानंतर आम्ही खाद्यपदार्थांची एकेक ठिकाणं पालथी घालत, नारायण यांना हवा असणारा पदार्थ मिळतोय का शोधत असू.

"तुमच्याकडं साधा भात आहे?"

त्यावर बहुधा नकारार्थी उत्तर येत असे.

अखेर एखाद्या ठिकाणी भात मिळायचा. मग नारायण बशीभर भात घेऊन यायचे, त्यावर त्या कार्टनमधलं सगळं दही ओतायचे. खरं तर त्यांना हातानं खायला आवडलं असतं, पण ते उदार मनानं मेहेरबानगीखातर चमच्यानं खात असत.

एका संध्याकाळी मी त्यांना कटवायचं ठरवलं. एखादा चांगला मिळूनमिसळून वागणारा जोडीदार शोधायचा किंवा एकट्यानं बाहेर जायचं. ते माझ्याकडं आले तेव्हा मी त्यांना मला ब्ल्यू मूव्ही पाहायला जायचं आहे, तो तुम्हाला आवडणार नाही असं सांगितलं.

"मी पण येतो, मला तसं काही वाटणार नाही." त्यांनी मला खात्री दिली. मग आम्ही होनोलूलूतल्या गलिच्छ भागात गेलो. तो चित्रपट म्हणजे सेक्सचं अत्यंत अश्लील प्रदर्शन होतं. मला वाटलं, नारायण तिथून बाहेर पडणार किंवा भाडकन्

ओकणार. पण ते काहीही प्रतिक्रिया व्यक्त न करता शांतपणे बसून राहिले होते. मीच म्हणालो, ''चला, जाऊया.''

त्यावर त्यांनी प्रेमळपणे माझ्याकडं वळत विचारलं,

''झालं तुमचं?''

नारायण यांच्या सौम्य, बुजऱ्या, शांत स्वभावामुळं ते अतिशय विनम्र, साधी व्यक्ती आहेत असं मत बनत असे. ते विनम्र होते, पण साधे नव्हते. एकदा ऑल इंडिया रेडिओनं लेखकांना साहित्यावर भाषण देण्यासाठी निमंत्रण दिलं. त्याचं मानधन नेहमीपेक्षा कितीतरी जास्त देऊ केलं होतं. सगळ्या लेखकांनी हे निमंत्रण स्वीकारलं. फक्त नारायणनी एक अट घातली, ती म्हणजे – मला इतरांपेक्षा एक रुपया तरी जास्त मानधन मिळायला हवं. त्यांनी 'माय डेटलेस डायरी' या त्यांच्या प्रवासवर्णनात, त्यांच्या सन्मानार्थ दिलेल्या मेजवानीबद्दल लिहिलं आहे. संभाषणाच्या ओघात एका पाहुण्यानं मत व्यक्त केलं की, नारायण त्यांच्या काळातील तीन महान कादंबरीकारांपैकी एक आहेत. त्यानं इतर दोघांचाही नामोल्लेख केला. दुसरा एकजण इतर दोघांच्या नावांबद्दल सहमत नव्हता, पण त्यानं तीन महान लेखकांच्या यादीत नारायण यांचा समावेश केला.

मी याबद्दल माझ्या एका स्तंभामध्ये लिहिलं होतं. त्यानंतर नारायण पुन्हा कधीही माझ्याशी बोलले नाहीत.

आता ते आपल्यात नाहीत. त्यांच्या लक्षावधी चाहत्यांप्रमाणेच मलाही त्यांची आठवण होते. कर्नाटक अथवा तामिळनाडूतील एखाद्या गावाला त्यांच्या कादंबऱ्यांतील व लघुकथांतील गावाचं – मालगुडीचं – नाव देणं हीच त्यांना सुयोग्य श्रद्धांजली ठरेल.

□□

अली सरदार जाफरी : जळती कविता

१ ऑगस्ट २००० रोजी सकाळी साडेआठ वाजता अली सरदार जाफरी यांचं मुंबईत निधन झालं. मी आवर्जून पाकिस्तान दूरदर्शन पाहिलं. मला ते त्यांच्याविषयी काय सांगतात ते ऐकायचं होतं. अलीकडच्या काळातले अग्रेसर उर्दू कवी एवढीच फक्त त्यांची ओळख नव्हती, तर ते पाकिस्तानशी समझोता व्हावा यासाठी प्रयत्नशील चळवळीचे नेते होते. पाक दूरदर्शननं जाफरींच्या मृत्यूचा जाताजाता उल्लेख केला... लोकांमधील परस्पर प्रेम आणि एकमेकांना समजून घेण्याची गरज यांवर लिहिणारा कवी म्हणून. माझा अपेक्षाभंग झाला. तसंच भारतीय प्रसारमाध्यमांच्या वृत्तामुळंही (दोन्ही छापील आणि इलेक्ट्रॉनिक). मी निराश झालो. अंतिम वेळमर्यादा पाळण्यासाठी गडबडगुंडा करून लिहिलेले मृत्यूलेख आणि छायाचित्रं यांपेक्षा जाफरी ही व्यक्ती खूप मोठी होती.

अली सरदार आणि त्यांच्या देखण्या पत्नी सुलताना व माझा परिचय तीस वर्षांहून अधिक काळचा. मी मुंबईत होतो त्या दरम्यान आम्ही जवळजवळ दर आठवड्यात भेटत असू. ते कम्युनिस्ट विचारसणीचे असले तरी त्यांना जीवनातील चांगल्या गोष्टींची आवड होती. उंची स्कॉच, उत्तम भोजन आणि आरामदायी राहणीमान. ते पेडर रोडवर तीन खोल्यांच्या अगदी छोट्या फ्लॅटमध्ये राहात असत. त्यांची पत्नी आणि तीन मुलं नेहमी त्यांच्यासोबत राहत असत. शिवाय घरात त्यांच्या दोन विधवा बहिणीही होत्या. घरात इकडंतिकडं हलायलासुद्धा जागा नव्हती. त्यांची बरीचशी पुस्तकं त्यांच्या बिछान्याखाली रचलेली असत. ते बिछान्यावरच लेखन, वाचन करत असत. तिथंच झोपत असत. मी त्यांच्याकडं स्कॉचची बाटली घेऊन जायचो. ते त्यांच्या घरासमोरील 'अल्लाह बेली' या उपाहारगृहातून सोडा आणि बिर्याणी मागवायचे. मी त्यांच्या सहवासासाठी उत्सुक असायचो, कारण ते मला आजवर भेटलेल्या भारतीय लेखकांतले सर्वात विद्वान व्यक्ती होते.

अली सरदार यांची स्मरणशक्ती अद्वितीय होती. मी कुठल्याही उर्दू कवितेची एक ओळ म्हटली की, ते पुढं सगळी कविता म्हणून दाखवायचे. आणि त्यातल्या शब्दन् शब्दांचा अर्थ सांगायचे. त्या जोडीनं रूमी आणि हफिज ते गालिब आणि अल्लामा इक्बाल यांच्यापर्यंत सगळ्या पर्शियन कवींचे संदर्भ ऐकवत असत. मी

इक्बाल यांच्या 'शिकवा' आणि 'जवाब-ए-शिकवा'चं भाषांतर करायचं ठरवलं तेव्हा मी त्यांचं साहाय्य घेण्यासाठी मुंबईला गेलो होतो. दोन दिवस अली सरदार आणि सुलताना सकाळी लवकर मी राहिलो होतो त्या हॉटेलवर यायचे. आम्ही दुपारी जेवायची वेळ होईपर्यंत काम करायचो. त्याच दरम्यान रफिक झकेरिया पत्नी फातमा समवेत आमचं काम कसं चाललंय ते पाहायला यायचे. ते परत गेले की आम्ही पुन्हा कामाला लागायचो ते थेट सायंकाळी आमची मद्यपानाची वेळ होईपर्यंत काम करायचो.

मी अली सरदारना त्यांच्या कम्युनिझम बद्दल नेहमी टोकत असे. ते पक्षाचे सदस्य असल्यामुळं त्यांची अलीगढ मुस्लिम विद्यापीठातून हकालपट्टी झाली होती. (पुढं याच विद्यापीठानं त्यांना सन्मानानं डॉक्टरेट दिली) त्यांनी ब्रिटिश राजवटीत १८ महिने तुरुंगवास भोगला होता. पुढं स्वातंत्र्यानंतर मोरारजी देसाईंच्या काळात ते पुन्हा कारावासात होते. त्यांनी पक्षाचं सदस्यत्व सोडलं असलं तरी ते मार्क्सवादी तत्त्वांचे कट्टर समर्थक होते. एकीकडं ते नास्तिक असल्याचं जाहीरपणे सांगत, मात्र मोहर्रमच्या महिन्यात ते नेहमी काळा पोशाख परिधान करत. शिया मजलिसना (सभा) ना जात, मद्यापासून दूर राहात.

एकदा मी टीव्हीवर त्यांची मुलाखत घेत होते. त्यांना मी उर्दू काव्याबद्दल प्रश्न करणं अपेक्षित होतं. मी मात्र त्यांच्या इस्लाम आणि मार्क्सवाद या दोन्ही बाबतीतल्या परस्परविरोधी मतांविषयी प्रश्न उपस्थित केले. त्यांना ते आवडलं नव्हतं हे स्पष्ट दिसत होतं. ते उत्तरं देताना चाचरले. मुलाखत संपल्यानंतर त्यांनी माझ्यावर जाळ काढला. त्यांनी मला 'बास्टर्ड' वगैरे सगळं काही म्हणून घेतलं. माझी खात्री आहे, ते जर कम्युनिझम आणि सामाजिक प्रश्नांच्या विचारांत इतके गुरफटलेले नसते, तर ते कवी म्हणून आणखी तेजस्वी बनले असते.

ते दिल्लीला कामना प्रसाद यांच्या 'कहकशाँ' या समकालीन उर्दू कवींवरील मालिकेच्या चित्रीकरणासाठी आले होते तेव्हा माझी त्यांच्याशी बरेचदा भेट व्हायची. त्यानंतर ते कामनानी आयोजित केलेल्या 'जश्न-ए-बहार' या मुशायऱ्यात सहभागी होण्यासाठी आले होते. हा कार्यक्रम दरवर्षी, पाकिस्तानी आणि उर्दू कवींना मंचावर एकत्र आणण्यासाठी आयोजित करण्यात येत असे. त्यांच्या निधनाआधी काही महिने त्यांनी या मुशायऱ्याचं अध्यक्षपद भूषविलं होतं.

त्यांचं व्यक्तिमत्त्व छाप पाडणारं होतं : उंचेपुरे, सडपातळ देहयष्टीचे, डोक्यावर विस्कटलेल्या करड्या केसांचं टोपलं, गडद काळेशार चमकदार डोळे आणि सदैव सस्मित चेहरा. त्यांच्या आवाजानं श्रोते मंत्रमुग्ध होत असत.

ज्यावेळी भारत – पाक संबंध अत्यंत बिघडलेले होते त्यावेळी त्यांनी पाकिस्तानला शांतीचा संदेश दिला होता :

तुम आओ गुलशन- ए- लाहोर से चमन बर्दोश,
हम आये सुबह- ए- बनारस की रोशनी लेकर
हिमालय की हवाओं की ताजगी लेकर
और इसके बाद ये पूछें की कौन दुष्मन है?

तुम्ही फुलांनी बहरलेल्या लाहोरच्या उद्यानातून या
आम्ही बनारसच्या सुप्रभातीचे प्रकाशकण घेऊन येऊ
आणि उत्तुंग हिमालयातील ताजी टवटवीत वाऱ्याची झुळूक.
आणि मग.... आपण एकत्र मिळून विचारू,
"कोण आहे शत्रू?"

अली सरदार दुर्दम्य आशावादी होते. रूमींच्या "पृथ्वीवरच्या हिरवाईसारखंच आम्ही पण कधीही फुलणं थांबवणार नाही" या ओळींवरून स्फूर्ती घेऊन त्यांनीही त्यांची जीवनकथा (मेरा सफर) काही संस्मरणीय पंक्तींत मांडली आहे.

I am a fleeting moment
In the magic house of days and nights
I am a restless drop travelling eternally
from the flask of the past to the goblet of the future.
I sleep and wake, awaken to sleep again
I am the ancient play on the stage of time
I die only to become immortal
मी आहे एक क्षणभंगुर क्षण
दिवसरात्रींच्या जादूई घरकुलातला.
मी आहे एक बेचैन थेंब भूतकाळाच्या प्याल्यातून
भविष्याच्या चषकाकडं अथक प्रवास करणारा.
मी झोपी जातो, जागा होतो
जागा होतो पुन्हा झोपी जाण्यासाठी
मी आहे काळाच्या रंगभूमीवरील प्राचीन नाट्य
मी मरतो ते फक्त अमर होण्यासाठी.

२९ नोव्हेंबर १९१३ रोजी, उत्तर प्रदेशातील बलरामपूरमध्ये एका जमीनदार कुटुंबात जन्मलेल्या अली सरदार यांना त्यांच्या काव्य, लघुकथा, नाटकं आणि लेख अशा साहित्यसंपदेसाठी अनेक पुरस्कार लाभले. त्यांना मिळालेल्या पुरस्कारांत इक्बाल सन्मान, सोव्हिएट लॅन्ड नेहरू अॅवॉर्ड, ज्ञानेश्वर पुरस्कार आणि ज्ञानपीठ पुरस्काराचा समावेश आहे. या सर्वांपेक्षा मोठा पुरस्कार म्हणजे ते जिथं जातील तिथं

त्यांना चाहत्यांच्या प्रेमाच्या टाळ्या, आदर आणि आपुलकी लाभली. या बळावरच ते जीवनातल्या काटेरी काळात तरून गेले. त्यांना लाभलेलं प्रेम त्यांनी भरभरून परत केलं. त्यांनी कामनाच्या चार वर्षांच्या मुलीला– जियाला त्यांचा कवितासंग्रह दिला, त्यामध्ये त्यांनी 'प्यार' हा शब्द उर्दूमध्ये प्रत्येक ओळीत पाच वेळा असा वीस ओळींवर लिहिला आहे. हा त्यांचा जगाला अखेरचा संदेश होता.

□□

फैज अहमद फैज : मार्क्सवादी, प्रेमी आणि कवी

उत्तरी भारतातील शिया मुस्लिमांमध्ये दूरवरच्या प्रवासाला निघालेल्या व्यक्तीच्या बाहूवर मंतरलेला ताईत बांधण्याची प्रथा आहे. त्याला 'इमाम जमीन' म्हणतात. हा ताईत म्हणजे एखाद्या हातरुमालात चांदीचं नाणं किंवा नोट गुंडाळलेली असते. प्रवासाला निघालेल्या व्यक्तीच्या सुरक्षिततेसाठी प्रार्थनेचे चार शब्द उच्चारून हा रुमाल दंडाभोवती बांधतात. आकाशवाणीच्या उर्दू विभागात निर्माता म्हणून काम करणारे माझे मित्र महमूद हाश्मी यांचं मत आहे की, ख्रिस्तोफर या प्रवाशांच्या संरक्षक महात्म्यासारखंच मुस्लिमांमध्ये कवी इमाम जमीन यांना मानलं जातं. त्यांचं कुतुबमिनार परिसरातल्या अलाई दरवाजाच्या पूर्वेला दफन करण्यात आलं होतं. त्यामुळं ही प्रथा सतराव्या शतकानंतरची आहे. ही प्रथा फक्त शिया लोकांपुरतीच मर्यादित राहिली नाही, तर ती महाराष्ट्रातील सुन्नी मेमन लोकांमध्येही प्रचलित आहे. याच प्रथेची निरनिराळी रूपं हिंदू व शिखांमध्येही 'सिर वारना' सारख्या प्रकारांतून पाहायला मिळतात. 'सिर वारना' म्हणजे, एखादी बुजुर्ग व्यक्ती प्रस्थान ठेवणाऱ्या माणसाच्या माथ्यावरून पैसे ओवाळून, ते त्याला प्रवासखर्चाला देते. माझी आजी, (तिचं औदार्य एक रुपयापेक्षा जास्त क्वचित असायचं) एक फालतू गाणं म्हणायची :

रद्द बाली
दूर बाली
तोर ताई
रखे साई

त्याचा साधारण अर्थ असा
दुष्ट शक्ती पळो
इडापीडा टळो
तुझ्या इप्सित स्थानापर्यंत
देव तुझं रक्षण करो

या खेपेला मी परदेशी (जपान, कोरिया आणि हाँगकाँग) गेलो तेव्हा कुणीही

मला 'सिर वारना' केलं नाही किंवा माझ्या दंडावर 'इमाम जमीन' बांधला नाही, तरीसुद्धा माझ्या केसालाही धक्का लागला नाही. मला जे क्लेष झाले ते माझ्याच करणीमुळं - मी भोजन आणि मद्यावर आडवा हात मारल्यामुळे. मला तिथं बऱ्याच समारंभांला हजेरी लावायची होती आणि मी भरकटू नये म्हणून बायकोची माझ्यावर बहिरी ससाण्याची नजर होती. त्यामुळं मला करता येण्याजोगं फारसं काही नव्हतंच. त्यामुळं मन रमवण्याचं एकमात्र साधन होतं, चीनी व कोरियन खाद्यपदार्थांवर तडाखा देणं! त्यामुळं झालेली चरबीची कमाई थोडी रिती होईपर्यंत मला वजनकाट्यावर उभं राहण्याची भीती वाटत होती.

मी कबूल करतो, असं प्रथमच घडत होतं की, माझ्या देशात काय चाललंय याची गंधवार्ता नसण्याचं मला काही वाटत नव्हतं. मी परत आल्यावर मला यशवंतरावजींचं निधन झाल्याचं समजलं. मला व्यक्ती म्हणून त्यांच्याविषयी अत्यंत आदर व आपुलकी होती, पण राजकारणी म्हणून अत्यंत अल्प. माझ्या बऱ्याच महत्त्वाकांक्षी राजकारणी मित्रांना आगामी निवडणुकीत पक्षानं तिकीट नाकारलं होतं. त्यांपैकी काही जणांच्या बाबतीत मला वाईट वाटलं. मला सर्वांत वाईट वाटलं ते एक वृत्त समजल्यावर. २० नोव्हेंबरला मी टोकियोत मजा करत होतो त्यावेळी माझा मित्र फैज अहमद फैज लाहोरमध्ये अंतिम घटका मोजत होता.

मी वाय. बी. चव्हाण यांच्याबद्दल फारसं काही लिहिणार नाही, कारण यापूर्वी त्यांच्यावर बरंच लिहून आलं आहे. त्याऐवजी मी फैज यांच्याबद्दल लिहिणार आहे. कारण त्यांच्याविषयी माझ्याइतकं फारशा भारतीयांना माहीत असणार नाही. ते कॉलेजमध्ये माझ्या दोन वर्षं पुढं होते (आणि माझ्या पत्नीपेक्षा बरोबर पाच वर्षांनी मोठे, दोघांची जन्मतारीख एकच आहे). ते इंग्रजी आणि अरेबिकमध्ये 'मास्टर्स' करत होते. ते विद्यार्थी असूनही लाहोरच्या ॲस्थेटस क्लबच्या लक्षवेधी वर्तुळात असत. या क्लबमध्ये प्रोफेसर ए. एस. बोखारी (पत्रास), इम्तियाज अली ताज, तासीर आणि सुफी तबस्सूम अशी मंडळी होती. त्यांची आश्वासक कवी म्हणून ख्याती झाल्यानं त्यांना या वर्तुळात प्रवेश मिळाला होता. ते वयाच्या सोळाव्या वर्षापासून काव्यरचना करत होते. ते रसिकांसमोर सर्वप्रथम आले ते सियालकोटच्या मुरे कॉलेजमधल्या मुशायऱ्यात. या कॉलेजमधून ते पदवीधर झाले होते. या मुशायऱ्यात त्यांनी त्यांच्या काव्यपंक्तींची छाप उमटवली –

"लब बन्द है साकी, मेरी आँखों को पिला
वो जाम जो मिन्नतकश- ए- सेहबा नहीं होता."

(माझे ओठ बंद आहेत साकी, मी आणखी मद्य नाही मागत. माझ्या डोळ्यांना पिऊ दे).

पुढं काही वर्षांनी मी इंग्लंडहून परत येऊन लाहोरमध्ये राहू लागलो तेव्हा आमचा स्नेह पुन्हा जुळला. फैज भारतीय कम्युनिस्ट पक्षाच्या निर्देशानुसार ब्रिटिश लष्करात दाखल झाले होते. याच दरम्यान ॲलीस (तिच्या मोठ्या बहिणीनं तासीरशी विवाह केला होता) हरकिरत सिंग (ते पुढं 'जनरल' बनले) यांच्याशी विवाह करण्यासाठी भारतात आली. हरकिरत सिंग सॅन्डहर्स्ट मध्ये प्रशिक्षणार्थी जवान असताना त्यांचा वाङ्‌निश्चय झाला होता. मात्र तोवर हरकिरत एका शीख मुलीशी विवाहबद्ध झाले होते. ॲलीसचं काळीज विदीर्ण झालं. त्यातून सावरून तिनं फैज यांच्याशी लग्न केलं. त्यांना दोन मुली झाल्या- सलीमा आणि मुनीझा.

फैज कुणी 'लेडी-किलर' नव्हते. बुटक्या चणीचे, गव्हाळ-सावळ्या वर्णाचे फैज तेल माखून आल्यासारखे दिसत असत. ते मितभाषी, मृदुभाषी आणि शांत होते. प्रत्येक पार्टीत ते आकर्षणाचा केंद्रबिंदू बनत असत, ते त्यांच्या संभाषणानं नव्हे, तर त्यांच्या काव्यामुळं. हा अभिजात प्रतिभासंपन्न कवी कसलेही पूर्वग्रह, वांशिक अथवा धार्मिक भेदांपासून पूर्ण मुक्त होता. त्यांचे कित्येक जिवलग मित्र हिंदू आणि शीख धर्मीय होते. ते 'मानवतावादी' या शब्दाचे उत्तम उदाहरण होते. त्यांच्या व्यक्तिमत्त्वात बऱ्याच विसंगत बाबी होत्या. त्यांच्या लेखनात ते गरीब आणि पददलितांचा कैवार घेत असत, पण त्यांची स्वतःची राहणी अगदी राजेशाही होती. त्यांच्या रोजच्या उंची स्कॉचच्या आणि परदेशी सिगारेटच्या खर्चात एका कामगाराच्या आख्ख्या कुटुंबाचं महिन्याभराचं जेवण निघालं असतं. मात्र, तुरुंगवासात असताना त्यांनी या सुखसोयींवर अगदी सहजपणे पाणी सोडलं. ते तिथं देण्यात येणारा वाळका ब्रेड व पाणी यांवर राहत असत.

भारताच्या फाळणीनं फैज यांच्या मनावर खोल जखम केली. त्यांनी आपला जन्म ज्या ठिकाणी झाला, तिथंच राहण्याचा निर्णय घेतला असला तरी त्यांनी लोकांना विभागणाऱ्या सीमारेषा स्वीकारण्यास नकार दिला आणि ते अखेरच्या श्वासापर्यंत पाकिस्तानी, भारतीय आणि बांग्लादेशी राहिले. त्यांना वांशिक अथवा धार्मिक भेदाभेद आणि राष्ट्रांना विभागणाऱ्या रेषा सहन होत नसत. ते कम्युनिस्ट होते, पण भांडवलशहांमध्ये अधिक सहजपणे मिसळत असत. देवाचं अस्तित्व नाकारणारा हा माणूस सर्वांत जास्त पापभीरू होता.

पाकिस्तानची निर्मिती झाल्याबरोबर फैज खूप संकटात सापडले. त्यांनी 'पाकिस्तान टाइम्स'चे संपादक म्हणून अल्पकाळ काम केलं. त्याच दरम्यान त्यांना, सज्जाद जहीर व काही लष्करी अधिकाऱ्यांना अटक झाली. त्यांच्यावर देशद्रोहाचा आरोप ठेवण्यात आला होता. रावळपिंडी कटाच्या खटल्याचं काम सुरू होतं. त्यावेळी दिवसा न्यायालयात सरकारचं प्रतिनिधित्व करणारे मुख्य सरकारी वकील हबिबुल्ला

सायंकाळी तुरुंगात फैज यांना त्यांच्या रचना ऐकवायला येत असत. फैजना सात वर्षं कारावासाची शिक्षा झाली. हैदराबाद (सिंध)च्या तुरुंगात शिक्षा भोगत असताना ते प्रचंड आजारी पडले. त्यांना उपचारांसाठी कराची रुग्णालयात दाखल करण्यात आलं. तेथील अधीक्षक महिलेनं स्वत:ची नोकरी, प्रतिष्ठा आणि प्राण धोक्यात घालून फैजना रात्री स्वत:च्या घरी जेवायला आणि त्यांना हवी असेल ती सेवा पुरवण्यासाठी नेलं. त्या बदल्यात तिला फैज यांच्या रचना त्यांच्याच तोंडून ऐकायच्या होत्या. कारावासातील काळानं त्यांच्यातील कवीचं सर्वोत्तम दर्शन घडवलं. त्यांनी म्हटलं आहे, तुरुंगवास म्हणजे पुन्हा प्रेमात पडण्याचा अनुभव होता.

बुझा जे रूझाँ- ए- जिंदा तो दिल ये समझा है
की तेरी माँग सितारों से भर गयी होगी,
चमक उठे है सिलसिल, तो हम ना जान है
के ए सहर तेरी रूख पर बिखर गयी होगी

माझ्या कोठडीच्या खिडकीत प्रकाश मावळतो आणि
रात्र उमलते तेव्हा आठवतो
तुझा काळाशार केशकलाप
आणि भांगात लुकलुकणाऱ्या तारका.
मला बांधून ठेवणाऱ्या साखळ्या
उजेडात चमकतात तेव्हा
माझ्या नजरेसमोर तुझा चेहरा येतो,
सकाळच्या किरणांनी उजळलेला.

सरकार बदललं तेव्हा फैज यांची तुरुंगवासातून मुक्तता झाली. 'न्यू स्टेटस्‌म ॲन्ड नेशन' चे संपादक किंग्जस्ले मार्टिन दिल्लीत आमच्याकडं राहायला येण्याआधी फैजना भेटून आले होते. त्यांनी मला सांगितलं की, पाकिस्तानमध्ये माझ्या दृष्टीनं सर्वात संस्मरणीय प्रसंग म्हणजे फैज यांच्यासमवेत हीरा मंडीत जाण्याचा अनुभव. हीरा मंडी म्हणजे वेश्यावस्ती. त्या ठिकाणच्या मुलींनी फैज यांच्या गझलांनी त्यांचं मनोरंजन केलं आणि त्यांच्याकडून पैसे घेण्याऐवजी त्यांच्यावरच भेटवस्तू आणि शुभेच्छांची बरसात केली. फैज व्यभिचारी नव्हते, उलट ते कर्मठ धर्मनिष्ठ होते. ते वेश्यांचा आपल्या बहिणींप्रमाणे आदर करत असत. त्यांनी लिहिलं आहे, जीवन भिकाऱ्याच्या अंगावरच्या वस्त्रासारखं असतं, यातनांच्या ठिगळांनी भरलेलं.

फैज यांचा जसा एक पाय तुरुंगात असे आणि एक बाहेर, तसंच त्यांच्या

पाकिस्तानमधल्या वास्तव्याचंही होतं. माझे मित्र-पैगंबरवासी मन्झूर कादिर यांनी परराष्ट्र मंत्री असताना राष्ट्राध्यक्ष अयुब खान यांना पटवून दिलं की, फैज यांच्यासारख्या माणसाशी वागण्याचा सर्वोत्तम मार्ग म्हणजे त्यांचा सन्मान करून त्यांना मोठी नोकरी देणं. त्यानंतर फैज यांना 'नॅशनल कौन्सिल ऑफ आर्ट्‌स'चं अध्यक्षपद देण्यात आलं. त्यांना प्रशस्त बंगला मिळाला. त्यानंतर प्रेम सुनीतं रचली जाण्यापेक्षा स्कॉचच जास्त होऊ लागली. मला इस्लामाबादला आमंत्रित करण्यात आलं होतं, त्यावेळी ते दोन दिवस माझ्यासोबत राहण्यासाठी आले होते. त्यांनी आपण जेवणखाण वगैरे सगळं एकत्रच करायचं असं माझ्याकडून कबूल करून घेऊन हॉटेलमध्ये माझ्या खोलीसमोरची खोली घेतली होती. मी सकाळी त्यांच्या खोलीत गेलो, तेव्हा ते पीत होते. मी न्याहारी आटोपून, ठरलेल्या कामांसाठी बाहेर पडलो. दुपारी खोलीवर परतलो, तेव्हा ते पीत होते. त्यानंतर मी जेवून वामकुक्षी घ्यायला माझ्या खोलीत गेलो. संध्याकाळी मीही त्यांच्यासोबत मद्यपान केलं, जेवण घेतलं. ते अजूनही पीतच होते. त्यांची मैफल पहाटेपर्यंत सुरूच होती. त्यांच्या फालतू काव्यपंक्तींचा नमुना पाहा -

फैज अहमद फैज से बढ कर कोई शायर नहीं
जो चमन में रहकर रोज मारे वीराने की

पंजाबी वर्चस्व असलेल्या पाकिस्ताननं पूर्व विभागाला ज्या पद्धतीनं वागणूक दिली, भुट्टोंनी शेख मुजीबुर रहमानना ज्या युक्तीनं पंतप्रधानपदापासून दूर ठेवून, दुर्दैवी बंगाल्यांवर जनरल टिक्का खान यांचं लष्कर सोडलं, त्यामुळं फैज अत्यंत दु:खी झाले होते.

मी १९७१ साली भुट्टोंना ते राज्यप्रमुख झाले तेव्हा भेटायला गेलो होतो. जनरल टिक्का खान यांची मुलाखत घेतल्यानंतर मी फैज यांच्याकडं रात्री जेवायला गेलो होतो. त्यांच्याकडं आलेल्या पाहुण्यांत एक देखणी मुलगी होती. मी तिला भुट्टो, टिक्का खान अशा लोकांना भेटवावं म्हणून ती माझ्या मागं लागली होती. मी तिला समजावण्याचा प्रयत्न केला की, मी पत्रकार आहे आणि माझ्या दृष्टीनं चांगली किंवा वाईट माणसं नसतात, फक्त चांगला किंवा वाईट मजकूर असतो.

वादावादी कडवट होत गेली. फैजना आपला सूर आवडलेला नाही हे त्या मुलीनं जाणलं. तिनं अकस्मात तिचा सूर बदलला.

"मी माझ्या आगाऊपणाची भरपाई म्हणून तुमच्यासाठी गाणार आहे." तिनं सांगितलं.

त्यानंतर पुढं एक तास तिनं तिच्या अवीट गोड स्वरात फैज यांच्या गजला

म्हटल्या. ती गायिका म्हणजे नय्यरा, तिच्या या गीतांच्या ध्वनिफिती हजारोंनी खपल्या आहेत.

तीन वर्षांपूर्वी जगभरातल्या उर्दूप्रेमींनी फैज यांची सत्तरी साजरी केली. फैज भारतात आले होते तेव्हा जिथं जिथं ते गेले तिथं त्यांचं उत्साही स्वागत झालं. उर्दू वाचता न येणाऱ्या माणसांना त्यांच्या कविता तोंडपाठ होत्या. त्यांच्या आग्रहावरून फैज स्वतःची रचना सादर करू लागले की, समस्त रसिक त्या ओळी एका सुरात गायला सुरुवात करत होते. त्यांना लेनिन शांतता पुरस्कार, कमल पुरस्कार लाभला, त्यांच्यावर डॉक्टरेट्सचा वर्षाव झाला. अनेक सन्मान लाभले पण उपखंडातील लक्षावधी लोकांना प्रिय होतं ते त्यांचं व्यक्तिमत्त्व आणि त्यांचं काव्य.

फैजना मृत्यूची चाहूल आधीच लागली असावी असं मला वाटतं. नाहीतर त्यांच्या या अखेरच्या काव्यपंक्तींचा अर्थ दुसरा काय होतो?

अजल के हाथ कोई आ रहा है परवाना
ना जाने आज की फहरिस्त में रकाम क्या है

मृत्यूच्या हातात कसलंसं फर्मान आहे
आज त्या यादीत कुणाची नावं आहेत कुणास ठाऊक!

त्यांची काला कादिर या त्यांच्या जन्मगावी अखेरचे दिवस व्यतित करण्याची इच्छा होती. या गावाचं नाव फैजनगर असं नामकरण झालं आहे.

फैजना अनंताच्या प्रवासाला निघण्याआधी यापेक्षा उत्तम 'इमाम जमीन' तो कुठला?

□□

जी. एस. फ्रेजर : काव्य आदिग्रंथाचं

आपला भूतकाळातील एखादा मित्र काही वर्षांपूर्वीच वारला आहे, हे समजल्यावर कुणालाही काय वाटेल? साधारण महिनाभर जॉर्ज फ्रेजर आणि मी दररोज भेटत असू. मी त्यांच्यासमवेत कित्येक तास हस्तलिखितावर काम करत असे. काही शीख विद्वान मंडळींनी 'द सेक्रेड रायटिंग्ज ऑफ द सीख्स'चं भाषांतर केलं होतं. त्या भाषांतराचं परीक्षण करण्यासाठी फ्रेजर यांची शिफारस करण्यात आली होती. मी हे भाषांतराचं हस्तलिखित इंग्लंडला जाताना सोबत नेलं होतं. त्यानंतर मी जॉर्ज फ्रेजर यांच्याशी ओळख करून घेतली होती. जॉर्ज साहित्य समीक्षक म्हणून विख्यात होते आणि कवी म्हणूनही त्यांची थोडीफार ओळख होती. ते अगदीच बुजरे, निरुत्साही, बेंगरूळ पोशाखातले आणि आत्मविश्वासाचा अभाव असणारे होते. आत्मविश्वासाचा इतका अभाव मी यापूर्वी कधी पाहिला नव्हता. ते सतत सिगरेट पेटवत असत, अर्धी ओढून झाली की चुरगळून टाकत असत, पुन्हा पेटवत असत. एकदा मी फ्रेजर दाम्पत्याला डिनरला नेलं. तिथं मन्झूर कादिरही आले होते. ते त्यावेळी पाकिस्तानचे परराष्ट्रमंत्री या नात्यानं कुठल्याशा परिषदेला आले होते. जॉर्ज उच्चपदस्थांच्या उपस्थितीमुळे अतिशय अवघडून गेले होते. त्यांच्या तोंडून शब्दही फुटला नाही. अकस्मात आम्हाला काहीतरी जळत असल्याचा वास आला. म्हणून आम्ही गालिच्यानं कुठं पेट घेतला आहे का ते शोधू लागलो.

फ्रेजर यांच्या पत्नीला काय झालं असेल ते माहीत होतं. त्या म्हणाल्या, "जॉर्ज, तू पुन्हा तेच केलं आहेस!"

अस्वस्थ, बेचैन जॉर्जनी जळती सिगारेट पँटच्या खिशात ठेवली होती!

ते परीक्षणाचं काम पूर्ण झाल्यानंतरसुद्धा आम्ही पुढं बरेच महिने अधूनमधून निरुद्देश पत्रव्यवहार करत होतो. त्यांनी मला त्यांच्या कवितांचा संग्रह पाठवला होता. मी त्यांना डॉ. राधाकृष्णन यांची स्वाक्षरी असलेली 'द सेक्रेड रायटिंग्ज ऑफ द सिख्स' ची प्रत पाठवली होती.

(डॉ. राधाकृष्णन यांनी त्या पुस्तकाला प्रस्तावना लिहिली होती).

त्यानंतर आमचा परस्परांशी संपर्क तुटला.

गेल्या महिन्यात मी 'अ स्ट्रेन्जर ॲन्ड अफ्रेड : द ऑटोबायॉग्राफी ऑफ ॲन

इन्टेलेक्च्युअल' या पुस्तकाचं परीक्षण पाहिलं. पुस्तकाचे लेखक होते जी. एस. फ्रेजर. मला त्या परीक्षणात समजलं की, जॉर्ज यांचं तीन वर्षांपूर्वीच निधन झालं होतं. त्यांनी निवडलेल्या शीर्षकातून त्यांचं व्यक्तिमत्त्व प्रतित होत होतं.

त्यांच्या एका कवितेत त्यांनी कॉलेजमधल्या दिवसांबद्दल लिहिलं आहे :

And in December on the ballroom floor
The girls in flowering dresses swayed and whirled,
And no girl leant on my protective arm,
From all the height of speculation hurled,
I stood and hesitated by the door.

आणि डिसेंबर महिन्यात बॉलरूममध्ये
फुलपंखी पोशाखांतल्या मुली लहरत होत्या, गिरक्या घेत होत्या,
कुठलीच मुलगी माझ्या संरक्षक बाहूवर विसावली नाही.
कल्पनांच्या उंच हिंदोळ्यांवरून झर्रकन खाली येत
मी दाराशीच उभा राहिलो ओठंगून.''

मृत माणसाला सन्मानित करण्याचा जर कुठला मार्ग असेल, तर शीख समाजाचं जॉर्ज फ्रेजरना तो सन्मान देणं हे कर्तव्य आहे.... त्यांच्या कबरीवर 'सिरोपा' अर्पण करून.

असंच, आणखी एका माणसाच्या निधनाचं वृत्त दुर्लक्षिलं गेलं होतं. ते म्हणजे श्रीलंकेतील तम्बीमुत्तू. त्यांनी जी. एस. फ्रेजर यांच्या कविता सर्वप्रथम इंग्लंडमध्ये प्रकाशित केल्या होत्या.

तम्बी त्यांच्या कन्येसोबत गेल्या हिवाळ्यात दिल्लीत राहिले होते. त्यांच्या मनात भारतीय लेखक- कवींच्या रचना इंग्लंडमध्ये प्रकाशित करण्याच्या खूप योजना होत्या. गेल्या महिन्यात त्यांचं लंडनमध्ये निधन झालं. जॉर्ज फ्रेजर यांच्याप्रमाणेच ते सुद्धा गेले..... मानसन्मान, स्तुतिसुमनं यांविना.

□□

डॉमस्कीच्या आत्म्याला शांती लाभो!

मी फ्रँक आणि डॉम मॉरीस या पितापुत्रांना ओळखत होतो, इंग्लंडमध्ये आणि भारतातही. त्यांचा आणि माझा दीर्घकाळाचा परिचय होता. दोघांमध्ये बऱ्याच समान गोष्टी होत्या. दोघंही भारतात जन्मले होते. दोघंही जन्मानं रोमन कॅथॉलिक होते, पण ख्रिश्चनपण जपणारे नव्हते. दोघांचंही रंगरूप बहुतांश गोवेकरांसारखं काळं, पण दोघंही कोणत्याही भारतीय भाषेतला शब्ददेखील बोलत नसत. त्यांची मातृभाषा इंग्रजी होती. दोघांचंही इंग्रजी भाषेवर सारखंच प्रभुत्व होतं- फ्रँक त्यांच्या कारकिर्दीत भारतातले आघाडीचे पत्रकार होते आणि डॉम भारतातील सर्वोत्तम इंग्रजी कवी व गेय पद्यरचनाकार होते. दोघंही पट्टीचे मद्यपान करणारे होते : वडील 'लिव्हर सिरॉसिस'नं आणि मुलगा कर्करोगानं गेला, नि:संशय अतिरिक्त मद्यपानामुळं.

त्या दोघांच्याही आयुष्यांवर डॉमच्या आईच्या मनोरुग्णतेचं काळंशार मळभ दाटलेलं होतं. तिला मनोरुग्णांच्या इस्पितळात दाखल करावं लागलं होतं.

डॉमला आयुष्याच्या अगदी प्रारंभीच काव्यात रस निर्माण झाला होता. त्यानं वयाच्या एकोणिसाव्या वर्षी 'अ बिगिनिंग' हा पहिलावहिला कवितासंग्रह प्रसिद्ध केला. त्याला साहित्यातील हॉथोर्नडेन पुरस्कार लाभला होता. त्याच्या पहिल्या काव्यसंग्रहापासून ते त्याच्या पुढच्या सगळ्या लेखनसंपदेत त्याची थोरवी प्रकट झाली आहे. त्याची दोन आत्मचरित्रं, हिब्रूमधील साहित्याचा अनुवाद, कित्येक प्रवासवर्णनं, असं सगळं साहित्य अतिशय वाचनीय आहे. त्याचं मन मृत्यूविषयक विचारांनी व्यापलेलं होतं, ते विचार सतत त्याला झपाटून होते, त्याच्या मनोरुग्ण आईच्या आत्म्यासारखेच.

त्यानं हे विचार एका संस्मरणीय पद्यात व्यक्त केले आहेत.

Death will be an interruption of my days
Of all matters pertinent to me
And the private intimacies I have that cannot be taken away
It will interrupt my talks with my dead father of
Moribund friends and bent, witchlike tress;
And most of all interrupt what I have with her
who loves and saves me from my lost countries.

‘कलेक्टेड पोएम्स : १९५४-२००४’ या पुस्तकाच्या प्रस्तावनेत त्यानं लिहिलं आहे, “मी वयाच्या दहाव्या वर्षी कविता वाचायला सुरुवात केली. त्या वयात सुद्धा मला शब्दांची रचना, त्यांचा पोत यांविषयी सहज जाणीव होती.”

वयाच्या बाराव्या वर्षापासून त्यानं स्वत: लेखनाला प्रारंभ केला. त्यानं फ्रेंच आत्मसात केलं, ‘व्हिलन’ मूळ रूपात वाचता यावं यासाठी. काव्यप्रेमानं त्याची जीवनभर सोबत केली. मात्र, त्यानं १९६५ ते १९८२ इतका दीर्घ विश्राम घेतला होता. त्यानंतर मात्र तो अखेरच्या श्वासापर्यंत लेखन करत होता. म्हणजे असं म्हणावं लागेल की, सतरा वर्षं टिकून असलेला ‘रायटर्स ब्लॉक’ सरयू श्रीवत्स ला भेटल्यानंतर अखेर दूर झाला. त्यानं त्याचा काव्यसंग्रह तिला अर्पण केला आहे.

डॉम मॉरीस वाचणं सोपं नाही. त्याचं गद्य पारदर्शी आणि नादमय होतं तर, त्याचं काव्य काहीसं दुर्बोधतेकडं झुकणारं, बऱ्याच आधुनिक कवींच्या रचनांसारखं. त्याचे शब्द मनात घुमत राहतात, पण त्यांचा अर्थ समजून घेण्यासाठी त्याच्या कवितेची प्रत्येक ओळ दोन-तीनदा वाचावी लागते. ‘ट्विंकल ट्विंकल लिट्ल स्टार’ सारख्या साध्यासोप्या यमकांच्या कवितांवर वाढलेल्या लोकांना डॉमच्या कविता लक्षात राहायला अवघड वाटतील. त्याच्या रचनांत त्याच्या आईचा मानसिक आजार ही कल्पना पुन्हा पुन्हा आढळते, तसंच मृत्यू हा विषयही. त्यानं या विचारांतून सुटका मिळवण्यासाठी अतीमद्यपान आणि प्रेमाचा आसरा घेतला होता.त्याबद्दल त्यानं ‘अ लेटर’ मध्ये लिहिलं आहे –

My father hugging me so hard it hurt,
My mother mad, and time we went away.
We travelled, and I looked for love too young.
More travel, and I looked for lust instead.
I was not ruled by wanting; I was young,
And poems grew like maggots in my head.

माझी आणि डॉमची सर्वप्रथम लंडनमध्ये भेट झाली. त्यावेळी तो ऑक्सफर्डच्या जीझस कॉलेजात दाखल झाला होता. त्यावेळी मी लंडनमध्ये भारतीय उच्चायुक्त कार्यालयात होतो. मी नाईट्स ब्रिजमध्ये राहात असे. त्यावेळी डॉम अंध वेद मेहता सोबत माझ्याकडे येत असे. वेद त्याला डॉमस्की म्हणत असे, त्यामुळं तो आम्हा सर्वांसाठी डॉमस्की बनला. ते दोघंजण माझ्याकडं मद्यपानासाठी व रात्री जेवायला राहात असत. डॉमस्कीच्या धूम्रपानाचं अग्निहोत्र सदैव धगधगत असे. तोंडातली सिगारेट अर्धी ओढून झाली, की तो दुसरी पेटवत असे. तो त्याच्या काही कविता

वाचून दाखवत असे. एकदा त्यानं माझ्याकडून निघण्याआधी मला तीस पौंड उसने मागितले. मी ते त्याला दिले. त्यानंतर काही दिवसांनी त्याच्या वडिलांनी मला तीस पौंड रकमेचा चेक पाठवला. त्यानंतर हा रिवाजच बनला. ही जोडगोळी माझ्याकडं येत असे. डॉमस्की त्याच्या काही कविता वाचून दाखवत असे, काही पैसे उसने नेत असे, त्याचे वडील ते पैसे परत करत असत.

माझी डॉमस्की आणि वेद यांच्याशी खूपदा भेट झाली. ते दिल्लीला माझ्या घरी आले होते. दोघांनीही माझ्याविषयी लिहिलं होतं. वेदनं अंध असून सुद्धा माझ्या घराचं अगदी हुबेहूब वर्णन केलं होतं. माझी काळीभोर लांबसडक दाढी, माझ्या घरचे लोक जवळपास असताना, एका अमेरिकी मुलीच्या मांड्यांवरून प्रेमभरानं हात फिरवताना चकाकणारे माझे विषयासक्त डोळे यांविषयीही. डॉमस्कीनं माझं व्यक्तिमत्त्व उभं केलं होतं ते पुस्तकांच्या गराड्यातला एक विद्वान प्रोफेसर म्हणून. यांपैकी कुठल्याही वर्णनात सत्याचा लवलेशही नव्हता.

मी वेदपेक्षा डॉमस्कीला जास्त ओळखत होतो. एकदा डॉमस्की त्याच्या गोऱ्या इंग्रजी मैत्रिणीला घेऊन आला होता. डॉमस्कीनं लीला नायडूशी लग्न केल्यानंतर मी त्याला आणखी ओळखू लागलो. मी लीलाला ती पॅरिसमध्ये शाळकरी मुलगी असल्यापासून आणि त्यानंतर सौभाग्यवती ओबेरॉय म्हणून (तिला जुळ्या मुलीही होत्या) ओळखत होतो. डॉमस्की आणि लीला बालमित्र होते आणि अगदी परस्परांसाठी घडवलेले. मी हाँगकाँग मध्ये त्याच्यासोबत राहिलो होतो. त्यावेळी तो आर. व्ही. पंडित यांच्या 'एशिया मॅगेझिन'चं संपादन करत होता. एकदा पंडितांनी मला सांगितलं, एकदा मी डॉमस्कीच्या ऑफिसमध्ये घुसून, त्याच्या टेबलाचं वरचं ड्रॉवर उघडून, त्यातून स्कॉचची बाटली काढून खिडकीतून बाहेर भिरकावली होती. पंडितांनी डॉमस्कीशी निष्फळ वादावादी केली. अखेर त्यांना डॉमस्कीला कडक शब्दांत सुनवावं लागलं. डॉमस्कीच्या शब्दकोशात 'शिस्त' हा शब्दच नव्हता.

मी मुंबईला परत आलो तेव्हा डॉमस्कीला गोव्याच्या डेम्पो या 'शिपींग आणि मायनिंग' व्यवसायातील कंपनीकडून काम मिळालं होतं. डॉमस्कीनं गोव्यावर अतिशय सुंदर पुस्तक लिहिलं होतं, त्यामध्ये डेम्पो परिवार अथवा त्यांच्या कार्याशी संबंधित एक शब्दही नव्हता. मला ही उणीव भरून काढण्यासाठी काही पानं लिहावी लागली होती. त्यानंतर त्याला मध्यप्रदेश सरकारकडून त्यांच्या कामगिरीबद्दल पुस्तक लिहिण्याचं काम मिळालं. त्यानं मध्य प्रदेशाच्या ग्रामीण भागाबद्दल – त्याला भेटलेले शेतकरी, लहानलहान अधिकारी यांच्याबद्दल अतिशय काव्यात्म भाषेत लिहिलं. सरकारला त्यामध्ये वस्तुस्थिती आणि आकडेवारीचा तपशील असणारी पुरवणी जोडावी लागली. मी त्यानं अमेरिकी दूतावासाच्या 'स्पॅन' या

मासिकासाठी राजस्थानवर लिहिलेला लेख वाचला होता. शब्दांचं इतकं राजस लेणं असणारं दुसरं काही आजवर माझ्या वाचनात आलेलं नाही.

डॉमस्की जन्मानं इथला असला, त्याचा रहिवासी दाखला सुद्धा भारतीयच असला तरी, तो इथल्या मातीपासून दूर होता. तो 'स्कॉटिश हायलँडर' होता. एकदा ईद-उल-फित्रचा दिवस होता. मुस्लिम भाविकांचे जथ्थेच्या जथ्थे मशिदीतून बाहेर पडत होते, रस्त्यावर नमाज पढत होते. डॉमस्की त्या नमाज पडणाऱ्या त्या भाविकांच्या रांगांतून वाट काढत सरळ घरी चालत गेला. हे त्याचं वागणं अगदी विचित्र होतं.

डॉमस्कीला बरीच कामं मिळाली. त्यांपैकी एक म्हणजे श्रीमती इंदिरा गांधी यांचं चरित्र लिहिण्याची कामगिरी. डॉमस्की व लीला त्यांना नियमित भेटत असत. मी श्रीमती जी (तो इंदिरा गांधींचा उल्लेख असा करत असे) यांना, तुम्ही डॉमस्कीशी संवाद कसा काय साधलात असं विचारलं, कारण इतकी चांगली संधी असतानासुद्धा याचं बोलणं तोंडातल्या तोंडात, दुसऱ्याला जेमतेम ऐकू येण्याइतपत.

त्यावर त्या उत्तरल्या, ''लीला मला सगळ्या गोष्टींचा अनुवाद करून सांगते.''

ते चरित्र प्रसिद्ध झालं. ते श्रीमती जी यांना भेट देण्यात आलं. त्यानंतर काही दिवसांनी डॉमस्की आणि लीला त्यांना भेटायला गेले तेव्हा त्यांना उत्तम कामाबद्दल त्यांचे आभार मानले जाणं अपेक्षित होतं. पण तसं घडलं नाही. उलट श्रीमती जी यांनी त्यांना उद्धट वागणूक दिली आणि त्या तिथून संतापानं निघून गेल्या. श्रीमती जी यांनी मित्रत्वाचं नातं जोडलेल्या लोकांना अशी वागणूक देण्याचा विकृत आनंद मिळवला. डॉमस्की आणि लीला प्रचंड हादरले होते.

डॉमस्कीनं लीला नायडूशी फारकत घेऊन सरयू श्रीवत्सशी भावबंध का जोडले, ते मला कधीही समजलं नाही. तोवर आमच्या दोघांमध्ये जेमतेम संवाद उरला होता. पेंग्विन व्हायकिंगचे डेव्हिड दाविदर यांनी त्याच्यापुढं एकदा हा विषय काढला होता, त्यावर त्यानं दिलेलं उत्तर डेव्हिडनी मला सांगितलं होतं. ते म्हणाले, ''त्याचं उत्तर अगदी त्याला साजेल असंच होतं. तिचे उरोज इतके सुंदर आहेत...''

त्याच्या जीवनात सरयूचं आगमन झाल्यानंतर तो प्रेमाविषयी लिहू लागला, पण मृत्यू या विषयाचं स्थान अढळ राहिलं. तो तिच्या कधी प्रेमात पडला ते आम्हाला माहीत नाही. त्याबद्दल त्यानं त्याच्या 'फॉर्टीन इयर्स' या कवितेत लिहिलं आहे.

Fourteen years, the same mixture
As when first I met her;
...Her breasts always ready;
Mindmarks and handmarks on each other;

I study the landmarks on each other;
I study the landscape of her body
As architect, husband, and brother

त्यांचे प्रेम तसंच गाढ असल्याची तो खात्री देतो,
Under our feet the harsh subcontinent
Where you and I were born,
...Eight years I have inhabited your weather,
The clear and darker seasons of your mind.
We have been more than married. It was meant.
We've lived in each other. It was meant to be.

मी त्याला अखेरचं पाहिलं ते नीमराना फोर्ट मधल्या लेखक परिषदेत, त्याच्या जोडीदारणीसमवेत. तो तसाच दिसत होता. पोरगेला चेहरा, सदैव सस्मित, चष्मा नाकाच्या मध्यावर उतरलेला, ओठांशी सिगारेट लटकलेली. मला सरयूचे उरोज फारसे बघता आले नाहीत, पण एक गोष्ट लक्षात आली, ती म्हणजे ती भारतीय स्त्रीचं शंभर टक्के मूर्तिमंत रूप आहे. डॉमस्कीच्या आयुष्यातील याआधीच्या स्त्रिया गोऱ्या अथवा अर्ध-युरोपी होत्या. शिवाय, सरयू त्याच्या लेखनकलेतही त्याला अनुरूप होती. त्या दोघांनी काही पुस्तकं एकत्र लिहिली आहेत. त्यानं तिच्याविषयी "माझी सर्वात जिवलग, माझी सर्वात कठोर समीक्षक" असं म्हटलं आहे.

डॉमस्कीला कर्करोग झाला होता. पण त्यानं किमोथेरपी घेण्यास नकार दिला. तो जीवनाच्या अंतिम रेषेपर्यंत लवकर पोचण्याच्या आनंदात गुंग होता, आपल्या मनोरुग्ण आईच्या घिरट्या घालणाऱ्या भुतासमवेत.

From a heavenly asylum, shrivelled Mummy,
glare down like a gargoyle at your only son.
...That I'm terminally ill hasn't been much help.
There is no reason left for anything to exist.
Goodbye now. Don't try to meddle with this.

२ जून २००४ बुधवारी सायंकाळी डॉम मॉरीसचा मुंबईत झोपेत असताना मृत्यू झाला. ज्या ठिकाणी त्याचा जन्म झाला, जिथं तो राहिला, पण तिथला कधीही बनला नाही, अशा ठिकाणी.

□□

किशनलाल : काव्य आणि दही भल्ले

किशनलाल माझ्या जीवनात प्रवेशले त्याला दहा वर्षांहून अधिक काळ लोटला असेल. मला त्यांच्याविषयी काही माहिती नव्हतं. त्यांनीच मला ते मथुरा रोडवरील हॉटेल 'राजदूत'चे मालक असल्याचं सांगितलं. त्यानंतर ते दर आठवड्यात दोनदा मला भेटायला येत असत. दोन्ही वेळा येताना ते माझ्यासाठी हॉटेलमधून खाद्यसामग्री घेऊन येत असत. दुपारच्या जेवणासाठी दही भल्ले आणि रात्रीच्या जेवणासाठी मासे अथवा चिकन. ते दुपारी फोन करून एखाद्या कुशल उपाहारगृहचालकाप्रमाणे मला पदार्थ कसे वाटले; आवडले का, हे विचारत असत. त्यांच्याकडचे दही भल्ले म्हणजे मी आजवर चाखलेल्यांपैकी सर्वोत्तम असत. दही आणि भल्ल्यांचा सुरेख संगम. सोबत, केळी, आलं, सुंठ आणि इतर मसाल्यांचा स्वाद.

मी त्यांना विचारलं, ''तुम्ही नेहमी मला पदार्थ आवडले का, हा प्रश्न का विचारता?''

''कारण जर तुम्हाला एखादा पदार्थ आवडला तर मी आचाऱ्याला बक्षीस देतो. तुम्हाला एखादा पदार्थ नाही आवडला, तर मी त्याला काहीही देत नाही.''

त्यामुळं त्यांच्याकडून आलेल्या प्रत्येक पदार्थाचं कौतुक करण्यावर माझा कटाक्ष असे.

किशनलाल आणखी एका माणसाला आठवड्यातून दोनदा भेटत असत. ती व्यक्ती म्हणजे फली नरिमन. ते त्यांचे वकील होते, त्यांची मैत्रीही जुळली होती.

''तुम्हाला सांगतो, किशनलाल काय बोलतात, त्यातला शब्दही मला कळत नाही'', नरिमननी माझ्यापाशी कबुली दिली होती. ते खरं होतं. त्यांचं बोलणं म्हणजे पुटपुटणं आणि गुळण्या केल्यासारखी खुळखुळ यांचं मिश्रण असायचं. त्याचा नरिमन यांच्यापेक्षा मला जास्त त्रास होत असे. कारण किशनलालना उर्दू काव्याचं प्रचंड वेड होतं. ते मला अतिशय आवडीनं कविता ऐकवत असत. बहुतेकवेळा ते पहिली ओळ म्हणायचे आणि माझ्यापुढं दुसरी ओळ म्हणून दाखवायचं आव्हान ठेवायचे. मी त्यांच्या परीक्षेत क्वचितच उत्तीर्ण होत असे. त्यांचे आवडते कवी होते बहादूर शाह जफर.

किशनलालना इंग्रजी चांगलं बोलता येत नसे, पण ते कबूल करणं त्यांना

अजिबात आवडत नसे. मी लिहिलेलं प्रत्येक पुस्तक मी त्यांना द्यावं असा त्यांचा आग्रह असे. मग आमच्या पुढच्याभेटीत ते मला विजयानंदानं सांगत असत. "मी अमूक-अमूक पानापर्यंत आलो आहे. तुम्ही अगदी 'रंगीला' असला पाहिजे!"

किशनलाल स्वकष्टावर पुढं आले होते. त्यांनी छोट्या कॉफी शॉप पासून सुरुवात केली, ते पुढं लष्करी कॅन्टीनचे कंत्राटदार बनले. (तिथं त्यांनी लॉर्ड माऊंटबॅटन यांनासुद्धा सेवा पुरवली होती.) त्यानंतर त्यांनी मथुरा रोडवर जमीन घेतली आणि राजदूत हॉटेल बांधलं. या हॉटेलची तिथल्या पाकसिद्धीसाठी आणि कामुक कॅबरेसाठी ख्याती पसरली होती. या हॉटेलनं किशनलाल गबर श्रीमंत झाले. त्यांनी शेत विकत घेतलं, स्वतःचं फार्महाऊस बांधलं.

दोन वर्षांपूर्वी किशनलाल पडले, त्यांचा एक गुडघा दुखावला तरीही त्यांचा आठवड्यातून दोनदा येण्याचा शिरस्ता चुकला नाही. त्यांच्या अखेरच्या भेटीआधी काही दिवस त्यांनी मला इंग्रजीत सांगितलं, "आय ॲम एटी."

"तुम्हाला माझ्या बरोबरीला यायला अजून दहा वर्षं बाकी आहेत" मी आनंदानं त्यांना प्रतिसाद दिला.

त्यांनी हताशपणे हवेत हात उडवून मला जौक मधल्या ओळी ऐकवल्या.

लाये हयात, आये काजा,
ले चले चले.
अपनी खुशी ना आये हम,
ना अपनी खुशी चले.

जन्माला आलो,
आता मृत्यू दाराशी उभा आहे.
मी आलो ते स्वखुशीनं नाही,
निघालोय ते स्वतःच्या मर्जीनं नाही.

७ जून २००४. सोमवार होता. मी कसौलीत होतो. सकाळीच माझ्या मुलीचा फोन आला. 'राजदूत' हॉटेलमधून कुणाचातरी फोन आला होता, किशनलाल गेले, आजच त्यांच्यावर अंत्यसंस्कार होणार आहेत.

किशनलाल प्रकरण इथंच संपलं नाही. काही दिवसांनी माझ्या स्तंभात त्यांच्याविषयीचा मजकूर वाचून फली नरिमननी मला चिठ्ठी पाठवली.

"आपली पुन्हा भेट होईपर्यंत दही भल्ले नाहीत..."

"खुशवंत, माझ्या बाबतीतसुद्धा असंच आहे... अतिशय सुंदर, काळजाला भिडलं. बापसीला आणि मला त्यांच्या सकाळच्या 'गुळण्यां'ची फार आठवण होते."

गॅब्रियल गार्सिया मार्क्वेझ या कोलंबियन कादंबरीकारानं कुठंतरी स्वप्नाविषयी लिहिलं आहे – "१९७० च्या दशकाच्या प्रारंभी, बार्सिलोनामधल्या पाच वर्षांच्या वास्तव्यानंतर मला एक नवा अर्थ समजावणारं स्वप्न पडलं. स्वप्नात मी स्वतःच्याच अंत्यसंस्कारांना उपस्थित होतो. मित्रांच्या घोळक्यासोबत मीही चालत होतो. गंभीर, शोकात्म चेहऱ्यानं, पण उत्सवी मूडमध्ये. आम्ही सर्वजण एकत्र आल्यामुळं आनंदात होतो आणि मी सगळ्यात जास्त आनंदात होतो, कारण मृत्यूनं मला लॅटिन अमेरिकेतील माझ्या जुन्या, सर्वांत प्रिय मित्रांना भेटण्याची सुंदर संधी दिली होती... या मित्रांना भेटून किती काळ लोटला होता! अंत्यसंस्कार झाल्यानंतर सगळे मित्र परत जाऊ लागले, तेव्हा मी सुद्धा जाण्याचा प्रयत्न केला, पण त्यातल्या एकानं मला अगदी करारीपणे जाणीव दिली की, "आता तुझ्यालेखी पार्टी संपली आहे. "तू फक्त जाऊ शकत नाहीस", तो म्हणाला. "त्यावेळी मला कळून चुकलं की, मरणं म्हणजे मित्रांच्या सहवासाला कायमचं मुकणं."

लालाजींनी आम्हाला सोडून जाण्यातलं खरं दुःख हे असावं. मला खात्री आहे, त्यांच्या दृष्टीनंही मरणं म्हणजे मित्रांच्या सहवासाला कायमचं मुकणं. आम्हाला कधीही कळणार नाही. पण त्या दोघांना त्यांची सदैव आठवण राहील. त्यामुळं लालाजींच्या चेहऱ्यावर समाधानी हास्य फुलेल... आणि अशा वेळी नेहमी त्यांचे डोळे भरून येतात.

किशनलालना वाहिलेल्या त्या श्रद्धांजलीचं फळ मोठं सुंदर मिळालं. त्यांच्या मुलानं प्रेममोहन कालांतरानं मला पत्र लिहून कळवलं की, माझ्या वडिलांच्या काळातल्याप्रमाणेच आठवड्यातून दोनदा दही-भल्ल्यांचा रिवाज यापुढंही सुरू राहील.

त्यानं लिहिलं होतं,

आदरणीय सर,

गेली कित्येक वर्षं मी माझ्या वडिलांकडून तुमच्या घरच्या भेटींबद्दल ऐकत आलोय. तसंच त्यांच्या आणि तुमच्या मैत्रीपूर्ण गप्पांबद्दलही, तुमच्याबद्दल आजवर इतकं ऐकलं आहे की, तुम्हाला प्रत्यक्ष भेटण्याचं सुयोग लाभला नसला तरी आम्ही तुम्हाला चांगलं ओळखतो.

माझे वडील अंतिम समयी दवाखान्यात होते, त्यावेळी ते मला मोठ्या प्रेमानं सारखे विचारत असत, "सध्या सरदार खुशवंत सिंगजी कुठं आहेत?" आणि मी त्यांना तुम्ही गावाला गेल्याचं सांगायचो. माझ्या उत्तरावर ते थोडावेळ गप्प बसत असत, पण त्यांचं त्या उत्तरानं समाधान व्हायचं नाही. त्यानंतर ते मला तुमचा सर्वांत अलीकडचा लेख वाचलास का, असं विचारत राहायचे.

शेवटच्या दोन दिवसांत, अतिदक्षता विभागात असतानासुद्धा ते आम्हाला

'हिंदुस्तान टाइम्स' आणायला लावत आणि मला किंवा माझ्या पत्नीला वाचून दाखवायला सांगत.

तुम्ही माझ्या वडिलांवर इतक्या आपुलकीनं प्रेम केलंत, त्यांच्याशी मैत्रीचे रेशमी बंध गुंफलेत, त्याबद्दल मी तुमचे मनापासून आभार मानतो. त्यांच्या सूचनेनुसार, त्यांनी जीवनभर ज्या परंपरा सुरू केल्या त्या तशाच पुढं सुरू राहणार आहेत. त्या परंपरा कायम राखण्याचा माझा विनम्र प्रयत्न राहील. त्या परंपरा पाळण्याचा मला सन्मान लाभू दे, त्यामुळं लालाजींना स्वर्गात खूप आनंद हाईल. तुम्ही मला आमचे दही भल्ले त्यांच्या काळातल्यासारखेच स्वादिष्ट आहेत का ते सांगितलंत तर मी आपला कृतज्ञ होईन.

मी नजिकच्या काळात तुम्ही परवानगी दिलीत तर आणि जेव्हा सांगाल तेव्हा आपल्याला भेटायला नक्कीच येईन.

आपला सादर कृतज्ञ,
प्रेममोहन कालरा
किशनलाल कालरांचा मुलगा

□□

योगी भजन : खालसा ध्वज अर्ध्यावर

मला बऱ्याच संतमहात्म्यांना भेटण्याचं भाग्य लाभलं. त्यांपैकी एक व्यक्ती मला सर्वांत अनाकलनीय वाटली. ती म्हणजे हरभजन सिंग. 'योगी भजन' या नावानं ते प्रसिद्ध आहेत. त्यांचं अमेरिकेत न्यू मेक्सिकोमधील ईस्पॅनोला मधल्या त्यांच्या घरी हृदय बंद पडून निधन झालं. तो दिवस होता ७ ऑक्टोबर २००४. ते पंचाहत्तर वर्षांचे होते.

हरभजन यांचा जन्म २६ ऑगस्ट १९२९ रोजी एका छोट्या खेड्यात झाला. हे खेडं आता पाकिस्तानात आहे. त्यांचे वडील डॉक्टर होते. फाळणीनंतर त्यांचं कुटुंब भारतात आलं. त्यांचं शालेय शिक्षण डलहौसी मध्ये झालं. अर्थशास्त्राची पदवी घेतल्यानंतर त्यांनी सरकारी नोकरी धरली. त्यांची पालम विमानतळावर कस्टम अधिकारी म्हणून नेमणूक झाली. शरीरसंपदा उत्तम राखणं आणि खेळ (हॉकी व फूटबॉल) यांचं त्यांना सदैव वेड होतं. शिवाय त्यांनी योगसाधनाही केली. ते कुंडलिनी योग तज्ज्ञ बनून इतरांनाही शिकवत असत. नोकरीत त्यांच्यावर संशयाचं सावट घेरून आलं, त्यांची खातेनिहाय चौकशी सुरू झाली. त्याला तोंड देण्याऐवजी ते १९६८ साली कॅनडाला गेले आणि त्यांनी तिथं टोरान्टो मध्ये योग शिक्षक म्हणून जम बसवला. टोरान्टोहून ते अमेरिकेत कॅलिफोर्नियाला गेले. त्यानंतर त्यांनी कधीही मागं वळून पाहिलं नाही. ते जिथं गेले तिथं त्यांनी शीख धर्म व कुंडलिनी योग यांच्या विलक्षण मिश्रणाची शिकवण दिली. ते याला 'थ्री एच ओ' म्हणत असत, म्हणजेच – हेल्दी, हॅपी, होली ऑर्गनायझेशन – आरोग्यसंपन्न, आनंदी, धार्मिक संघटना. त्यांनी चौथे गुरू रामदास, अमृतसरचे शिल्पकार यांना गुरुस्थानी आदर्शवत मानलं होतं. खरं तर अखेरचे गुरू गोविंद सिंग या झुंजार लढवय्यानं खालसा पंथाची स्थापना केली, पण योगींच्या धार्मिक शिकवणीत त्याविषयी ठळक उल्लेख नव्हता. त्यांच्या 'थ्री एच ओ खालसा' पंथवाल्यांना संपूर्ण शाकाहाराची शिकवण होती. लवकरच योगी भजन यांच्या अमेरिकी शिखांचा संप्रदाय उदयाला आला. हे सर्वजण गोरे होते. पांढरं पागोटं, लांब रुळणारी दाढी, कुर्त्या-पायजम्यातले पुरुष आणि केसांचा उंच अंबाडा घालून तो पांढऱ्या कापडानं गुंडाळलेल्या स्त्रिया. त्यांनी शीख नावं धारण केली होती,

त्यासोबत 'खालसा' ही जोडलेलं असायचं. अवघ्या काही वर्षांत या संप्रदायातील सदस्यांची संख्या हजारोंनी वाढली. त्यांनी स्वत:ची गुरुद्वारा उभारली, ते गुरबानी म्हणायला, कीर्तन गायला शिकले. कधीकधी योगी त्यांच्या गोऱ्या शिष्यांना चार्टर्ड विमानांतून पंजाबच्या तीर्थयात्रेला आणत असत. भारतीय शिखांना आपल्या गुरूंची शिकवण परदेशी भूमींत रुजताना पाहून फार आनंद झाला. योगी (पुढं त्यांना 'सिंग साहिब' असं आदरानं म्हटलं जाऊ लागलं) हे खालसा ध्वज परदेशी भूमीवर रोवणारे अग्रणी ठरले.

योगी भजन व्यवसायाच्या बाबतीतही अत्यंत चतुर होते. त्यांना आरोग्यदायी आहार उद्योगात धुमाकूळ घातला होता. त्यांनी शाकाहारी उपाहारगृहांची शृंखला सुरू केली. या ठिकाणी फक्त सेंद्रिय खतांवर वाढवलेल्या भाज्यांचे पदार्थ उपलब्ध होते. त्यांचा पंजाबी पाककृतींवर आधारित 'योगी हर्बल टी' मी चाखलेल्या कोणत्याही चवदार, सर्दीनाशक चहासारखाच होता. त्यांच्या काही उत्पादनांची नावं मोठी मनोरंजक होती. च्युइंगगमचं नाव होतं – 'वाहगुरू च्यू'

त्यांचा सर्वांत नवा उपक्रम होता. अमेरिकी सरकारच्या अतीसुरक्षा व्यवस्थेसाठी रक्षक पुरवण्याचा उद्योग.

मी योगी भजनना खास आमच्या भेटीसाठीच आयोजित केलेल्या एका डिनर पार्टीत भेटलो. वॉशिंग्टनमध्ये कोट्यधीश असामी नानक कोहली यांच्या घरी ही पार्टी होती. योगींचं ॲमेझॉनी गोऱ्या शिष्यीणींच्या ताफ्यासह आगमन झालं. इतकी वर्षं योगसाधना करणारा माणूस ढेरपोट्या असल्याचं पाहून मला आश्चर्याचा धक्का बसला. त्याचबरोबर, साध्या राहणीचा आनंद घेणाऱ्या या माणसाच्या बोटांत मौल्यवान रत्नजडित सोन्याच्या अंगठ्या होत्या. शिवाय ते भरपूर खादाडही दिसत होते. त्यांच्या एका भारतीय शिष्येनं खास स्वत:च्या हातची त्यांची आवडती भेंडीची भाजी आणली होती. त्यांनी त्या भाजीवर ताव मारला.

मी 'द वॉशिंग्टन पोस्ट' मधल्या दोन अमेरिकी पत्रकारांना सोबत आणलं होतं. त्यांनी योगींच्या जीवनकार्याविषयी काही लिहावं या उद्देशानं. त्यांनी योगींना थोडे तपशिलात प्रश्न विचारले. त्यांच्या उत्तरांची त्या पत्रकारांवर छाप पडली नाही. योगींनी मला त्यांच्या गुरूमुखीत लिहिलेल्या पाच पुस्तकांचा संच भेट दिला आणि शीख प्रतीक खड्ग-कृपाणाची छोटी सुवर्ण प्रतिकृती.

योगीजी म्हणजे गूढ रसायन होतं. भारतातून कॅनडाला जाण्याचं विमान तिकीट काढण्यासाठी त्यांनी एका माणसाकडून दहा हजार रुपये उसने घेतले होते. वीस वर्षांनंतर, ते एकदा भारतात आले होते, त्यावेळी त्या माणसाच्या मुलीनं त्यांना त्या पैशाचं स्मरण दिलं. आता ते पैसे तिला मिळणार होते. एव्हाना योगीजी चांगले भरपूर श्रीमंत झाले असल्यामुळं त्यांनी ते पैसे व्याजासह परत करावेत अशी

त्या मुलीची अपेक्षा होती. मात्र तिला ते पैसे परत मिळण्याऐवजी चपराक बसली.

"तू चाळिशी ओलांडलीस पण अजून मोहजालात अडकलेली आहेस," असं म्हणून योगीजींनी तिला आशीर्वाद दिला.

योगी भजन यांनी पश्चिमेत शीख धर्माचा झेंडा रोवला ही गोष्ट कुणीही नाकारू शकत नाही. वयाच्या पंच्याहत्तराव्या वर्षी (आरोग्यसंपन्न आहाराचं 'फॅड' असणाऱ्या व योग शिकवणाऱ्या व्यक्तीच्या दृष्टीनं हे काही फार दीर्घायुष्य नव्हे) त्यांच्या निरोप घेण्यानं खालसा पंथी आपला ध्वज अर्ध्यावर उतरवून शोक प्रकट करतील.

योगी भजन यांचा वारसा कितीकाळ राहील हे सांगणं कठीण आहे. त्यांनी अमेरिकेत व पंजाबमध्ये काही शाळा व संस्था सुरू केल्या आहेत. त्यांच्या पश्चात पत्नी, दोन मुलगे व एक मुलगी आहे. मात्र त्यांचं झगमगतं वलय यातल्या कुणालाही नाही. त्यांनी कुणीही वारसदार नेमलेला नाही.

□□

प्रोतिमा बेदी : तिला तीव्र जीवनलालसा होती

प्रोतिमा गुप्ताचा जन्म १९४९ साली दिल्लीत झाला. तिचे वडील छोटे व्यापारी होते. त्यांच्या 'बनिया' पित्यानं त्यांना काळ्या, बंगाली बाईशी लग्न करण्याबद्दल घरातून हाकलून दिलं होतं. त्यानंतर त्यांनी भारतातल्या निरनिराळ्या शहरांत नशीब आजमावलं, पण सर्वत्र अपयशच आलं. त्यानंतर ते पुन्हा घरच्या व्यवसायात रूजू झाले. त्यांना चार मुलं झाली – तीन मुली व एक मुलगा. प्रोतिमा त्यांची दुसरी मुलगी, सर्वात कमी लाडकी. प्रेमापासून वंचित बालपण वाट्याला आल्यानं ती बंडखोर बनली. ती हुशार होती, अभ्यासात तिनं चांगली चुणूक दाखवली होती. तिच्या आयुष्याच्या शब्दकोशात 'नाही' आणि 'पश्चात्ताप' या शब्दांना जागाच नव्हती. ती तिची आकांक्षा बाळगणाऱ्या कुणाही पुरुषाला नाही म्हणू शकली नाही – ती अतिशय हवीहवीशी वाटणारी आणि अतिशय चैतन्यदायी स्त्री बनली. बहुतेकशा पुरुषांना तिचा मोह टाळता आला नाही आणि तिलाही कुठल्याही भावनिक अगर शारीरिक अनुभवाचा पश्चात्ताप झाला नाही. तिला गुपितं राखणं हे खोटारडेपणाचं वाटत असे. त्यामुळं तिनं सर्वांना सगळ्या गोष्टी खुलेपणे सांगितल्या, नवऱ्याबद्दलच्या आणि तिच्या जीवनात एकापाठोपाठ आलेल्या प्रेमिकांबद्दलही. तिनं इतरांची लग्न मोडली आणि आपल्यामुळं लोक दुखावले गेले असल्याबद्दल मजेत अनभिज्ञ राहिली. तिला काळजातली प्रत्येक गोष्ट रिकामी करायची असे. तिनं तिच्या प्रत्येक मैत्रीसंबंधांतलं सत्य प्रकट केलं. तिनं तिच्या जीवनकथेत आणखी काही प्रकरणं समाविष्ट केली असती तिनं तिची नृत्यशाळा का सोडली किंवा संन्यासीण होण्यासाठी इतर उद्योग का बंद केले याविषयी... पण मृत्यूनं तिच्यावर बेसावध असताना झडप घातली. १८ ऑगस्ट १९९८ रोजी कैलास-मानससरोवर तीर्थयात्रेदरम्यान दरड कोसळली आणि प्रोतिगाची जीवनयात्रा संपली. ऐकायला विचित्र वाटेल, पण संन्यासिण असताना सुद्धा तिच्या सोबत एक प्रेमिक होता. त्याच दिवशी मुंबईत पर्सिस खंबाटाचंही निधन झालं. भारताची पहिली सौंदर्य सम्राज्ञी आणि कधीकाळची कबीर बेदीची-प्रोतिमाच्या नवऱ्याची मैत्रीण.

माझी प्रोतिमाशी सर्वप्रथम भेट झाली. मुंबईत गोपी गौबा यांच्या घरी. त्यावेळी तिच्यासोबत कबीर होता. त्याला मी लाहोरमध्ये बालपणापासून ओळखत होतो.

मला ते दोघं फारसे आवडायचा प्रश्नच नव्हता. कारण त्यावेळी कबीरनं माझे मित्र बी. सी. संन्याल यांच्या मुलीशी-अम्बाशी फारकत घेतली होती. कबीर व अम्बाचा वाङ्‌निश्चय झालेला होता. आता कबीर प्रोतिमासोबत राहात होता. ती त्यावेळी फक्त एकोणीस वर्षांची होती. तेव्हा मी त्या दोघांशी एक शब्दसुद्धा बोललो नव्हतो. त्यानंतर प्रोतिमा गर्भवती असताना त्यांनी लग्न करायचं ठरवलं. पूजा त्यांचं पहिलं अपत्य. पण लग्नाचं बंधन अथवा अपत्याचं आगमन या कशामुळंही प्रोतिमा अगर कबीरचे मार्ग बदलले नाहीत. कबीर जेव्हा स्वत:च्या खुशीसाठी कुठल्याशा उदयोन्मुख नटीसोबत कुठल्यातरी चित्रपटाच्या चित्रीकरणासाठी बाहेर होता तेव्हा, आठ महिन्यांच्या बाळाची – पूजाची आई प्रोतिमा शेजारी राहणाऱ्या जर्मन तरुणाशी प्रेमालाप करत होती. तिचा मुलगा सिद्धार्थ नवऱ्याचा आहे की त्या काही काळाच्या प्रेमिकाचा याची तिलाच खात्री नव्हती. तिनं नवऱ्यापुढं ही शंका व्यक्त केली होती, पुढं मुलालाही याबद्दल सांगितलं होतं. तिचा मुलगा दुभंगलेल्या व्यक्तिमत्त्वाच्या आजाराची शिकार बनला. पुढं त्यानं अमेरिकेत आत्महत्या केली.

त्यानंतर मी प्रोतिमाची गोव्याच्या समुद्रकिनाऱ्यावर पूर्ण नागव्यानं पळतानाची प्रकाशचित्रं पाहिली. त्या प्रकाराचा मध्यमवर्गीय समाजाला धक्का बसला. तिला जे साध्य करायचं होतं, नेमकं तसंच घडलं. मी 'द इलस्ट्रेटेड वीकली ऑफ इंडिया'चा संपादक होतो. त्या दरम्यान एके दिवशी आय. एस. जोहरनं मला 'छायाचित्रकाराला सोबत घेऊन ये, मी प्रोतिमाशी वाङ्‌निश्चय करतोय' असं सांगितलं. मी फोनवर त्याला 'गाढव' म्हणालो, पण तिथं गेलो. मी त्यांचं अंगठ्यांचं आदान प्रदान करतानाचं छायाचित्र प्रसिद्ध केलं. त्यांना फक्त तेवढंच हवं होतं – प्रसिद्धी. प्रोतिमानं नंतर मला सांगितलं की, मी जोहरचं चुंबनदेखील घेतलेलं नाही. मी तिच्यावर विश्वास ठेवला. कारण प्रोतिमा कधीही खोटं बोलली नाही.

मी प्रोतिमाचं ओडिसी नृत्यांगना म्हणून बहरलेलं रूप पाहिलं नाही, किंवा तिनं निर्माण केलेलं नृत्यग्रामही मी पाहिलेलं नाही. ती मला निमंत्रित करण्यासाठी बंगलोरला आली होती. मी तिचं निमंत्रण स्वीकारलंही, पण जेव्हा मला तिथं जाणं आणि परत येणं मिळून प्रवासात चार तास वेळ जाणार हे समजलं तेव्हा मी नकार दिला. त्यामुळं प्रोतिमा माझ्यावर भयंकर भडकली होती. तिनं पुन्हा माझं तोंडही न पाहण्याची शपथ घेतली होती. पण तिचा राग फार काळ टिकला नाही. जेव्हा तिच्या मुलानं स्वत:ची जीवनयात्रा संपवली, तेव्हा तिनं तिच्या लांबसडक केशसंभाराचा त्याग करत मुंडण केलं आणि ऐहिकाचा त्याग करून संन्यस्त जीवन स्वीकारलं. भारतात परत आल्यानंतर तिनं मला माझ्या कसौलीतील घरी काही दिवस राहू द्यावं अशी विनंती केली होती. तिचा मुलगा काही काळ सनावरमध्ये शिकायला होता. तिला त्या परिसरात काही काळ राहायचं होतं. ती तिथं कडाक्याच्या थंडीत चार

दिवस एकटी डोंगरकपारी तुडवत होती. ती तिथून परतली ते ताजीतवानी होऊन आणि पुन्हा खळखळतं हास्य सोबत घेऊन.

प्रोतिमा गौरीला (तिनं स्वत:चं नामकरण केलं होतं) तीव्र जीवनेच्छा होती. तिचं तिच्या आयुष्यात आलेल्या पुरुषांवर, मद्यावर आणि मादक पदार्थांवर प्रचंड प्रेम होतं. तिच्या प्रेमी मंडळींची यादी भलीमोठी आहे. त्यातल्या बहुतेकांचा तिनं नामोल्लेख केलेला आहे. त्यामध्ये गायक पंडित जसराज आणि स्वर्गीय रजनी पटेलांचा समावेश होता. रजनी आणि ती प्रेमपत्रांची देवाणघेवाण करत असत. रजनी रुग्णालयात दाखल होऊन त्यांच्या पत्नीनं बकुलनी त्यांच्या दरम्यानचा संपर्क तोडेपर्यंत हा पत्रव्यवहार सुरू होता. तिचा अखेरचा प्रेमिक एक उद्योगपती होता. त्यानं तिची सेवा करण्यासाठी स्वत:च्या कुटुंबाला सोडलं होतं, व्यवसायाचा त्याग केला होता.

आपल्या आईच्या स्मृतींचं संपादन करून त्या प्रसिद्ध करण्याचा निर्णय घेताना पूजाला खूप धैर्य एकवटावं लागलं असेल. 'टाइमपास' या प्रोतिमा बेदीच्या स्मरणगाथेत (व्हायकिंग, पेंग्विन) पूजानं तीन शब्दांत आपल्या आईच्या व्यक्तिमत्त्वाचं वर्णन केलं आहे – अत्युत्कट भावना, दयाळू मन, खळाळतं हास्य. प्रोतिमाला लबाडी आणि दांभिकतेची चीड होती. ती म्हणते, ''मला माहीत आहे, की प्रत्येक बाई अनेक माणसांवर छुपं प्रेम करत असते. पण बऱ्याच कारणांमुळे ती पाऊल पुढे टाकत नाही. माझ्यात एकाच वेळी बऱ्याच जणांवर प्रेम करण्याची क्षमता होती, म्हणून मला उथळ म्हणायचं, वाट चुकलेली लहरी बाई म्हणायचं...''

प्रोतिमा जशी होती, त्याचं मला कौतुक वाटतं. पूजानं तिच्या आईला स्वत:बद्दल जे सांगायचं होतं ते आपल्याला कळू दिलं. त्याबद्दल तिचंही मला कौतुक वाटतं. या पुस्तकातील काही गोष्टींच्या प्रकटीकरणामुळं बऱ्याच वाचकांना धक्का बसला असेल. तिचे बरेच प्रेमी अजून हयात आहेत. त्यांना, त्यांच्या बायकामुलांना तिनं खुल्या केलेल्या गुपितांमुळं खरोखर शरमल्यासारखं होईल... पण एकदा का 'टाइमपास' वाचायला घेतलं की कुणालाही ते खाली ठेववणार नाही.

□□

नर्गिस दत्त : मदर इंडिया

कित्येक वर्षं नर्गिसच्या छबीनं माझी रात्रीची झोप आणि वामकुक्षीचे क्षण उडवले आहेत. तिची लावण्यवती मूर्ती माझ्यासारख्या मर्त्य मानवाच्या आवाक्याबाहेरची होती.

एके दिवशी फोनची रिंग वाजली. फोनमधून एक मधुर स्वर रुणझुणला, ''मी नर्गिस दत्त बोलतेय. मला अमक्या-अमक्याशी बोलायचं आहे.''

''मीच तो अमका-अमका बोलतोय. तुम्ही नर्गिस म्हणजे चित्रपटतारका आहात?''

''जी हाँ.''

''म्हणजे मदर इंडिया वगैरे?''

''जी हाँ. मी तुम्हाला भेटायला येऊ शकते का?''

त्यानंतर तासाभरातच ती वाऱ्याच्या झुळकेसारखी माझ्या ऑफिसमध्ये आली, अनेकजणांच्या काळजाचे ठोके वाढवत. ती जितकी देखणी होती तितकीच नम्र आणि मैत्रीपूर्ण वागणारी.

''माझं तुमच्याकडं काम आहे, एक विनंती होती.'' ती म्हणाली,

''तुमचं कसौलीत घर आहे हे मला माहीत आहे. माझी मुलं सनावरमध्ये आहेत. शाळेत 'फाऊन्डर्स वीक' निमित्त समारंभ आहे, त्या दरम्यान मला तिथं राहायला जागा मिळत नाहीये. म्हणून मी तुम्ही मला तुमच्या घरात राहू द्याल का विचारायला आली आहे.''

''अर्थातच!'' मी उत्तरलो, ''पण फक्त एक अट आहे.''

मी आवश्यक तितकी उत्सुकता निर्माण करण्यासाठी 'पॉज' घेतला.

तिनं माझ्याकडं मिस्कीलपणे पाहात प्रश्न केला, ''काय?''

''त्यानंतर तुम्ही मला सर्वांना सांगायची परवानगी द्यायची की, नर्गिस माझ्या बिछान्यात झोपली होती.''

ती बायकांना शोभेल इतपत गडगडाटी आवाजात हसली.

''डन!'' तिनं 'ठरलं' असं म्हणून हात पुढं केला.

''मी तुमच्या घरी राहायचं, तुम्ही मी तुमच्या बिछान्यात झोपले होते असं

सांगायचं.''

नर्गिसनं हा संवाद जराही न लाजता कितीतरी वेळा बोलून दाखवला. तिच्यापाशी लोकांना खूष करण्याची हातोटी होती आणि ओरखडे काढणारी विनोदबुद्धी. मात्र ती राज्यसभेच्या सत्राला उपस्थित राहण्यासाठी दिल्लीला आली होती, अखेरचं, त्यावेळी तिचं नेहमीचं रूप काहीसं सुकल्यासारखं होतं.

''मी इथं राहू शकत नाही. माझ्या डॉक्टरांनी मला कसलीतरी कावीळ झाल्याचं सांगितलं आहे. मी स्थानिक रोटरीला येण्याचं कबूल केलं आहे... मी माझा शब्द मोडू शकत नाही... होय ना? आणि बागपतवर चर्चा आहे.''

तुम्हाला आठवत असेल, विरोधकांनी तीन माणसांची हत्या आणि पोलिसठाण्यात माया त्यागींवर झालेल्या बलात्काराच्या आरोपाबाबत प्रचंड निंदा केली होती. भवनातील वातावरण अतिशय भावनोत्कट बनलं होतं. एक काहीशा काळ्या, स्थूलकाय महिलासदस्या संतप्त विशेषणांची आगपाखड करत जणू ज्वालामुखीसारख्या भडकल्या होत्या. स्त्री नेतृत्वाच्या सरकारच्या कारकिर्दीत स्त्रियांचा अपमान, छळ होत असल्याबद्दल, बलात्कार होत असल्याबद्दल त्यांच्या संतापाचा तप्त लाव्हारस वाहात होता.

''रोज इथं बलात्कार होत आहेत, तिथं बलात्कार होत आहेत! आपण दररोज ऐकतोय... बलात्कार, बलात्कार, बलात्कार,'' त्या कर्कश्श किंचाळत होत्या.

माझ्या शेजारी बसलेल्या नर्गिसमध्ये अकस्मात चैतन्य संचारलं.

''तुम्ही कशाला इतक्या एक्साईट होताय?'' नर्गिस चीत्कारली,

''तुमच्यावर कधी कुणी बलात्कार करणार नाही.''

सुदैवानं जवळपास बसलेल्या अगदी थोड्या लोकांनी तिचं बोलणं ऐकलं आणि ते मजेनं हसले.

नर्गिस खूप आजारी होती, तेव्हा मी न्यूयॉर्कमध्ये तिला भेटण्याचा प्रयत्न केला. मी तिला पाहायला निम्मं जग पार करून आलोय हे सांगून सुद्धा, स्लोन-केटरिंग मधल्या स्वागतिकेवर त्याचा काही परिणाम झाला नाही.

''तुम्ही तिचे पती आहात?'' माझ्या भेटण्याच्या आग्रहामुळं तिनं चिडून प्रश्न केला.

''उफ्... नाही'', मी उत्तरलो, ''केवळ दूरचा मित्र आणि अत्यंत चाहता आहे.''

अखेर नर्गिस गेली. ती स्लोन-केटरिंग मधून बरी होऊन बाहेर पडली नाही. आता तिला तिथं ठेवून काही उपयोग होणार नाही असं त्यांचं मत होतं, त्यामुळं तिनं स्वत:च्या घरी अखेरचा श्वास घेण्याचं ठरवलं.

Now boast thee, death, in possession lies, A lass unparalleled.

ती 'सुंदर' या शब्दाचं सर्वार्थानं मूर्तिमंत उदाहरण होती. अप्रतिम साच्यातून घडलेल्या नर्गिसचं हृदय सोन्याचं होतं. गरीब, अंध, विकलांग लोकांची पीडा जाणणारं तिचं स्मित भुरळ पाडणारं होतं, तर हास्य सांसर्गिक होतं. तिला चिरतारुण्याचं वरदान होतं. तिचं पन्नाशी उलटल्यावर निधन झालं, त्यावेळी ती 'टीन' वयोगटातील असावी तशी तरुण दिसत होती.

मला अतिशय कुतूहल होतं ते तिच्या श्रद्धेविषयी. ती मुस्लिम होती की हिंदू, की दोन्ही, की यांपैकी कुणीच नव्हे? ती कपाळावर कुंकू रेखत असे. ब्राह्मण माणसाशी लग्न करून तिनं मुलांची नावं हिंदू पद्धतीची ठेवली. ती बरेचदा गणेशपुरीतल्या स्वामी मुक्तानंदांच्या आश्रमात दिसायची. तरीसुद्धा तिचं मुस्लिम रिवाजानुसार त्यांच्या दफनभूमीत दफन करण्यात आलं. तिथं तिच्या हिंदू पतीनं 'फतेहा' म्हटली. माझ्या माहितीत सर्वधर्मसमभावाचं तत्त्व प्रत्यक्षात आचरणात आणणारं यापेक्षा चांगलं भारतीय कुटुंब नाही.

राज्यसभेचा सदस्य म्हणून माझी मुख्य कीर्ती सांगायची तर, मी नर्गिसच्या शेजारी बसत असे. त्यामुळं मी माझ्या इतर सदस्य बंधूंच्या मत्सराला पात्र होतो. ती जागा गेल्या ऑगस्टपासून रिकामी आहे. तिच्या जागी दुसरं कुणीतरी येईल हे नक्की, पण तिच्या जाण्यानं लक्षावधी देशवासीयांच्या काळजात जी पोकळी निर्माण झाली आहे, ती कधीही भरून येणार नाही.

□□

अमृता शेरगिल : काजळमोहिनी

अमृता शेरगिलबद्दल मला 'माझ्या आयुष्यात आलेली स्त्री' असं म्हणता येणार नाही. मी तिला फक्त दोनदा भेटलो आहे, पण या दोन भेटींची आठवण स्मरणपटलावर कायमची कोरलेली आहे.

एकदा एका उन्हाळ्यात माझ्या कानावर आलं की, तिनं आणि तिच्या हंगेरियन मामेभाऊ-पतीनं लाहोरमधल्या आमच्या घरासमोरच्या ओळीत अपार्टमेंट घेतलं आहे. तिचा नवरा डॉक्टर होता. त्याला वैद्यकीय प्रॅक्टिस सुरू करायची होती आणि तिला चित्रकलेसाठी स्टुडिओ. त्यांनी लाहोरमध्ये राहायचं का ठरवलं ते मला माहीत नव्हतं. तिला या शहरात बरेच मित्र आणि चाहते होते. तिच्या शीख पित्याच्या नात्यातले लोक बरेच धनाढ्य, जमिनी वगैरे असणारे, नातेवाईकही होते, ते नियमित लाहोरला येत असत. त्यामुळं त्यांना भारतात अन्यत्र कुठल्याही ठिकाणापेक्षा हे ठिकाण चांगलं वाटलं असावं असं दिसत होतं.

१९४१ सालचा जून महिना होता. माझी पत्नी आमच्या सात महिन्यांच्या मुलाला – राहुलला घेऊन माशोब्राला (सिमल्याच्या पुढं सात मैलांवरचं गाव) माझ्या आईवडिलांच्या घरी 'सुंदरबन' मध्ये गेली होती. मी सकाळचा वेळ उच्च न्यायालयात वकिलांसोबत कॉफीचा आस्वाद घेत गप्पाटप्पा करत अथवा न्यायाधीशांसमोर चाललेले दावे ऐकत घालवत असे. माझ्याकडं दाव्यांचं फारसं काम नव्हतं, तरीसुद्धा मी अगदी कटाक्षानं काळा कोट, कॉलरभोवती सफेद टॅब्ज घालून सोबत काळा झगा वागवत असे, मी कामात अतिशय गर्क असल्याचं इतरांना भासवण्यासाठी. त्यानंतर मी दुपारी जेवायला घरी येत असे. त्यानंतर दीर्घ वामकुक्षी आणि मग कॉस्मोपोलिटन क्लबमध्ये टेनिस खेळायला जाणं असा माझा कार्यक्रम असे.

एके दिवशी मी दुपारी घरी आलो तेव्हा घरात महागड्या फ्रेंच परफ्यूमचा गंध भरून राहिला होता. माझ्या दिवाणखाना कम ग्रंथालयातील टेबलावर थंडगार बियरचा चांदीचा मग होता. मी लगबगीनं स्वैपाकघरात डोकावत, माझ्या स्वैपाक्याला कोण पाहुणा आलाय हे विचारलं.

''साडी नेसलेल्या एक मेमसाब आल्या आहेत'', त्यानं माहिती पुरवली. त्यानं पाहुण्याबाईंना मी कुठल्याही क्षणी जेवायला घरी येईन असं सांगितलं होतं. त्यानंतर

त्या बाईंनी फ्रिजमधून बिअरची बाटली घेतली होती आणि आता त्या स्नानगृहात ताज्यातवान्या होत होत्या. मला थोडीशी शंका आली, ही अनाहूत पाहुणी म्हणजे दुसरी कुणी नाही, तर अमृता शेरगिल असणार.

तिनं लाहोरमध्ये येण्याआधी बरेच दिवस मी तिचे गैरफायदा घेण्याचे, पिळवणुकीचे किस्से ऐकून होतो. मामेभावाशी लग्न करण्याआधी ती या शहरात बरेचदा आली होती. ती नेहमी फॅलेट्टीज हॉटेल मध्ये राहात असे. असं म्हणतात की, तिचे प्रेमिकांशी दोन-दोन तासांच्या अंतरानं भेटीचे संकेत असत. कधीकधी दिवसभरात सहा ते सात जणांशी. हे जर खरं असेल (पुरुषांच्या गप्पा स्त्रियांच्या गप्पांइतक्या विश्वासार्ह नसतात) तर अमृताच्या जीवनात प्रेम या गोष्टीला फार थोडं स्थान होतं असं म्हणावं लागेल. तिच्या लेखी महत्त्वाचा होता तो सेक्स. ती निम्फोमॅनियाची म्हणजेच तीव्र कामविव्हलतेची 'केस' होती. तिचा पुतण्या विव्हान सुंदरम याने लिहिलंय की, ती समलिंगीसुद्धा होती. तिच्या जीवनपद्धतीबद्दल बद्रुद्दीन तय्यबजी यांनी त्यांच्या आठवणींच्या संग्रहात अगदी स्पष्ट लिहिलं आहे. एकदा हिवाळ्याच्या दिवसांत त्यांचं सिमल्यात वास्तव्य होतं तेव्हा त्यांनी अमृताला रात्री जेवायला घरी बोलवलं. त्यांनी थंडीपासून रक्षणासाठी शेकोटी पेटवली होती, ग्रामोफोनवर पाश्चात्त्य शास्त्रीय संगीत गुंजत होतं. त्यांनी ती सायंकाळ साहित्य आणि संगीतावर चर्चा करत फुकट घालवली. त्यानंतर त्यांनी तिला पुन्हा निमंत्रण दिलं. त्याहीवेळी तशीच शेकोटी धगधगत होती. तेच संगीताचे सूर होते. या खेपेला त्यांना काय घडतंय हे कळायच्या आत, अमृता सरळ अंगावरचे कपडे उतरवून गालिच्यावर संपूर्ण नग्नावस्थेत आडवी झाली. तिला वेळ दवडणं आवडायचं नाही. अगदी समाजाचे संकेत मानणाऱ्या बद्रुद्दीन तय्यबजींनासुद्धा 'संदेश' कळला.

पुढं बऱ्याच वर्षांनी माल्कम मगेरिज या सुप्रसिद्ध लेखकानं मला सांगितलं की, मी सिमल्याच्या समरहिल मधल्या अमृताच्या आईवडिलांच्या घरी एक आठवडा राहिलो होतो. त्यावेळी ते विशीच्या दरम्यानचे म्हणजे तारुण्याच्या ऐन वसंतातले होते. आठवड्याभरात तिनं अक्षरश: त्यांची चिंधी करून सोडली. "मी तिला पुरा पडू शकलो नाही", त्यांनी कबूल केलं. "मला कलकत्त्याला परत जाणंच सुखाचं वाटलं."

या कीर्तीसंपन्न बाईला पुरुष आपल्याकडं, लोखंडाचा कीस चुंबकाकडे खेचला जावा तसे आकर्षित होतात याची मौज वाटत असे. मी सुद्धा त्याला अपवाद नव्हतो. ती खोलीत प्रवेशताच, मी तिच्या स्वागतासाठी उठून उभा राहिलो. "तुम्ही अमृता शेरगिल", मी म्हणालो. तिनं मान डोलावली.

माझ्या फ्रीजमधली बिअर स्वत:ची स्वत: घेतल्याबद्दल काही दिलगिरी वगैरे व्यक्त न करता तिनं मला भेटायला येण्याचं प्रयोजन सांगायला सुरुवात केली. त्या

सगळ्या ऐहिक बाबींनी आमच्या पहिल्यावहिल्या प्रणयरम्य भेटीची वाट लावली. तिला जवळपासचे प्लंबर, धोबी, सुतार, स्वैपाकी, नोकर यांची माहिती हवी होती. ती बोलत असताना मी तिला नीट पाहून घेतलं. बुटकी, पिवळसर कांतीची, मधोमध भांग, काळेभोर केस, चमकदार लाल लिपस्टिक लावलेले विषयासक्त ओठ, अपरं नाक, त्यावर ब्लॅकहेड्स दिसत होते. ती दिसायला साधारण बरी होती, पण सुंदर म्हणण्यासारखी अजिबात नव्हती.

तिची स्व-चित्रं म्हणजे आत्मपूजेचाच प्रकार होता. तिचा बांधा बहुधा रेखीव असावा, तिनं रेखलेल्या स्वत:च्या नग्न प्रतिमांतल्यासारखा. पण तिनं साडीच्या आत काय गुपित राखलं आहे ते मला कळायला काही मार्ग नव्हता. मी तिचा उर्मटपणा विसरू शकलेलो नाही. तिचं बोलून झाल्यावर तिनं खोलीत अवतीभवती नजर टाकली. मी काही चित्रांकडे निर्देश करत म्हणालो, ''ही माझ्या पत्नीनं काढली आहेत. ती हौसेखातर करत असते.''

त्यावर अमृता त्या चित्रांवर नजर टाकत तुच्छतेनं हसून म्हणाली, ''ते दिसतंच आहे.'' मी तिच्या त्या तुच्छतेनं थक्क झालो, पण काहीतरी सणसणीत उत्तर कसं द्यावं ते मला सुचेना.

हे काहीच नव्हतं. यापेक्षा मोठा दणका अजून बसायचा होता.

काही आठवडे उलटले. मी कुटुंबीयांसमवेत माशोब्रात होतो. अमृता चमन लाल यांच्यासोबत राहात होती. त्यांनी माझ्या वडिलांच्या घराच्या वरंच भाड्यानं घर घेतलं होतं. मी त्यांना जेवायला बोलावलं होतं. चमन, त्यांची पत्नी हेलेन आणि अमृता असे तिघंजण दुपारी आमच्याकडं आले. गर्द डेरेदार ओक वृक्षाच्या सावलीत टेबल-खुर्च्या लावल्या होत्या. तिथून डोंगरउतार आणि प्रचंड दरी नजरेला पडत होती. माझा सात महिन्यांचा मुलगा 'प्लेपेन' मध्ये स्वत:ला स्वत:च्या पायांवर उभे राहण्याचे धडे देत होता. तो अतिशय गोजिरवाणा दिसत असे, कुरळ्या तपकिरी बटा, टपोरे प्रश्नांकित डोळे. सगळेजण आलटून पालटून त्याच्याशी बोलत होते. अशा देखण्या बाळाला जन्म दिल्याबद्दल माझ्या पत्नीला प्रशंसेची पावती देत होते. अमृता मात्र बिअर मध्ये बुडून होती. सगळ्यांचं बाळाशी खेळून झालं तेव्हा तिने त्याच्याकडे दीर्घ कटाक्ष टाकत प्रतिक्रिया दिली, ''कसलं कुरूप पोरगं आहे!''

सर्वजण थिजलेच. काहींनी या दुष्ट प्रतिक्रियेवर विरोध दर्शवला. पण अमृता पुन्हा बिअरपानात मग्न झाली होती. ते सर्वजण परत गेल्यानंतर माझ्या पत्नीनं मला अगदी ठामपणे सांगितलं, ''त्या हलकट कुत्रीला मी पुन्हा माझ्या घरात पाय टाकू देणार नाही.''

अमृताचं गैरवर्तन सिमल्याच्या सामाजिक वर्तुळात चर्चेचा विषय बनलं होतं.

माझ्या पत्नीची तिच्याबद्दलची प्रतिक्रियाही सगळीकडे पसरली. ते अमृताला कळताच तिनं लोकांना सांगितलं, ''मी त्या हलकट बाईला असा धडा शिकवीन की तिच्या तो कायम लक्षात राहील. मी तिच्या नवऱ्याला फूस लावीन.''

मी शीलभ्रंश होण्याच्या दिवसाची अगदी आतुरतेनं वाट पाहात होतो, पण तो कधीच उगवला नाही. आम्ही शरदऋतूत पुन्हा लाहोरला परत गेलो. अमृताही पतीसमवेत लाहोरला आली. एकदा रात्री तिचा चुलतभाऊ गुरचरण सिंग (छन्नी) अनपेक्षितपणे आमच्याकडे आला. त्यानं रात्री आमच्याकडं राहता येईल का, अशी विचारणा केली. (गुरचरण सिंग च्या गुजरनवालाजवळ संत्र्याच्या भल्यामोठ्या बागा होत्या.) अमृतानं त्याला घरी बोलावलं होतं, पण आत्ता ती फार आजारी असल्यामुळं त्याला तिच्या घरी जाणं अवघड झालं होतं. दुसऱ्या दिवशी अमृताचे इतर मित्रही आले. त्यांनी आम्हाला अमृता बेशुद्धीत असून, तिचे आईवडील समरहिलहून येऊन तिच्यासोबत राहणार असल्याचं सांगितलं. अमृता पट्टीची ब्रिज खेळाडू होती. शुद्धी-बेशुद्धीच्या सीमारेषेवर असताना ती ब्रिजबद्दल पुटपुटत होती. दुसऱ्या दिवशी सकाळी समजलं की, अमृता गेली.

मी तिच्या अपार्टमेंटकडं धावलो. तिचे वडील-सरदार उमराव सिंग शेरगिल दाराशी उभे होते. बधिरलेल्या अवस्थेत स्तोत्र पुटपुटत होते. तिची हंगेरियन आई मृतदेह ठेवलेल्या खोलीत आत-बाहेर करत होती. तिची निष्प्राण मुलगी काय चाललंय ते कळण्यापलीकडे गेली होती. त्या दिवशी दुपारी फक्त डझनभर स्त्री-पुरुष अमृताच्या अंत्ययात्रेत सहभागी झाले होते. तिच्या पतीनं तिला अग्नी दिला. आम्ही तिच्या अपार्टमेंटमध्ये परत आलो तेव्हा पोलीस तिच्या नवऱ्याची वाटच पाहात होते. ब्रिटननं हंगेरीविरूद्ध युद्ध पुकारलं होतं. त्यांच्या शत्रूचं –नाझी जर्मनीचं दोस्तराष्ट्र असल्यामुळं अमृताचा नवरा त्याच्या राष्ट्रीयत्वामुळं शत्रू बनला होता, आणि आता त्याला तुरुंगात डांबलं जाणार होतं.

तो पोलिसांच्या ताब्यात होता हे त्याचं सुदैवच म्हणायचं. कारण त्यानंतर थोड्या दिवसांत त्याच्या सासूनं म्हणजे अमृताच्या आईनं त्याच्याविरूद्ध मोहीमच उघडली. तिनं त्याच्यावर अमृताचा खून केल्याचा आरोप केला होता. तिनं तिच्या परिचयाच्या प्रत्येकाला पत्रं पाठवून तिच्या मुलीच्या आकस्मिक मृत्यूची संपूर्ण चौकशी करण्याची मागणी केली होती. तिनं मलाही ते पत्र पाठवलं होतं. तो खून नक्कीच नव्हता, कदाचित निष्काळजीपणा हे कारण असू शकेल. मला आमचे फॅमिली डॉक्टर रघुवीर सिंग यांच्याकडून तपशील मिळाले. ते अमृताला जिवंत पाहणारी अखेरची व्यक्ती होते. त्यांनी मला सांगितलं की, 'मला मध्यरात्री पाचारण करण्यात आलं होतं. अमृताला पेरिटॉनिटिस झालं होतं. बहुधा गर्भपातामुळे तिला प्रचंड रक्तस्त्राव झाला होता. तिच्या पतीनं डॉ. रघुवीर सिंगना तिला रक्त द्यायला

सांगितलं. त्यांनी रुग्णाची संपूर्ण तपासणी केल्याखेरीज रक्त देण्यास नकार दिला. ते दोन डॉक्टर परस्परांशी वाद घालत होते, तेवढ्यात अमृतानं शांतपणे जीवनयात्रा संपवली. पण तिची कीर्ती सदैव दरवळत राहील.

□□

चेतन आनंद : एका मित्राचा वियोग

आम्ही कित्येक वर्षं जिवलग मित्र होतो. आमच्या नोकऱ्यांमुळं आम्हाला दूरवरच्या शहरांत जावं लागलं तरी आम्ही सतत संपर्कात राहिले होतो. हे भावबंध तीस वर्षांहून अधिक काळ दृढ राहिले होते. त्यानंतर त्याचं वागणं बेफिकीर बनल्यामुळे मी दुखावलो. मी त्याच्याविषयी माझ्या 'विमेन ॲन्ड मेन इन माय लाईफ' मध्ये लिहिलं आहे. त्याच्याविषयी लिहिलेल्या गोष्टींमुळं तो दुखावला गेला होता. त्याला दुखावणं हा माझा उद्देश नव्हता. तरीसुद्धा, ६ जुलै १९९७ रोजी, रविवारी सकाळी मी त्याच्या निधनाचं वृत्त ऐकलं तेव्हा माझं काळीज व्याकूळ झालं, मन दुःखानं झाकोळलं. आमचे जुने भावबंध पुढं कित्येक दिवस-रात्र माझ्या मनात आठवणींची ओंजळ रिती करत होते.

आमची मैत्री झाली १९३२ साली. त्यावेळी आम्ही लाहोरच्या गव्हर्मेंट कॉलेजमध्ये एकाच वर्गात होतो, आमचे विषय समान होते, आणि आम्ही एकाच वसतिगृहात राहात होतो. चेतन अतिशय राजबिंडा होता. गोरापान, कुरळे केस, स्वप्नाळू डोळे.

तो माझ्या सहवासात येऊ लागला ते जास्त करून स्वतःच्या सुरक्षेसाठी, आमचे दोघांचे समान इंटरेस्ट असल्यामुळं नव्हे. आम्ही न्याहरी बरोबर करायचो, वर्गात एकत्रच जायचो. दुपारी टेनिस खेळायचो आणि कमीतकमी आठवड्यातून दोनदा सिनेमाला जायचो. तो सुट्टीत घरी गुरदासपूरला जायचा. आम्ही एकमेकांना पत्र लिहायचो. तो कविता लिहीत असे. त्यानं त्याच्या रचना मला पाठवल्या होत्या. ओल्याचिंब, हळव्या वगैरे. पण मला अगदी आनंद झाला होता.

चेतनला पैसे जपून खर्च करावे लागत असत. एका वर्षी तो हिंदू-शीख भोजनगृहाच्या सचिवपदाच्या निवडणुकीला उभा राहिला होता. त्या काळच्या प्रथेनुसार मतांची मागणी करणारी विनंतीपत्रे छापली जात. मुलांना कॉलेजच्या वसतिगृहाच्या मेसमधल्या स्वैपाकावर आणि वाढण्या-बिढण्याच्या व्यवस्थेवर देखरेख करावीशी का वाटते, ते मला समजत नव्हतं. मग मला शोध लागला, की स्वैपाक कंत्राटदार सचिवांना जास्त कृपाप्रसाद देतात. त्यांना जेवणाचे पैसे द्यावे लागत नाहीत. या निवडणुका अगदी कॉलेज संघटनेच्या निवडणुकांसारख्या त्वेषानं

लढल्या जात.

या निवडणुकीत चेतन जिंकला होता.

कॉलेजमधून बाहेर पडल्यानंतर आम्ही लंडनमध्ये पुन्हा एकत्र आलो. मी कायद्याचा अभ्यास करत होतो, तो आयसीएस चा प्रयत्न करत होता. आम्ही दोघांनीही परीक्षा दिली. दोघांपैकी कुणालाच ग्रेड मिळाली नाही. चेतनला इंग्लंडमध्ये राहणं परवडणारं नव्हतं. त्यामुळं तो घरी परत आला.

मी दिल्लीला परत आल्यानंतर आमचे मैत्रीबंध पुन्हा जुळले. ऑक्टोबर १९३९ मध्ये माझं लग्न झालं. लग्नाला मी फक्त दोघा मित्रांना बोलावलं होतं – चेतन आणि इकबाल सिंग. पुढं वर्षभरानं मी लाहोरमध्ये वकिली सुरू केली तेव्हा चेतन उन्हाळ्यात कित्येक वेळा माझ्या फ्लॅटवर राहिला आहे. त्या वेळपर्यंत त्याला कामधंदा मिळालेला नसला तरी, तरुणींचा विशेष लोभ संपादन करण्यात तो प्रचंड यशस्वी होता. त्याचं तंत्र अगदी साधं होतं. जून महिन्यातल्या एखाद्या धगधगत्या दुपारी तो ओव्हरकोट घालून हातात एकुलतं गुलाबाचं फूल घेऊन जात असे. मग गुलाबाच्या प्राप्तकर्तीनं 'तुम्ही ओव्हरकोट कशाला घातला आहे?' असा प्रश्न केला की चेतन सांगत असे, ''कारण या जगात माझ्या मालकीची फक्त एवढीच एकुलती एक गोष्ट आहे.''

त्याच्या या मार्गावर फिदा झालेली एक तरुणी म्हणजे उमा. प्रोफेसर चॅटर्जींची आकर्षक मुलगी. आम्ही माझ्या अपार्टमेंटमध्ये त्यांचा वाङ्‌निश्चय साजरा केला. त्याच दिवशी सायंकाळी मी त्याला दुसऱ्या एका मुलीशी प्रेमालाप करताना पाहिलं. तो एका स्त्रीशी कधीही एकनिष्ठ राहिला नाही. उमानं त्याच्याशी लग्न केलं, त्यांना दोन पुत्ररत्नं झाली. त्यानंतर ती त्याला सोडून इब्राहिम अल्काझींची दुसरी पत्नी बनली. चेतन चित्रपटांत नशीब आजमावण्यासाठी मुंबईत आला. तिथं तो प्रियासोबत राहू लागला. प्रिया त्याच्यापेक्षा चांगली वीस वर्षांनी लहान होती. त्यानं तिला चित्रपटतारका बनवण्यासाठी सर्वतोपरी प्रयत्न केले. पण, त्याला यश आलं नाही.

चेतनच्या श्रद्धांजलीवर लेखांमध्ये सांगितलं जातंय तसा त्यानं दिग्दर्शक किंवा अभिनेता म्हणून ठसा उमटवलेला नाही. त्यानं 'नीचा नगर' हा एकच चांगला चित्रपट बनवला, बाकीचे सगळे सुमार दर्जाचे होते. त्याला ना कीर्ती लाभली ना पैसा. त्यानं दिल्लीच्या लाल किल्ल्यात ध्वनी-प्रकाश कार्यक्रम तयार करण्याचं उत्तम काम केलं होतं. १९६५ सालातली गोष्ट आहे, त्यासाठी मी मुख्य संहिता लिहिली होती. त्याला पंजाब सरकारकडून कामं मिळाली होती, पण तो ती पूर्ण करू शकला नाही.

त्याच्या चित्रपटातील यशापयशाचा मला त्याच्याविषयी वाटणाऱ्या आपुलकीवर काहीही परिणाम झाला नाही, पण मी दुखावलो ते १९६९ साली मी मुंबईत 'द

इलस्ट्रेटेड वीकली ऑफ इंडिया'चा संपादक म्हणून रुजू झालो, तेव्हा त्याच्या माझ्याशी वागण्यातल्या बेफिकीरीमुळं. मी तिथं नऊ वर्षं राहिलो. त्या काळात मला चेतनला खूप भेटता येईल असं वाटत होतं. मी कॉलेजमधल्या इतर काही मित्रांना भेटलो. बलराज साहनी, बी. आर. चोप्रा, कामिनी कौशल, अगदी चेतनचा सख्खा भाऊ देव आनंदला सुद्धा. पण ज्या चेतनशी मी पुन्हा मैत्रीचे रेशमी बंध गुंफायला उत्सुक होतो, त्यानं माझ्याशी एकदाही संपर्क साधण्याची तसदी घेतली नाही. आम्ही मुंबई सोडण्याआधी महिन्याभरातली गोष्ट. एका पार्टीत तो त्याच्या मैत्रिणीसमवेत दिसताच मी त्याच्याकडं धावलो.

तो अगदी वरवरचं बोलला, "ओए सरदार! तू मिलता ही नही."

मी संतापानं भडकून म्हणालो, "बेशरम! चाळीस वर्षांच्या मैत्रीचं ऋण असं फेडतोस?"

त्याच्या मैत्रिणीनं मला थांबवण्याचा प्रयत्न केला, मला घरी येण्याचं निमंत्रण दिलं. "मला तुमच्या घरात पाऊल टाकायची इच्छा नाही की या माणसाचं पुन्हा तोंड पाहण्याची." असं म्हणून मी तिथून ताडताड निघून गेलो.

आता मी अश्रूभरल्या डोळ्यांनी चेतनच्या स्मृती जागवतो तेव्हा मला माझ्या त्या बोलण्याचा पश्चात्ताप होतो.

□□

धर्मा कुमार : त्यांच्यासारख्या स्त्रियांची अखेर होत नाही.

१९ ऑक्टोबर २००१. शुक्रवार उजाडला तेव्हा त्यांची जीवनज्योत मावळली. त्या महिन्याभराहून अधिक काळ अपोलो हॉस्पिटलमध्ये अतीदक्षता विभागात होत्या. त्यामुळं त्यांचे जाणं फारसं धक्कादायक नव्हतं. माझ्या मनात आशेची धुगधुगी होती. धर्मा यांच्यासारख्या स्त्रियांची अखेर होत नाही. त्या फक्त हरवल्या स्वप्नांसारख्या विस्मृतीत जातात इतकंच. त्या ७३ वर्षांच्या होत्या. मी या वाक्यात 'फक्त' हा शब्द वापरेन कारण त्या चिरतरुण दिसत असत, मी आजवर पाहिलेल्या कुणाही स्त्रीपेक्षा त्या चैतन्यानं रसरसलेल्या होत्या. मी त्यांच्याविषयी लिहितोय कारण आपल्यापैकी प्रत्येकाच्याच आयुष्यात एखादी व्यक्ती अशी असतेच जिचं आपल्या मनात बरंच स्थान असतं हे आपण ती गेल्यावरच मान्य करतो.

माझ्या आणि त्यांच्या भेटीला पन्नासहून अधिक वर्षं लोटली असतील. आमची पहिली भेट झाली ती बागेत आयोजित केलेल्या एका भव्य पार्टीत. तिथं त्या त्यांचे पती-लवराज कुमार यांच्यासोबत आल्या होत्या. ते बर्मा शेल मध्ये एक्झिक्युटिव्ह होते. त्या केंब्रिज विद्यापीठात पीएच.डी. च्या प्रबंधावर काम करत होत्या. पार्टीत त्या मुख्य आकर्षण होत्या. चटपटीत विनोदांची हलकीफुलकी पखरण करत, सुप्रसिद्ध व्यक्तींच्या नकला करत होत्या. सगळेजण पोट धरून हसत होते. पुढं काही दिवस मी माझ्या परिचयातल्या प्रत्येकाशी त्यांच्याविषयी बोलत होतो आणि त्या दाम्पत्याविषयी शक्य तितकी माहिती मिळवण्याचा प्रयत्न करत होतो.

लवराज कुमार उत्तर प्रदेशातील एका सुप्रसिद्ध व श्रीमंत मातापित्यांचं एकुलतं एक अपत्य होते. ते अतिशय हुशार विद्यार्थी होते. त्यांना ऑक्सफर्डमध्ये ऱ्होडस शिष्यवृत्ती मिळाली. धर्मा तामिळी ब्राह्मण होत्या. सुप्रसिद्ध शास्त्रज्ञ डॉ. वेंकटरमण यांच्या एकुलत्या कन्या. (डॉ. वेंकटरमण पुण्याच्या नॅशनल केमिकल लॅबोरेटरीचे प्रमुख होते.) लवराज आणि धर्मा यांची इंग्लंडमध्ये भेट झाली आणि ते दोघं विवाहबद्ध झाले. लवराज यांच्या व्यक्तिमत्त्वात धर्मांना अपेक्षित असणारे सगळे गुण होते. त्यांना शिक्षणाविषयी जरा जास्तच आदर होता; त्यांची जवळजवळ सगळी चुलत-मावस भावंडं ऑक्सफर्ड अथवा केंब्रिजमध्ये पहिली आलेली होती. लवराज त्यांच्यापेक्षा हुशार होते. धर्मांना संपत्तीची फारशी फिकीर नव्हती. धर्मांनी

त्यांच्याशी विवाह केला कारण त्यांच्याशी लग्न करू इच्छिणाऱ्या सर्वांपेक्षा लवराज अधिक बुद्धिमान होते. मात्र धर्मांना त्यांचे बर्माशेल मध्ये नोकरी धरून 'बॉक्सवाला' बनून गोऱ्या साहेबाचे हुकूम पाळणं आवडत नव्हतं. लवराज मृदुभाषी आणि प्रसिद्धीपराङ्मुख होते. धर्मा मात्र बडबड्या, स्तुतिप्रिय होत्या. धर्मा मला आकर्षित करणाऱ्या स्त्रियांच्या पठडीतल्या नव्हत्या. त्यांचं रंगरूप सामान्य होतं; त्या मेकअप अथवा परफ्यूम वापरत नसत. मला अत्यंत आकर्षक वाटलं ते त्यांचं सळसळतं चैतन्य. त्यांचे हात-पाय कधीही स्थिर नसत. बोलताना त्यांचे डोळे चमकत असत. विचार करा, त्यांनी माझ्या मैत्रीला प्रतिसाद देण्याचं एकमेव कारण म्हणजे त्यांना माझं कौतुक करणं आवडत असे. हे अगदी पूर्ण एकतर्फी 'प्रकरण' होतं. मी माझी दुसरी कादंबरी - 'आय शॅल नॉट हिअर द नायटिंगेल' त्यांना अर्पण केली आहे. त्यांनी ही कादंबरी वाचायची तसदी घेतली असेल असं मला वाटत नाही.

त्यांना राघवन अय्यर या चुलतभावाबद्दलची टीकाटीप्पणी आवडत असे. त्यांच्या इतर कुटुंबीयांप्रमाणेच तेही प्रथम क्रमांक मिळवणारे होते. मद्रासमधून तत्त्वज्ञान विषयात प्रथम क्रमांकानं एम. ए. उत्तीर्ण, केंब्रिजमध्ये प्रथम श्रेणीत प्रथम क्रमांक आणि केंब्रिज युनियनचे अध्यक्ष म्हणून निवडून आलेले. विद्यापीठात असताना त्यांच्या चाहत्यांचा गट बनला होता. ते त्यांचं बोलणं ऐकण्यासाठी त्यांच्या खोलीत नियमित जमत असत. त्यांनी चाहत्यांना सांगितलं होतं की, माणसाच्या सगळ्या दौर्बल्याचा स्रोत आहे अहंकार. माणसानं अहंकारावर मात केल्याखेरीज मन:शांती लाभणार नाही. एके दिवशी त्यांना एका चाहतीनं विचारलं, "तुम्ही अहंकाराविषयी जे काही म्हणता, ते सगळं मला मान्य आहे, पण अहंकारावर मात कशी करायची?"

"उत्तम प्रश्न आहे!" राघवन अय्यर म्हणाले.

"हा प्रश्न तुमच्यापेक्षा मला अधिक भेडसावतो. मी स्वत:वर विजय मिळवण्याचा फॉर्म्युला शोधून काढला आहे. दररोज मी पद्मासनात बसून डोळे मिटून म्हणतो, "मी मद्रास विद्यापीठात प्रथम श्रेणी मिळवणारा राघवन अय्यर नाही; मी पूर्वेकडील सर्वात बुद्धिमान तत्त्वज्ञानी राघवन अय्यर नाही; मी केवळ महात्म्यांचं वाहन आहे, दैवी स्फुल्लिंग."

धर्मांच्या सांगण्यानुसार राघवन अय्यर युनियनच्या अध्यक्षीय निवडणुकीला उभे राहिले तेव्हा त्यांनी स्वत:चा प्रचार करण्याची तसदी घेतली नव्हती. हे काम त्यांनी त्यांच्या चाहत्यांवर सोपवलं होतं. मतमोजणी झाल्यानंतर त्यांचे चाहते त्यांच्या विजयाची सुवार्ता घेऊन त्यांच्या खोलीवर धावले तेव्हा राघवन गालिच्यावर डोळे मिटून पद्मासनात बसले होते. "तुम्ही जिंकलात, तुम्ही जिंकलात!" सर्वजण विजयानंदानं ओरडले.

त्यावर राघवन अय्यर हात उंचावून छताकडं बोट करत उद्गारले, ''परमेश्वरा, विजय तुझा आहे!''

धर्मांनी अर्थशास्त्रात पीएच.डी मिळवली. त्या दिल्ली स्कूल ऑफ इकॉनॉमिक्स मध्ये प्रोफेसर बनल्या. त्यांनी लिहिलेल्या काही पुस्तकांचं अर्थशास्त्रज्ञांनी खूप स्वागत केलं. त्यांचे पती बर्मा शेल सोडून, केंद्र सरकारच्या पेट्रोलियम मंत्रालयात सचिव बनले. धर्मांना आता आपण बॉक्सवाल्याची पत्नी नाही या गोष्टीचा आनंद झाला. पण इतक्या आदरप्राप्त सरकारी अधिकाऱ्याची पत्नी या नात्यानं त्यांनी मंत्र्यांची हुजरेगिरी करण्यास अथवा त्यांच्या बायकांशी मैत्री जोडण्यास नकार दिला. पतीच्या हुद्यामुळं जेव्हा कधी त्यांना अशा मंडळींना भेटणं भागच पडत असे, त्यावेळी त्या त्यांना फारसं महत्त्व देत नसत.

मी त्यांच्या बेफिकीर वागण्यानं निराश होऊन चिकाटी सोडली नाही. मी त्यांच्या सहवासासाठी आतुर होतो. पण माझ्या मनातील भावनेला अनपेक्षितपणे मोठा तडा गेला. एकदा लवराजनी धर्मांच्या जवळच्या मित्रपरिवाराला डिनरचं निमंत्रण दिलं. धर्मांना परदेशात व्याख्यानासाठी निमंत्रित करण्यात आलं होतं, हा सन्मान साजरा करण्यासाठी ही पार्टी होती. मी अगदी गंमतीनं प्रश्न केला, ''धर्मा, तुम्ही ही संधी कशी काय पटकावलीत?''

त्यावर त्या संतापानं पांढऱ्या फटफटीत होऊन भडकून म्हणाल्या, ''मला असलं आडून बोलणं आवडत नाही. मी लबाड नाही.''

त्यांच्या संतापाच्या ठिणग्यांनी सर्वांचंच लक्ष वेधलं गेलं. वातावरणात अवघडलेपण दाटलं आणि विचित्र शांतताही. सगळ्या पार्टीचा विचका झाला.

माझ्याशी बोलताना संताप न आवरून तोल सुटणाऱ्या माणसांना मी कधी माफ करू शकत नाही किंवा तो प्रसंग माझ्या मनातून कधीही पुसला जात नाही. त्या दिवशी मी शपथ घेतली – इथून पुढं धर्मांशी काहीही देणं - घेणं ठेवायचं नाही. त्या अनावर संतापाच्या बळी ठरल्या होत्या. मला माफ करणं शक्य झालं नाही. त्यांनी पुन्हा जुळवून घेण्याचा सर्वतोपरी प्रयत्न केला, पण माझ्या आतमध्ये काहीतरी खळ्कन् फुटलं होतं. ते मला पुन्हा सांधता आलं नाही.

काही महिन्यांनंतर आमच्या कुटुंबांच्या पुन्हा गाठी-भेटी होऊ लागल्या, पण मला पुन्हा कधीही त्यांच्या सहवासात निवांत वाटलं नाही. मी माझ्या आपुलकीचा प्रवाह त्यांच्या पतीकडं वळवला, त्यांच्याहीपेक्षा जास्त त्यांच्या मुलीकडं - राधाकडं.

त्यांच्या पतीचं आकस्मिक निधन झालं तेव्हा मी स्मशानात गेलो होतो. तिथं धर्मांची भेट होईल आणि आमच्यामधलं अवघडलेपण पुसून टाकता येईल असं मला वाटत होतं. पण त्या तिथं नव्हत्या. मी राधा आणि लवराज यांच्या काकांशी - धर्मवीर यांच्याशी (पंजाब व बंगालचे माजी राज्यपाल) सांत्वनपर बोललो.

त्यावेळी मी काकांना म्हणालो होतो, ''धर्मांना सगळ्या ईश्वरी देणग्या लाभल्या होत्या, प्रत्येकाच्या मनात आकांक्षा असते अशा सगळ्या गोष्टी, फक्त मैत्रीची देणगी सोडून.''

ते माझ्या मताशी सहमत झाले.

धर्मांविषयी आस्था असणाऱ्या आमच्यापैकी कुणालाही हे समजलं नाही की, त्यांचे हे संतापाचे झटके कदाचित त्यांच्या अंतरंगात काहीतरी दोष निर्माण झाल्यामुळं येत असू शकतील. त्यांच्या मेंदूत गाठ झाली होती. त्या शस्त्रक्रियेसाठी लंडनला गेल्या, पण त्याचा काही उपयोग झाला नाही. दुसरी गाठ तयार झाली होती... त्यानंतर अजून एक. धर्मवीरांचं निधन झालं होतं. तिचे मित्र तिला सोडून गेले होते. त्यांची काळजी घेण्यासाठी फक्त एकमात्र व्यक्ती होती, त्यांची ९४ वर्षांची वृद्ध सासू.

त्यांनी सर्वांना सांगितलं होतं, ''धर्मा माझी सून नाही, माझी मुलगी आहे.''

त्या अखेरच्या क्षणापर्यंत धर्मांसोबत होत्या.

मला धर्मा मर्त्य आहेत ही गोष्ट स्वीकारणं कठीण जातंय. आता मला धर्मा कधीही दिसणार नाहीत. त्यांनी माझी पर्वा केली नसली तरी माझ्या उर्वरित आयुष्यात त्यांच्या स्मृती सदैव माझ्या हृदयात जपून राहतील.

□□

पी. सी. लाल : एअर चीफ मार्शल

"**ब**संत लालकडच्यांचं काय झालं?" एके दिवशी सकाळी माझ्या सत्त्याऐंशी वर्षांच्या आईनं प्रश्न केला.

मी तिला मला माहीत असलेल्या गोष्टी सांगितल्या आणि तिला म्हणालो, "तुला इतक्या वर्षांनी बसंत लालकडच्यांची आठवण अचानक कशी झाली?"

"कुणास ठाऊक", ती म्हणाली, "पण आज सकाळपासून माझ्या मनात त्यांचेच विचार येत आहेत. त्यांचा मोठा मुलगा विमानाशी संबंधित कुणीतरी खूप मोठा झाला आहे ना. आपल्या अर्जुनसारखा? काय नाव त्याचं?"

"प्रताप! तो अर्जुननंतर एअर चीफ मार्शल बनला आहे."

विचित्र योगायोग पाहा. माझी आई दिल्लीत बसंत लालकडच्या मंडळींची चौकशी करत होती, त्याच वेळी प्रताप लंडनमध्ये अखेरचे श्वास मोजत होता.

आमच्या कुटुंबांचा खूप घरोबा होता, तीन पिढ्यांचा. प्रताप मॉडर्न स्कूल मध्ये आमच्या वर्गात वयाच्या सहाव्या वर्षी दाखल झाला. माझी त्याच्याशी जुळलेली मैत्री साठ वर्षं कायम होती. शाळेत असताना आम्ही पागोट्यांची अदलाबदल केली होती. माझा हेतू काही फारसा प्रामाणिक नव्हता. कारण माझ्या मनात या 'धरमभाई' (धर्माचा भाऊ) पेक्षा त्याच्या बहिणीची-रोमाची छबी जास्त ठसलेली होती.

'मुलाचे पाय पाळण्यात दिसतात' ही म्हण खोटी ठरवणारं जर कुणी असेल तर तो म्हणजे प्रताप चन्द्र लाल. तो अगदी सामान्य विद्यार्थी होता, खेळांची नावड असलेला, भित्रा-बुजरा, आत्मविश्वासाचा अभाव असलेला. आपल्याला कोण व्हायचं आहे हे त्याला कधीही ठरवता आलं नाही. मात्र, शाळेत असतानाच त्याला विमानचालकाचा परवाना मिळाला – त्या काळात अगदी नवलाईची गोष्ट!

शालेय जीवनानंतर प्रताप लंडनच्या किंग्ज कॉलेजमध्ये आणि 'इन्स ऑफ कोर्ट' मध्ये पुन्हा माझ्या बरोबर आला. तिथं त्यानं एकही अभ्यासक्रम पूर्ण केला नाही. पण प्रतिष्ठेच्या मानल्या जाणाऱ्या 'मॅंचेस्टर गार्डियन' मध्ये त्याच्या लेखांना स्थान मिळालं. आम्ही सुट्टीत एकत्र असायचो. त्याला अगदी असुरी आनंद कशात मिळत असेल, तर आम्ही जिथं कुठं राहात असू तिथं मला 'वडील' बनवण्यात. आपण जवळपास एकाच वयाचे आहोत असं मी आर्जवानं सांगत असलो, तरी तो

मुद्दाम माझा उल्लेख 'पॉप' असा करत असे. माझ्याकडच्या बहुमोल खजिन्यात त्याची बरीच पत्रं आहेत, त्यानं एका मुलीला लिहिलेली. त्यावेळी आम्ही दोघंही त्या मुलीच्या प्रेमात होतो. त्याच्या पत्रांत खेड्यापाड्याची वर्णनं आणि माझी बिनापागोट्याची व्यंगचित्रं जागोजागी विखुरलेली आहेत. त्या मुलीनं माझ्याशी लग्न केलं तेव्हा ती अमूल्य पत्रं हुंड्यासोबत आली. मी त्या पत्रांतील वाक्यांचा उल्लेख करून प्रतापला अनेकदा छळलं आहे.

काही काळ पत्रकारिता क्षेत्रात काम केल्यानंतर प्रताप हवाई दलात रुजू झाला. आकस्मिक योगायोगाच्या घटनांमुळं प्रताप या क्षेत्राकडं वळला. हे क्षेत्रच त्याच्यासाठी सर्वांत सुयोग्य होतं.

प्रतापच्या व्यक्तिमत्त्वात खरा बदल घडून आला त्याच्या विवाहानंतर. त्याच्यात आत्मविश्वास निर्माण झाला. तो अतिशय सुप्रसिद्ध वैमानिक बनला, अतिशय सच्चा आणि धाडसी... असा माणूस आजकाल सापडणं दुर्मिळ आहे. एकदा प्रताप आयएएफच्या टीमचं नेतृत्व करत होता. त्यांच्याकडं इंग्लंडमध्ये एअरक्राफ्टच्या तपासणीचं काम होतं. त्यावेळी त्याला अतिशय संतापी कृष्णा मेनन यांच्याशी संघर्ष करावा लागला होता. मेनन यांनी विशिष्ट प्रकारच्या एअरक्राफ्टची ऑर्डर नोंदवली होती आणि त्यावर आयएएफ टीमनं शिक्कामोर्तब करावं असं त्यांना वाटत होतं. प्रतापनं तसं करायला नकार तर दिलाच, पण ती यंत्रसामग्री सुयोग्य नसून ती वेळेत हव्या त्या संख्येनं उपलब्ध नसल्याचं लेखी दिलं. मेनन भडकले. त्यांना काय करावं ते समजेना. मग त्यांनी प्रतापवर प्रतिस्पर्धी कंपनीकडून लाच घेतल्याचा आरोप केला. प्रताप आपल्या मतावर अत्यंत आत्मविश्वासानं ठाम राहिला. असा आत्मविश्वास स्फटिकासारखं स्वच्छ निर्मळ मन असणाऱ्या माणसाच्या ठायीच असू शकतो. पुढं हे जाहीर झालंच की लाच प्रतापला नव्हे तर मेननना मिळाली होती.

मेनन संरक्षण मंत्री झाल्यानंतर प्रतापला त्यांच्या हाताखाली काम करताना खूप त्रास सोसावा लागला. त्याची हिंदुस्तान एरोनॉटिक्स लिमिटेड मध्ये बदली करण्यात आली, केवळ आयएएफ मध्ये त्याला सर्वोच्च पद मिळू नये यासाठी. मेनन सत्तेवरून दूर झाल्यानंतरच प्रतापला पुन्हा हवाई दलात आणण्यात आलं आणि तो यथाकाल हवाई दल प्रमुख बनला.

१९७१ साली पाकिस्तान बरोबरच्या युद्धातल्या हवाई मोहिमांचा शिल्पकार प्रतापच होता. बांग्लादेशमध्ये पाकिस्तानी हवाई दलाचं कंबरडं मोडण्याची व्यूहरचना प्रतापनंच आखली होती. युद्ध घोषित झाल्यानंतर अवघ्या काही तासांतच ढाक्का आणि चितगाँगमधल्या धावपट्ट्या उद्ध्वस्त केल्या; ढाक्का विमानतळाशेजारील पाकिस्तानी हवाई दलाच्या छावणीवर थेट हल्ला चढवला,

त्यामुळं गव्हर्नर त्यांच्या निवासिकेच्या खिडकीत होणाऱ्या तुफानी गोळीबारामुळं घाबरून शरण आला.

त्यावेळी मी मुंबईहून प्रतापला फोन करून काही ब्रिटिश व अमेरिकी वृत्तपत्रांतील बातम्यांबद्दल सांगितलं. त्यांनी वृत्त दिलं होतं की, पाकिस्तानी हवाई दलानं पश्चिम आघाडीवर भारतीयांपेक्षा सरस कामगिरी बजावली आहे.

ते ऐकून प्रतापला अतिशय संताप आला होता.

"रबिश! मी तुम्हाला ठोस पुराव्यानिशी सिद्ध करून दाखवेन की आपल्या मुलांनी त्यांना कसं चोख उत्तर दिलं आहे."

आणि त्यानं ते आकडेवारी व छायाचित्रांसह सिद्ध करून दाखवलं.

त्याच्या समकालीन व्यक्तींना ज्याविषयी जराही संदेह नव्हता असा गुण म्हणजे प्रतापची कार्यक्षमता व कठोर मेहनती वृत्ती. त्यानं एअर इंडिया व इंडियन एअरलाईन्सची कार्यक्षमता ज्या पद्धतीनं विकसित केली आणि वैमानिकांच्या संघटनेपुढं ज्या ठामपणे नमतं घेण्यास नकार दिला, त्यामुळं त्याला प्रथम दर्जाचा प्रशासक अशी यथोचित ख्याती लाभली.

प्रताप अतिशय दिलदार माणूस होता. त्याला संजय गांधींनी एअर इंडिया व इंडियन एअरलाईन्सच्या अध्यक्षपदावरून बाजूला केल्यानंतर त्यानं टाटांकडे नोकरी धरली. संजय सत्तेवरून बाजूला गेले आणि बहुतेकसे लोक गांधी परिवारातील सदस्यांना भेटायचं टाळू लागले त्यावेळची गोष्ट आहे. 'सूर्या' विरुद्धच्या एका खटल्यात मी मनेका गांधींसोबत सहआरोपी होतो. त्या खटल्यासाठी मला कोलकता न्यायालयात हजर राहायचं होतं. त्यावेळी मी लाल यांच्या, घरी तर मनेका कमलनाथ यांच्याकडं राहिल्या होत्या.

"लाल कुटुंबीयांना आमचा तिरस्कार असणार." मला मनेका म्हणाल्या होत्या. पण लालनी कुणाचाही तिरस्कार केला नाही. प्रतापची पत्नी-हशीनं मनेकांना घरी बोलावून, त्यांचं अतिशय सौजन्यपूर्ण व आपुलकीचं आदरातिथ्य केलं होतं. त्यांच्या बाबतीत काय घडलं होतं याबद्दल जराही नापसंतीची आठी न उमटवता.

प्रताप अगदी कुटुंबवत्सल माणूस होता. तो एखाद्या जैन मुनीसारखा मितहारी, संयमशील होता: धूम्रपान, मद्यपान न करणारा (मला त्याच्याकडून माझ्यासाठी मद्य कष्टानं मिळवावं लागत असे) आणि अत्यंत नम्र व्हिक्टोरियन. तो 'चाराक्षरी' शब्दांचा वापर कधीही करत नसे व माझ्या तोंडात तसले शब्द आले की गोरामोरा होत असे. पोशाख व वागणूक शिष्टसंमत असण्याबद्दल त्याची ठाम मतं होती. त्याला मुलींनी तंग कपडे अथवा शर्ट घालणं आवडत नसे. तो अत्यंत सरळमार्गी, सभ्य व प्रामाणिक होता. आमचे दोघांचेही व्यवसाय, आमची मतं यांमध्ये प्रचंड दरी असली तरी, मला ज्या काही थोड्या व्यक्तींविषयी आदर, कौतुक व प्रेम आहे,

त्यांमध्ये प्रतापचा समावेश आहे.

प्रतापचं माझ्या हृदयात स्थान असण्याचं आणखी एक कारण म्हणजे तो परिपूर्ण सद्गृहस्थ होता.

□□

जॅक विल्बरफोर्स बर्की पील : माझा इंग्रज भाऊ

या नावाचं माझ्या वाचकांच्या लेखी काही महत्त्व असणार नाही, पण माझ्यालेखी ते खूप मोठं आहे. ते माझे जिवलग इंग्रज मित्र होते. आमचा स्नेहसंबंध सत्तर वर्षांहून अधिक काळचा होता. त्यांचं ३ एप्रिल २००४ रोजी वयाच्या पंच्याण्णवव्या वर्षी निधन झालं. हे वृत्त मी लंडनच्या 'द इन्डिपेन्डन्ट' मध्ये वाचलं. त्यामध्ये त्यांचं छायाचित्र आणि दोन स्तंभांचा मृत्यूलेख होता.

माझे त्यांच्याशी इतके जवळचे संबंध असूनही मला त्यांचं थोरपण समजलं नव्हतं, कारण तेही बहुतांश सौजन्यपूर्ण इंग्रज माणसांसारखेच होते, स्वत:विषयी कधीही न बोलणारे. मला त्या मृत्यूलेखात समजलं की, जॅक पील त्या काळी स्टॅलिन, टिटो, आयसेनहॉवर, चर्चिल, ॲटली यांच्यासह इतर बऱ्याच जगप्रसिद्ध व्यक्तींना भेटले होते आणि त्यांना परस्पर संवाद साधण्यासाठी साहाय्य केलं होतं. जॅक राजकारणी नव्हते, सरकारी मंत्री नव्हते की मुत्सद्दी... ते होते निरनिराळ्या भाषांचं वरदान लाभलेले साधे कारकून. त्यांना अर्धा डझन युरोपी भाषा अस्खलित अवगत होत्या. ते त्यांच्या मातृभाषेप्रमाणेच म्हणजे इंग्रजीसारखंच त्या भाषाही अस्खलित बोलत असत. ते कधीही विद्यापीठात गेले नव्हते, पण त्यांचं वाचन विस्तृत होतं, शिवाय ते कुशल पियानोवादकही होते.

मी विद्यार्थीदशेत असताना आमची भेट झाली. त्यावेळी मी प्रोफेसर एफ.एस. मार्विन यांच्यासोबत वेल्विन गार्डन सिटीत राहात असे, लंडनच्या उत्तरेला साधारण चाळीस मैलांवर. आमची पहिली भेट झाली ती आंतरक्लब स्पर्धेत, टेनिसच्या मैदानावर. ते माझ्यापेक्षा चांगले खेळाडू होते. हळूहळू आमची मैत्री जुळली. त्यांनी मला घरी चहाला बोलावलं. त्यांनी माझी त्यांचे पिता (ते छोटी खाजगी शाळा चालवत असत), बहीण नॅन्सी आणि पत्नी यांच्याशी ओळख करून दिली. त्यांची पत्नी अतिशय देखणी इस्टोनियन तरुणी होती. तिचं नाव डॅग्मार हॅन्सन. आमची बरेचदा वेल्विन गार्डन सिटी ते किंग्ज क्रॉस स्टेशन या मार्गावरील रेल्वेत सकाळ-संध्याकाळ भेट होत असे.

त्यांनी मला एकदा सांगितलेलं आठवतंय, "माझा शिखांशी मैत्री करण्याचा अनुभव फारसा चांगला नाही. गेल्या खेपेला मी एकाशी मैत्री केली, तो माझ्या

गर्लफ्रेंडला घेऊन गेला. त्याचं नाव होतं गुरदियाल सिंग. तो भारतीय हवाई दलात होता, हॅटफिल्डमध्ये कसलातरी अभ्यास करत होता. तुम्हाला तो माहीत आहे?''

मी गुरदियाल सिंगला ओळखत नव्हतो.

मी उत्तरलो, ''तुम्ही सगळ्या शिखांपासून सावध राहावं हे उत्तम; तुमची बायको अतिशय देखणी आहे.''

मला कॉलेज नसायचं त्या दिवशी मी नेहमी कॅफेमध्ये कॉफी प्यायला जात असे. कारण तिथं डॅग्मार वेट्रेस म्हणून काम करत असत. जॅक 'नॅशनल बँक ऑफ इंडिया'च्या लंडन शाखेत कारकून म्हणून नोकरी करत असत. त्यांच्या घराला दोघांच्याही उत्पन्नाची गरज होती. डॅग्मार फारसं इंग्रजी बोलत नसत. मला वाटतं जॅकनी त्यांच्या देखणेपणावर भाळून त्यांच्याशी विवाह केला किंवा डॅग्मारना अवगत असणाऱ्या भाषा, हेही कारण असावं. डॅग्मार इस्टोनियन, रशियन आणि जर्मन भाषा बोलत असत. जॅक यांची ग्रहणशक्ती उत्तम होती. दुसऱ्या जागतिक महायुद्धाला प्रारंभ झाला, त्यावेळपर्यंत जॅकनी या भाषांवर संपूर्ण प्रभुत्व मिळवलं होतं.

१९४३ मध्ये रॉयल एअर फोर्स नं त्यांना कामावर घेतलं. जॅक यांच्याकडं ब्रिटनवर हवाई हल्ले करणाऱ्या जर्मन लुफ्तवॅफच्या वैमानिकांमध्ये काय देवाणघेवाण होतेय त्यावर लक्ष्य ठेवण्याचं काम होतं. लवकरच तिथल्या अधिकाऱ्यांच्या लक्षात आलं की, जॅकना जर्मन इतकंच रशियनही अस्खलित येतं, त्यामुळं त्यांना सोव्हिएट वैमानिकांना ब्रिटिश हवाई योद्ध्यांना तोंड देण्यासाठी प्रशिक्षण देणाऱ्या विभागात सहकार्य अधिकारी पद देण्यात आलं. ते सोव्हिएट मंत्री व्याचेस्लाव मोलोटोव्हा आणि रशियन राजदूत इव्हान मायस्की यांच्या दरम्यान संभाषणाचा दुवा म्हणजेच दुभाषा बनले. त्यानंतर त्यांच्यावर नवी कामगिरी सोपवण्यात आली. ते ब्रिटिश परराष्ट्रसेवेत रूजू झाले. त्यांची मॉस्कोत ब्रिटिश दूतावासात 'सेकंड सेक्रेटरी' पदी नेमणूक झाली. तिथं ते जोसेफ स्टॅलिन यांना भेटले. स्टॅलिन यांची सुप्रसिद्ध प्रतिमा आहे ती निर्दयी हुकूमशहा म्हणून, पण जॅकना ते अतिशय प्रेमळ, वडिलधारी व्यक्ती वाटले, अतिशय तीक्ष्ण स्मरणशक्ती असणारे.

दूतावासातील एका स्वागतसमारंभात त्यांच्या इंग्रज सहकाऱ्यांनी (ते जॅकना अचानक उच्चपदाला पोचलेला उपटसुंभ म्हणून कमी लेखत असत) त्यांना पियानोवर प्रोकोफाईव्ह यांची रचना वाजवायला सांगून त्यांना कमी लेखण्याची संधी घेण्याचा प्रयत्न केला. जॅकनी पियानोवर ती रचना ऐटबाजपणे सादर केली. तो रचनाकार त्यांच्या पाठीमागेच उभा आहे हे त्यांना माहीत नव्हतं.

१९४७ मध्ये जॅकनी मॉस्कोतल्या नोकरीचा राजीनामा दिला, कारण त्यांना घरी परतायचं होतं. वेल्विन गार्डन सिटीमध्ये त्यांची पत्नी क्षयरोगानं गंभीर आजारी

होती, त्यांना तिच्याजवळ राहायचं होतं. १९४७ मध्येच ती निवर्तली, मुलाला पोरकं करून गेली.

युद्धाच्या काळात माझा जॅक पील यांच्याशी संपर्क तुटला होता. पण युद्ध संपताच आणि लंडनमध्ये इंडिया हाऊस मध्ये नोकरी मिळताच, मी त्यांच्याशी पुन्हा संपर्क साधला. तोवर माझ्या आयुष्यात पत्नी आणि दोन मुलं आली होती. जॅक विधुर होते. ते 'इम्पिरियल केमिकल इंडस्ट्रीज' मध्ये वरिष्ठ पदावर काम करत होते. त्यांचं विविध भाषांवर प्रभुत्व असल्यामुळं त्यांच्याकडं कंपनीच्या पूर्व युरोपमधील कार्यभार सोपवण्यात आलेला होता. मी लंडनहून वेल्विन गार्डन सिटीमध्ये माझं घर हलवण्याचा निर्णय मुख्यत्वे त्यांच्यामुळं घेतला. आम्ही जवळपास रोज भेटायचो. आम्ही दुपारी जेवणाच्या सुट्टीत टेनिसऐवजी स्क्वॉश खेळायचो आणि त्यानंतर जवळच्या एखाद्या पबमध्ये बिअर आणि सॅन्डविचेसचा आस्वाद घ्यायचो. जुन्या काळातल्याप्रमाणेच आम्ही बरेचदा वेल्विन गार्डन सिटी ते किंग्ज क्रॉस स्टेशन असा जाता-येता प्रवास एकाच रेल्वेतून करायचो.

१९५१साली मी ती नोकरी सोडून भारतात परत आलो.

त्यानंतर आम्ही एकमेकांना पत्र लिहीत असू. त्याच वर्षी जॅकनी एरिका फिश्या या ऑस्ट्रेलियन तरुणीशी लग्न केलं. त्यांना दोन मुलगे झाले. एकदा हिवाळ्याच्या मोसमात ते दिल्लीला आमच्याकडं राहिले होते. त्यांना गुडखेदुखी सतावत होती, त्यामुळं ते चालताना लंगडत होते. जेव्हा कधी मला भारतात उपलब्ध नसलेल्या औषधांची गरज लागली (माझ्या वडिलांसाठी व पुढं आईसाठीही मी औषधं मागवली होती) तेव्हा माझी भिस्त जॅक यांच्यावर असायची. त्यांनी मला ती डॉक्टरांच्या चिठ्ठीशिवाय पाठवली होती. (नियमानुसार चिठ्ठी आवश्यक असूनही) लेखनविश्वातील माझ्या उपक्रमांबद्दल ते नेहमी जाणून घेत असत. माझी पुस्तकं मिळवून वाचून, त्याविषयी मला लिहीत असत. भाषाप्रेम आणि शास्त्रीय संगीत यांच्या जोडीला त्यांना अगदी शालेय जीवनापासून साहित्याची खूप आवड होती. (त्यांचं शालेय शिक्षण स्कारबरो (यॉर्कशायर) इथं झालं होतं.) एडिथ, ऑस्बर्ट आणि सॅचवेरेल यांच्याशी घरगुती मैत्री होती.

अखेरच्या काही वर्षात जॅक यांच्याऐवजी त्यांची पत्नी- एरिका माझ्या पत्रांना उत्तरं देत असे. २००२ साली माझ्या पत्नीचं निधन झालं, त्यावेळी एरिकानं मला पत्र लिहिलं होतं, जॅकनी त्या पत्राखाली एक परिच्छेद लिहिला होता. ते अक्षर लावून नीट वाचताही आलं नाही.

एरिकानं मला लिहिलेल्या अखेरच्या पत्रात जॅक यांच्या झपाट्यानं ढासळणाऱ्या

प्रकृतीविषयी लिहिलं होतं. जॅक बिछान्याला खिळून होते, तरी त्यांनी त्या पत्रात तीन शब्द लिहिले होते. मला ती अक्षरं लावून वाचायला थोडा वेळ लागला. त्यांनी लिहिलं होतं, ''तुम्ही कसे आहात?''

□□

मन्झूर कादिर : माझा आदर्श

माझा अनेक वर्षांचा जिवलग मित्र मृत्यूशय्येवर होता, पण मी त्याच्या बिछान्यापाशी जाऊ शकलो नाही. त्याची बायकामुलं माझ्यापासून फक्त दीड तास विमान प्रवासाच्या अंतरावर होती, पण मी त्यांना भेटायला जाऊ शकलो नाही. मी त्यांना फोन करू शकलो नाही की पत्र लिहू शकलो नाही. आणि जेव्हा तो गेला, तेव्हा मी त्यांच्या सांत्वनासाठी तिथं नव्हतो. ते पाकिस्तानी आहेत आणि मी भारतीय. आपण कसले शेजारी म्हणायचं? आपल्याला सभ्य सुसंस्कृत म्हणवून घेण्याचा काय हक्क आहे?

सकाळी वृत्तपत्र वाचताना ही बातमी माझ्या नजरेतून सुटली होती. माझ्या एका मित्रानं मला फोन करून सांगितलं, "तुझा जुना मित्र गेला," तेव्हा माझं रक्त थिजून गेलं. मी रद्दीच्या टोपलीतून वृत्तपत्र काढून ते कृष्णधवल छपाईतलं वृत्त पाहिलं. मन्झूर कादिर यांचं निधन झालं. ते लंडनमध्ये अखेरचे क्षण मोजत होते, त्यावेळी मी मुंबईत विविधभारती ऐकत पेयपान करत होतो. लाहोरमध्ये त्यांना त्यांच्या घरच्या दफनभूमीत चिरविश्रांती दिली त्यावेळी मी कुलाब्यात दु:खानं झाकोळून हात चोळत बसलो होतो. ते पाकिस्तानी होते आणि मी भारतीय.

असं मानलं जातं की, जेव्हा माणूस शेवटचे क्षण मोजत असतो, तेव्हा त्याच्या मन:चक्षूंसमोरून आख्खा जीवनपट झर्रकन चमकून जातो. मन्झूर कादिर यांच्या शेवटच्या काही मौल्यवान क्षणांत त्यांच्या मनात माझे विचार नक्की आले असतील. कारण, तेसुद्धा मला जिवलग मित्र मानत असत. संपूर्ण सकाळभर माझ्या मनात हेच विचार होते. आमची भेट कशी झाली, मी त्यांच्याकडं का ओढला गेलो. आम्ही पहिल्यांदा भेटलो ते तीस वर्षांपूर्वी, त्यावेळी आम्ही मृत्यूविषयी बोललो होतो. मी त्यांची पत्नी-असघारी यांच्या भावानं त्यांत्ते गिता, मियाँ फज्ल-ए-हुसैन यांना लिहिलेल्या अखेरच्या पत्रातल्या ओळींचा संदर्भ दिला होता.

आय ॲम वर्किंग बाय कॅन्डललाईट,
इट फ्लिकर्स, इटस् गॉन
(मी मेणबत्तीच्या उजेडात काम करतोय
ती फडफडते... ती गेली.)

मन्झूर कादिर म्हणजे परस्परविरोधी गोष्टींचं रसायन होतं. विद्यार्थीदशेत त्यांनी फारशी चमक दाखवली नव्हती, पण ते पाकिस्तानमधील सर्वोत्तम वकील बनले. कायदेविषयक बाबींखेरीज त्यांना 'ओल्ड टेस्टामेन्ट' आणि कुराणवाचन आवडत असे. तरीसुद्धा ते अज्ञेयवादी विचारांचे होते. ते असामान्य कवी होते. त्यांनी उर्दूमध्ये काही अत्यंत विनोदी, अश्लील पद्यरचना केल्या आहेत. त्याचवेळी ते प्रखर परंपरानिष्ठही होते आणि वागण्या-बोलण्यात अगदी व्यवस्थित. ते जन्मानं पंजाबी असले तरी ते त्या भाषेत क्वचितच बोलत असत. त्याऐवजी ते हिंदुस्तानीत बोलत असत, तेसुद्धा विलक्षण मोहक शैलीत. ते खूप बोलत असत पण कधीही कंटाळवाणं नाही; ते मद्याला स्पर्शही करत नसत, पण त्यांचा सळसळता उत्साह विन्टेज शॅम्पेन सारखा फसफसून उतू जात असे.

त्यांच्या व्यक्तिमत्त्वातील प्रमुख स्वभाववैशिष्ट्य म्हणजे त्यांचं दयाळूपण. ते कधीही कुणाबद्दलही एकही बोचरा शब्द बोलले नाहीत. त्यांची सचोटी तर कल्पनेपलीकडली होती. त्यांचं मासिक उत्पन्न पन्नास हजार रुपायांवर होतं. आयकर अधिकारी त्यांनी जादा भरलेला कर सतत परत करत असत.

त्यामुळं असं नेहमी म्हटलं जात असे की, "देव खोटं बोलेल, पण मन्झूर कादिर नाही." ते नास्तिक असले तरीही त्यांच्यामध्ये साधूसंतांपेक्षा अधिक चांगुलपण होतं.

त्यांना मित्रपरिवारात प्रचंड आदर आणि प्रशंसा लाभली होती. फाळणीनंतर काही वर्षांनंतरची गोष्ट आहे. आम्ही जी.डी. खोसलांच्या 'स्टर्न रेकनिंग' पुस्तकावर चर्चा करत होतो. पुस्तकाच्या शीर्षकावरून लक्षात येतंच आहे, त्याप्रमाणे या पुस्तकात, फाळणीनंतर पूर्व पंजाबमध्ये घडलेल्या हत्या कायदेशीर दृष्ट्या योग्य असल्याचं समर्थन करण्यात आलं होतं. आम्ही खोसलांच्या कट्टर भूमिकेवर हल्ला चढवत होतो आणि खोसला पती-पत्नी प्रत्युत्तरं देत होते.

अचानक एका मित्रानं खोसलांना विचारलं, "तुम्ही या पुस्तकाची प्रत मन्झूरना भेट म्हणून द्याल का?"

त्यावर खोसला क्षणभर विचार करून उत्तरले, "नाही, त्यांना नाही देणार."

आमचा वाद इथंच संपला. आम्ही आमची कृती चूक की बरोबर याचा न्यायनिवाडा, त्या गोष्टीबाबत मन्झूर कादिर यांची प्रतिक्रिया काय झाली असती, यावरून करायचो. ते आमच्या दिखाऊ नैतिकतेचा मानवी मापदंड होते.

मन्झूर कादिरना राजकारणात अजिबात रस नव्हता. ते वृत्तपत्र वाचण्याची तसदी क्वचितच घेत असत. त्यांचं जागतिक घटनांबाबत अगाध अज्ञान असायचं. एकदा आम्ही लंडनमध्ये डॉ. सन यॅट सेन यांची एक वृत्तफीत पाहिली. त्यांनी मला हे सेन कोण म्हणून विचारलं. त्यावर मी हे त्यांना माहीत नसल्याबद्दल आश्चर्य

व्यक्त केलं असता, त्यांनी चिडून सणसणीत टोला लावला, ‘‘होगा कोई साला बंगाली डाक्टर.’’

त्यानंतर त्या दिवशी संध्याकाळी मी हा प्रसंग त्यांच्या मुलीला शिरीनला सांगितला, तेव्हा तिनं पित्याची चांगली खरडपट्टी काढली. त्यांनी मला शपथ घातली की, हा प्रसंग कुणालाही सांगायचा नाही. मी राष्ट्राध्यक्ष अयुब खान यांनी त्यांना पाकिस्तानचे परराष्ट्रमंत्री केल्याचं वृत्त वृत्तपत्रांत वाचेपर्यंत ही शपथ पाळली होती. ते वृत्त वाचल्यानंतर मात्र मी त्यांना अभिनंदनाची तार केली.

‘‘डॉ. सन यॅट सेन - बंगाली डॉक्टर यांच्याकडून शुभेच्छा’’

ते परराष्ट्रमंत्री असताना मी त्यांच्यासमवेत छोटीशी सुट्टी घालवली होती. मी माझ्या स्वत:च्याच घरात पाहुणा म्हणून राहिलो होतो. (ऑगस्ट १९४७ मध्ये मी लाहोर सोडलं तेव्हा मी त्यांच्याकडं सगळं सुपूर्द केलं होतं. त्यांनी माझ्या शीख नोकरचाकरांचे प्राण तर वाचवलेच, त्यांनी स्वत:च्या जीवाचा मोठा धोका पत्करून त्यांना रात्रीच्या वेळी भारतीय सीमेवर आणून सोडलं होतं. शिवाय, त्यांनी माझ्या ग्रंथसंग्रहातलं एकन् एक पुस्तक, फर्निचर अगदी माझ्या मद्याच्या कप्प्यातलं उरलेलं मद्यसुद्धा सुखरूप माझ्यापर्यंत पोचवलं होतं.)

त्यांनी मला त्यांना परराष्ट्रमंत्रिपद कसं मिळालं ते सांगितलं होतं. त्यांनी एका बैठकीत अयुबखान यांच्या हुकूमशाहीवर टीकास्त्र सोडलं होतं. त्याच दिवशी सायंकाळी लष्कराची जीप त्यांना न्यायला आली. आता आपल्याला अटक होणार अशा खात्रीनं त्यांनी कुटुंबीयांचा निरोप घेतला. त्यांना जीपमधून थेट राष्ट्राध्यक्षांच्या निवासस्थानी नेण्यात आले.

तिथं अयुब खान त्यांना म्हणाले, ‘‘तुमचं जे काही म्हणणं आहे, त्याची जबाबदारी घेण्याची तुमची तयारी असल्याखेरीज माझ्यावर आणि माझ्या सरकारवर अशी नुसती टीका करणं बरं नव्हे.’’

मन्झूर कादिर घरी परतले ते परराष्ट्रमंत्री म्हणून.

मन्झूर यांची ख्याती होतीच त्यानुसार ते कधीही कुठल्याही नोकरीसाठी कुणाला भेटले नाहीत किंवा सत्तास्थान मिळवण्याची त्यांनी जराही उत्सुकता दाखवली नाही. त्यांचा स्वत:च्या वर्चस्वासाठी कुणाशीही संघर्ष नव्हता. त्यांच्याशी दोन हात करण्याच्या तोडीचं कुणी नव्हतंच. त्यांनी तत्त्वशून्य राजकारण्यांना वरचढ होऊ दिलं.

त्यांच्या चार वर्षांच्या परराष्ट्रमंत्री पदाच्या कारकिर्दीत त्यांनी भारताशी संबंध सुधारण्यासाठी तळमळीचे धाडसी प्रयत्न केले. हे पद सोडताना त्यांना जराही वाईट वाटलं नाही. त्यानंतर त्यांना जबरदस्तीनं मुख्य न्यायमूर्ती पद देण्यात आलं. त्यांनी तेही पद सोडायची इच्छा दर्शवल्यानंतर त्यांची सरकारच्या वतीनं खटले चालवण्यासाठी

मनधरणी करण्यात आली. ते सर्व महत्त्वाच्या, कट रचण्याशी संबंधित खटल्यांत सरकारी वकील (कौन्सिल) म्हणून काम पाहू लागले आणि त्यांनी त्यांच्या देशाचं आंतरराष्ट्रीय प्राधिकरणांपुढं प्रतिनिधित्व केलं, इस्कंदर मिर्झा असोत की अयुब खान, याह्या खान असोत की भुट्टो – पाकिस्तानच्या कुठल्याही राज्यकर्त्याचं मन्झूर कादिर यांच्यावाचून पान हलत नसे.

मागच्या वर्षी मी मुर्री जवळच्या नाथियागलीमध्ये त्यांच्यासोबत एक दिवस होतो. ते फ्लेबिटिसनं अतिशय आजारी होते, पण जुन्या दिवसांच्या स्मृतींखातर ते मला न्यायला इस्लामबादला गाडी घेऊन आले होते व दुसऱ्या दिवशी संध्याकाळी पुन्हा मला सोडायलाही. त्यांच्याविषयी प्रत्येकाला – अगदी जनरल टिक्का खान यांच्यापासून ते बाजारातल्या गरीब व्यापारापर्यंत सर्वांना असणारं प्रेम आणि त्यांच्याविषयीचं चांगलं मत मी प्रत्यक्ष माझ्या डोळ्यांनी पाहिलं. सतत हस्तांदोलन आणि 'सलाम आलेकुम' झडत होते.

ते आजारपणाच्या यातना विलक्षण धैर्यानं सोसत होते, त्यासुद्धा कसल्याही धार्मिक आधाराच्या टेकूविना. आपल्याजवळ अगदी थोडा वेळ आहे हे त्यांना कळलं होतं, पण त्यांना मृत्यूचं भय नव्हतं. ते नेहमी म्हणायचे त्या उर्दू काव्यपंक्ती आत्ता माझ्या लक्षात नाहीत, पण त्या बऱ्याचशा वेलस्लीच्या ओळींसारख्याच आहेत –

If I must die, I will encounter darkness as a bride and hug it in my arms.

When summoned hence to thine eternal sleep, oh, mayest thou smile while all round thee weep.

निरोपाच्या क्षणी माझ्या डोळ्यांत अश्रू दाटले, त्यांच्या नाही.

माझ्या एका इंग्रज मैत्रिणीकडून मला लंडन हॉस्पिटलमध्ये त्यांच्या ढासळणाऱ्या तब्येतीबद्दल कळत होते. अखेरचा क्षण समीप आला तेव्हा ती सुद्धा त्यांच्यासोबत नव्हती.

मन्झूर कादिर यांच्यासारख्या माणसाला केवळ अश्रूंनीच श्रद्धांजली वाहता येते. अश्रूंनी कागदावर कसलाही डाग न उमटवता. त्यांच्याविषयी मनामनात सदैव आदरभाव राहील आणि त्यांच्या वियोगाचं दुःखही कायम राहील.

रॉबर्ट ब्राऊनिंग यांच्या ओळी त्यांच्या सारख्या माणसासाठीच समर्पक आहेत.

We that loved him so, followed him. honoured him,
Lived in his mild and magnificent age,

Learned his great language, caught his clear accents,
Made him our pattern to love and die.

१२ ऑक्टोबर १९७४ रोजी मन्झूर कादिर यांचं निधन झालं.

त्यानंतर काही वर्षांनी मी लाहोरला गेलो होतो त्यावेळी असघारी (मन्झूर यांच्या पत्नी) मुलगा-बशारत आणि सून-बाम्बी यांच्याकडे पाहुणा म्हणून राहिलो होतो, कधीकाळी माझ्या असणाऱ्या घरात. माझं सर्वांत प्राधान्य होतं माझ्या मित्राच्या कबरीशी आदरांजली वाहण्याला. दुसऱ्या दिवशी सकाळी मी, बशारत आणि मन्झूर यांच्या जुन्या सहकाऱ्यांसमवेत लाहोरमधल्या सर्वात मोठ्या मुस्लिम दफनभूमीत गेलो. आम्हाला हवी ती कबर शोधायला थोडे प्रयास पडले, तिथं देखभाल करणाऱ्या एकानं आम्हाला कबरींच्या एका समूहाशी नेलं. तिथं मन्झूर यांचे माता-पिता-सर अब्दुल आणि लेडी कादिर, मन्झूर यांचे काका एम. सलीम (ते अनेक वर्षं भारताचे प्रथम क्रमांकाचे टेनिसपटू होते) आणि मन्झूर चिरविश्रांती घेत होते. बशारतनी पित्याच्या 'एपिटाफ'साठी अल्लामा इक्बाल यांच्या काव्यपंक्ती निवडल्या होत्या.

मैं तो जलती हूँ के मुझमिर मेरी फिरत में सोझे
तो फेरोजाँ है के परवानो से हो सनदा तेरा

मी जळते कारण ती माझी वृत्तीच आहे. पतंग तुझ्याकडे खेचले जातात ते तुझ्या तेजाळ उबेमुळं.

□□

भीष्म साहनी

ते माझ्यापेक्षा बरोबर सात वर्षांनी मोठे होते. आम्ही लाहोरच्या गव्हर्मेंट कॉलेजमध्ये एकाच वर्गात होतो, एकाच वसतिगृहात राहात होतो, तरी मला त्यांच्याबद्दल फारसं माहीत नव्हतं. सर्वांना ठाऊक होता तो त्यांचा देखणा मोठा भाऊ बलराज. तो पुढं चित्रपट अभिनेता बनला. भीष्मना कुणी चाहते नव्हते. ते हिंदीचा अभ्यास करणाऱ्या मोजक्या मुलांमधले. आम्ही उर्दूवाले हिंदीवाल्यांना कमी लेखत त्यांना 'किंतू परंतु' म्हणत असू. कॉलेजमधून बाहेर पडल्यानंतर भीष्म यांचं नाव क्वचितच कानावर पडलं असेल. आम्हाला ओळख सांगायला आवडायची ती बलराज यांची. या दोन भावांमध्ये दोन गोष्टी समान होत्या, त्या म्हणजे - दोघंही कुठल्याही जातीधर्माविषयी अजिबात पूर्वग्रहदूषित नव्हते आणि दोघंही कट्टर डाव्या विचारसरणीचे होते.

मला हिंदी वाचता येत नसल्यामुळे मला भीष्म साहनी किती चांगले लेखक आहेत, हे त्यांना साहित्य अकादमीचा पुरस्कार लाभेपर्यंत ठाऊक नव्हतं. मी त्यांच्या 'तमस'चे काही अंश पडद्यावर पाहिले तेव्हा आपली या रचनाकर्त्याशी ओळख नसल्यानं आपण कशाला मुकलो आहोत ते समजलं. त्यांचा 'मिस्टर अॅन्ड मिसेस अय्यर' मधला अभिनय त्यांच्या सुप्रसिद्ध भावापेक्षा चांगला नसला तरी, त्याच्याइतकाच उत्तम होता. मी त्यांची फक्त एकच कादंबरी वाचली आहे – माया दास की मरही. मी त्याचं परीक्षण लिहिलं होतं. मी कादंबरी वाचून आश्चर्यानं थक्क झालो होतो. त्यांनी माझे आभार मानण्यासाठी मला फोन केला, तेव्हा मला समजलं की, ते माझ्या घरापासून अवघ्या पन्नास यार्डांवर राहतात. ते एकान्तवासी होते, जवळपास विरागीच. त्यानंतर मी त्यांना काहीवेळा भेटलो त्यावेळी माझ्या लक्षात आलं की, हा माणूस द्वेष-मत्सर यांपासून पूर्ण दूर आहे. इतर लेखकांसारखा यांचा आवडता विषय – 'स्वत:' नाहीये. भीष्म कधीही स्वत:बद्दल अथवा स्वत:च्या लेखनाबद्दल बोलले नाहीत.

भीष्म माझे सहाध्यायी होते. त्यांची मुलगी-कल्पना माझ्या मुलीच्या-मालाच्या वर्गात होती आणि त्यांचा नातू-मार्तंड माझ्याच नातीच्या-नैनाच्या शाळेत तिच्याच इयत्तेत आहे.

कल्पनाचा आर्किटेक्ट रोमी खोसलाशी विवाह झाला आहे. रोमी माझे मित्र जी.डी. खोसला आणि त्यांची पत्नी शकुंतला यांचे चिरंजीव जी. डी. खोसला पंजाब आणि हरयाणा उच्च न्यायालयाचे मुख्य न्यायमूर्ती होते. अशा प्रकारे आमचे कौटुंबिक भावबंध तीन पिढ्यांत झिरपले होते. मला वाटतं की, माझी भीष्म साहनींशी चांगली ओळख झाली असती तर त्यांनी मला अधिक चांगला माणूस बनवलं असतं.

□□

१९७३ सालची पालम विमान दुर्घटना

एका विमान दुर्घटनेत तीन मित्र गेले! सतीश लुम्बा, मोहन कुमारमंगलम आणि गुरनाम सिंग.

सतीश लुम्बाचा आणि माझा परिचय शाळेपासूनचा. पुढं तो लाहोरमध्ये कम्युनिस्ट व्यापार संघटनावादी बनला होता. मोहन कुमारमंगलम म्हणजे 'इनर टेम्पल' मधले भोजनमित्र आणि लायलपूरमधले वकील गुरनाम सिंग म्हणजे पंजाबी सुबा चळवळीचे नेते आणि तत्त्ववेत्ते, पंजाबचे मुख्यमंत्री.

या तिघांच्या सहवासातल्या आठवणींचे पक्षी बोलावतो.

सतीश आणि त्याचा भाऊ दिल्लीच्या मॉडर्न स्कूलमध्ये दाखल झाले. ते दोघंही अगदी सारखे जुळ्या भावंडांसारखे दिसत असत. (पुढंसुद्धा माझी बरेचदा फसगत झाली आहे.) ते या शाळेत फार काळ राहिले नाहीत. कारण त्यांच्या विधवा आईला महागड्या उत्तम शाळेत एकाच वेळी दोन मुलांचा राहण्याचा खर्च झेपणारा नव्हता.

त्यानंतर आम्ही पुन्हा लाहोरच्या गव्हर्मेंट कॉलेजमध्ये एकत्र आलो. त्यावेळी सतीशनं विद्यापीठी राजकारणात अजिबात रस दाखवला नव्हता, पण पुढं पाच वर्षांनी, मी जेव्हा बॅरिस्टर होऊन बेकार होतो, त्यावेळी सतीश कामगारांना संघटित करत होता. एकदा त्याच्या विनंतीवरून, श्री.व्ही. व्ही. गिरींची माझ्या अपार्टमेंटमध्ये उतरण्याची व्यवस्था केली होती. ते त्यावेळी रेल्वे कर्मचारी संघटनेचे अध्यक्ष होते. हीच व्यक्ती पुढं राष्ट्रपती बनली. सतीशचा त्यांच्याबाबतीत माझ्या आधी तीस वर्षं भ्रमनिरास झालेला होता.

जेव्हा जेव्हा सत्य समोर आलं तेव्हा, सतीश कधीही गुळमुळीत बोलला नाही किंवा कृती करायला कचरला नाही. बरीच वर्षं तो कम्युनिस्ट पक्षापासून लांब राहिला होता. मात्र युद्धानंतर, गांधीजी, पंडित नेहरू, सरदार पटेल आणि अन्य नेत्यांनी त्यांच्या सुटकेनंतर कम्युनिस्ट लोकांचा शत्रूचे हस्तक म्हणून धिक्कार केला. आता या मंडळींना राष्ट्रीय रोष ओढवून घ्यावा लागणार आहे, हे सर्वजण जाणून होते. तेव्हा सतीशनं या पक्षात जायचं ठरवलं. इतर बऱ्याच राजकारण्यांसारखी त्यानं मावळतीची चाहूल दिसताच आपली द्वारं बंद केली नाहीत की उगवत्या सूर्याला नमन केलं नाही. तो अतिशय प्रामाणिक, कठोर मेहनत घेणारा होता आणि मागं मागं राहणारा होता.

कुमारमंगलम आणि मी बार डिनर्सच्या वेळी एकमेकांकडं धावत असू. शेरी, रेड वाईन आणि पोर्टची प्रत्येकी एकेक बाटली चौघांच्या एका गटासाठी दिली जात असे. त्यावेळी न पिणारी मंडळी सगळ्यांना फार आवडत असत, कारण त्यांची 'वाटणी' इतर पिणाऱ्या मंडळींना मिळत असे. मी त्यावेळी मद्यपान करत नसे. त्यामुळं कुमारमंगलम यांच्यासारख्या पिणाऱ्यांमध्ये मला मोठी मागणी असायची. ते प्रतिक्षागृहात माझी वाट पाहात असायचे. तिथं आम्हाला काळे झगे चढवावे लागत असत. ''हे सरदार! तू तुझ्या काळ्या भावासोबत राहायचंस,'' असं म्हणून ते माझ्या खांद्याला धरून मला त्यांच्या चौकडीत ओढत असत– त्या चौकडीत नेहमी आणखी दोन न पिणारे असत. ते नेहमी चैतन्यमय असत. विनोदी पखरण करत दंगामस्ती सुरू असे, यात आश्चर्य ते काय! त्यानंतर आम्ही रेल्वे पकडायला किंग्ज क्रॉस स्टेशनवर एकत्र जात असू. मी वेल्विन गार्डन सिटीत राहात असे आणि ते केंब्रिजमध्ये. माझं राहण्याचं ठिकाण त्यांच्या निम्म्या अंतरावर होतं.

जेव्हा त्यांचं विमान उंच जायचं (ते बरेचदा उंच जात असे) तेव्हा आमच्या चर्चा म्हणजे आरडाओरड्याचा आखाडा बनत असे. त्यात बरीच अश्लील शिवीगाळही होत असे. मला एक प्रसंग आठवतोय. मी दोघांशी काही तरी वाद घालत होतो. मला वाटतं दुसरी व्यक्ती रजनी पटेल होते. अचानक मोहननी कम्पार्टमेंटचं दार उघडलं आणि रजनींना म्हणाले, ''या बास्टर्डला चालत्या रेल्वेतून फेकून द्या.''

कुमारमंगलम भारतात परत आल्यानंतर मी त्यांना कधी भेटलो नाही किंवा त्यांना पाहिलं नाही. मात्र इतरांसारखंच मीही वृत्तपत्रांत त्यांच्या कामगिरीविषयी वाचत होतो. त्यांनी संपूर्णवेळ पक्ष कार्यकर्ता म्हणून काम करणं थांबवून स्वत:च प्रॅक्टिस करायचं ठरवलं तेव्हा, मला अगदी खात्री होती ते अपयशी ठरणार. ''कायदा किफायतशीर होण्यासाठी फार वर्षं खातो'', मी म्हणालो होतो. पाच वर्षं बार मध्ये काढूनही मी चार पैसे गाठीला मारू शकलो नव्हतो. मात्र, कुमारमंगलमनी अल्पावधीत प्रचंड प्रॅक्टिस मिळवली. त्यांनी पक्ष सोडला, ते ॲडव्होकेट जनरल झाले आणि पुढं केंद्रीय मंत्री.

माझी गुरनाम सिंग यांच्याशी मन्झूर कादिर यांच्याकरवी भेट झाली. दोघांचीही लायलपूर मध्ये जबरदस्त प्रॅक्टिस होती आणि ते जिवलग मित्रही होते. पुढं मन्झूर लाहोरला गेले, तेव्हा गुरनाम उच्च न्यायालयात खटला असला की त्यांच्याकडे राहात असत. गुरनाम म्हणजे मला आजवर भेटलेले सर्वात देखणे, सुसंस्कृत आणि मृदुभाषी शीख. निवृत्तीनंतर त्यांनी स्वत:चं स्थान आणखी उंचावर नेलं. त्यांनी पंजाबी सुबा चळवळ हे स्वत:ला विजयी करण्यासाठी पायाभूत माध्यम वापरलं. गुरनाम सिंग यांनी सुबा चळवळीसाठी सर्वांत सुबोधपणे मांडलेली व तयार केलेली पुस्तिका आजही एकमेवाद्वितीय आहे.

माझी त्यांच्याशी अखेरची भेट झाली ती पतियाळामध्ये. ते पी.ई.एन. परिषदेच्या एका सत्राचं मुख्यमंत्री या नात्यानं अध्यक्षपद भूषवित होते. त्यावेळी विद्यार्थ्यांनी निदर्शनं आयोजित केली होती. कामकाजाला प्रारंभ होताच विद्यार्थ्यांनी घोषणाबाजीला आणि खुर्च्या फेकायला सुरुवात केली. पोलीस लाठ्या सरसावून तिथं गेले. व्यासपीठावरील सर्वजण गोंधळून गेले. सगळ्यांनी गुरनाम यांचं रक्षण केलं. त्यावेळी गुरनाम चेहऱ्यावरची रेघसुद्धा न हलवता तिथं बसून निदर्शनं पाहात होते, पडद्यावर सिनेमा सुरू असावा तसे.

त्यानंतर गुरूनानकांचं पावसावरचं अनुवादित ईशस्त्रोत त्यांच्या कानी पडलं.

Sweet sound of water gurgling down the water-spout
(The peacock's shrill, exultant cry)
Sister, it's savan, the month of rain!
Beloved Thine eyes bind me in a spell
(They pierce through me like daggers)
They fill my heart with greed and longing;
For one glimpse of Thee
I'll give my life
For Thy name art mine, my heart fills with pride,
what can I be proud of if thou art not with me?
woman, smash thy bangles on thy bedstead
Break thy arms, break the arms of thy couch;
Thy adornment holds no charms.
Thy Lord is in another's arms.

का कुणास ठाऊक, पण गुरनाम यांचे डोळे अश्रूंनी डबडबले, त्यांना समारोपाचं भाषणही करता आलं नाही.

गुरनाम इंदिरा गांधी व त्यांच्या सरकारचे कठोर टीकाकार होते. तरी त्यांना उच्चायुक्तपद कसं काय देऊ करण्यात आलं आणि त्यांनी ते का स्वीकारलं हे काळोखी रहस्यच राहणार आहे.

या तिघा मित्रांच्या निधनानं मला थॉरन्टन वाईल्डरच्या 'द ब्रिज ऑफ सॅन लुईस रे' कादंबरीचं स्मरण झालं. या कादंबरीत त्यानं रेखलेली पात्रं, एकमेकांशी ओळख नसलेली, पण ती एका पुलावर येतात, त्याचवेळी तो पूल अकस्मात कोसळतो आणि ते सर्वजण मृत्यूच्या खोल गर्तेत बुडून जातात.

हे तिघंही त्या दुर्दैवी बोईंग मधून एकाच वेळी कशाला गेले असतील?

□□

चिक्कू झिन्किन

'आयसीएस'चे मॉरिस झिन्किन मन्झूर कादिर यांचे जिवलग मित्र. मॉरिस यांचं गेल्या महिन्यात वयाच्या सत्त्याऐंशीव्या वर्षी निधन झालं. मन्झूर कादिर पुढं पाकिस्तानचे परराष्ट्रमंत्री आणि पंजाबचे मुख्य न्यायमूर्ती बनले. मॉरिस आणि मन्झूर केंब्रिज विद्यापीठात एकत्र शिकायला होते.

दर शनिवारी ते दोघं सिनेमाला आणि त्यानंतर जेवायला बरोबर जात असत. सिनेमाला जाताना बस पकडली की, मॉरिस पैशाचं पाकीट बाहेर काढून ''मी बसचं तिकीट काढतो'' असं म्हणत दोघांच्या तिकीटांचे पैसे देत असत. त्यानंतर सिनेमाची तिकीटं काढायची पाळी मन्झूर यांच्यावर. सिनेमा सुटल्यानंतर बस पकडून येताना पुन्हा मॉरिस यांचा 'बसचं तिकीट मीच काढतो' असा आग्रह असायचा. त्यानंतर जेवणाचं बिल चुकतं करायची पाळी मन्झूर यांची. हा प्रकार काही वेळा घडल्यानंतर मन्झूर यांच्या लक्षात आलं आणि त्यांनी मॉरिसना सांगितलं, ''मॉरिस, आता इथून पुढं मी बसची तिकिटं काढत जाईन आणि तू सिनेमाचे व जेवणाचे पैसे देत जा.''

तेव्हापासून आम्ही मॉरिस यांचा उल्लेख 'बसभाडं' असा करत असू.

मॉरिस यांची भारतात नेमणूक झाल्यावर लगेचच माझी झिन्किन दाम्पत्याशी ओळख झाली होती. वर्षाभरानं मॉरिसनी ताया यांच्याशी विवाह केला. हे लग्न 'प्रथम तुज पाहता' ...असं प्रेमात पडून वगैरे असण्यापेक्षा मित्र आणि नातेवाईकांनी पुढाकार घेऊन जुळवलेलं होतं. मॉरिस इंग्रजी ज्यू होते तर ताया फ्रेंच जेविश होत्या, पण त्यांचं इंग्रजीवर उत्तम प्रभुत्व होतं.

१९३९ साली ते दोघं माझ्या विवाहाच्या स्वागतसमारंभाला आले होते. त्या समारंभाचं मुख्य आकर्षण होते एम. ए. जीना. तायांनी त्यावेळी प्रथमच साडी नेसायचं ठरवलं. त्यानुसार सगळा व्यवस्थित जामानिमा केला, फक्त ब्रा झाकण्यासाठी ब्लाऊज आणि साडीच्या आत परकर एवढं सोडून. त्यांची साडीही सारखी घसरत होती.

त्या 'कायदे आजम' जिनांपर्यंत पोचत मोठ्या आनंदानं चीत्कारल्या, ''मिस्टर, जीना मी आजवर पाहिलेल्या पुरुषांत तुम्ही सर्वात देखणे आहात.''

त्यावर जिनांनी त्यांच्या एकाक्ष चष्म्यातून तायांकडं एक तीक्ष्ण कटाक्ष टाकला आणि त्यांच्याकडं पाठ फिरवली.

"ते मी आजवर पाहिलेल्यांतले सर्वात उर्मट पुरुषही होते." त्या मला नंतर सांगत होत्या.

स्वातंत्र्यानंतरही झिन्किन दाम्पत्य भारतात राहिलं होतं. त्या 'द मँचेस्टर गार्डियन' (पुढं 'द गार्डियन' झालेल्या) साठी लिहीत असत आणि वृत्तपत्रासाठी लिहिणाऱ्या इतर कुणाहीबद्दल त्यांना अत्यंत तिटकारा होता. दोघांनीही भारतावर पुस्तकं लिहिली आहेत. मॉरिस यांचं आर्थिक प्रश्नांबाबतचं आकलन प्रचंड होतं, ताया सामाजिक आणि राजकीय बाबींवर काहीसं वायफळ लिहीत असत.

मी लंडनला गेलो की झिन्किन दाम्पत्याला भेटायचो. ते पूर्वी भारतात असलेल्या, भारतात नोकरीला असतानाही व पुन्हा इंग्लंडमध्ये स्थायिक झाल्यावरही भारतीयांशी मैत्रीपूर्ण संबंध ठेवणाऱ्या मंडळींच्या वर्तुळात होते. काही कारणानं दोघांनीही लेखनाला रामराम ठोकून सुखकर निवृत्ती घेत ते विस्मृतीच्या पडद्याआड गेले होते.

नवऱ्यापाठोपाठ काही महिन्यांतच तायाही निवर्तल्या.

मॉरिस यांचं भारतीय अर्थव्यवस्थेच्या दुखण्याचं निदान आणि ताया यांच्या भारतीय राजकारण्यांवरची आकसयुक्त शेरेबाजी यांची मला सदैव आठवण होत राहील.

□□

दादीमाँ : एक व्यक्तिचित्र

माझी आजीसुद्धा इतरांच्या आज्यांसारखीच वृद्ध स्त्री होती. माझी आणि तिची ओळख वीस वर्षांपासूनची. पण मी तिला पाहतोय तेव्हापासून ती वृद्ध आणि सुरकुत्यांची जाळी होती. एके काळी ती तरुण, देखणी होती, तिला नवरासुद्धा होता असं लोक सांगत असत. पण यावर विश्वास ठेवणं कठीण होतं. माझ्या आजोबांचं चित्र दिखाणखान्यात लावलेलं होतं. भलंमोठं पागोटं आणि सैलसर पोशाख अशा वेशभूषेतल्या आजोबांची लांबचलांब सफेद दाढी छाती झाकण्याइतकी भरदार होती. ते कमीतकमी शंभरीचे वाटत असत. ते बायको अथवा मुलं असतील अशा प्रकारची व्यक्ती दिसत नसत. त्यांना फक्त नातवंडांचा भरपूर गोतावळा असेल असं वाटायचं. त्यामुळं माझी आजी तरुण, देखणी असेल ही कल्पना काहीतरीच वाटायची. ती आम्हाला नेहमी तिच्या बालपणीच्या खेळांविषयी सांगायची. ते आम्हाला अगदीच हास्यास्पद आणि फालतू वाटत असत. आम्ही तिच्या इतर तत्त्वज्ञानपर गोष्टी ऐकायचो, तसंच तेही ऐकत असू.

आजी नेहमी बुटकी, स्थूल आणि किंचित वाकलेली अशीच होती. तिच्या चेहऱ्यावर सगळीकडे सुरकुत्यांची जाळी पसरलेली होती. आम्ही तिला जशी पाहात होतो, तशीच ती नेहमी असणार, याची आम्हाला अगदी खात्री होती. ती म्हातारी होती, इतकं वठलेलं खोड की, ते आणखी वृद्ध होणं शक्य नव्हतं. ती त्याच स्थितीत वीस वर्षं होती. ती कधीही देखणी नव्हती. पण ती सदैव सुंदर होती. पांढऱ्याशुभ्र साडीतली आजी एक हात कंबरेवर ठेवून देहाच्या धनुकलीचा तोल सावरत घरात लंगडत फिरत असायची. दुसऱ्या हातानं जपमाळेतले मणी पुढं सरकत असायचे. तिच्या फिकट, सुरकतलेल्या चेहऱ्यावर रुपेरी बटा अस्ताव्यस्त पसरलेल्या असायच्या. तोंडानं सतत प्रार्थना सुरू असायची. ते शब्द ऐकू येत नसत, फक्त ओठांची हालचाल सुरू असे. होय माझी आजी सुंदर होती. माझी आजी पहाडी प्रदेशातल्या हिवाळ्यातल्या निसर्ग दृश्याच्या चित्रासारखी होती. धवलशुभ्र, प्रसन्नतेनं शांती आणि समाधानाची मंद झुळूक पसरवणारी.

माझी आजीशी चांगली मैत्री होती. माझे आई-वडील शहरात राहायला गेले, तेव्हा त्यांनी मला आजीजवळ ठेवलं होतं. आम्ही दोघं सतत बरोबर असायचो. ती

मला सकाळी उठवून शाळेत जाण्यासाठी तयार करायची. ती सकाळी मला आंघोळ घालून कपडे घालताना एकसुरी प्रार्थना म्हणत असायची. माझ्या कानावर पडून पडून मला प्रार्थना तोंडपाठ होईल या आशेनं. मी ती प्रार्थना ऐकायचो, कारण मला तिचा आवाज आवडायचा. पण मी ती शिकायच्या फंदात पडलो नाही. त्यानंतर ती माझी लाकडी पाटी आणून द्यायची. ती पाटी तिनं धुऊन, पिवळा खडू लावून ठेवलेली असायची. मातीची छोटी दौत, बोरू असं साहित्य ती मला बांधून द्यायची. न्याहारीला लोणीसाखर लावलेली जाड शिळी चपाती खाऊन आम्ही शाळेत जायचो. ती सोबत बऱ्याच शिळ्या चपात्या घ्यायची, गावातल्या कुत्र्यांसाठी.

माझी आजी नेहमी माझ्यासोबत शाळेत जायची. कारण शाळा मंदिराशी संलग्न होती. धर्मगुरू आम्हाला मुळाक्षरं आणि प्रात:प्रार्थना शिकवायचे. आम्ही मुलं व्हरांड्याच्या एका बाजूला ओळीनं बसून मुळाक्षरं घोकत असायचो किंवा सामूहिक प्रार्थना म्हणत असायचो, त्यावेळी आजी आतल्या बाजूला पवित्र ग्रंथपठण करायची. आमचं दोघांचंही काम झालं की आम्ही एकत्र परत यायचो. त्यावेळी आम्हाला गावातली कुत्री मंदिराच्या दाराशी भेटायची. तिथून ती घरापर्यंत आमच्या मागं-मागं यायची, आम्ही घातलेल्या चपात्यांसाठी आपापसात भांडत, गुरगुरत.

माझे आईवडील शहरात अगदी व्यवस्थित स्थिरावल्यानंतर, त्यांनी आम्हाला तिकडं बोलावलं. हे आमच्या मैत्रीत वळण ठरलं. आम्ही दोघं एकाच खोलीत राहत असलो तरी, आता ती माझ्याबरोबर शाळेत येऊ शकत नव्हती. मी बसनं इंग्रजी शाळेत जात होतो. तिथं रस्त्यांत कुत्री नसायची, त्यामुळं तिनं आमच्या शहरातल्या घराच्या अंगणात चिमण्यांना खाऊ घालायला सुरुवात केली.

वर्षं पुढं सरकत होती, तशी आमची भेट कमी होत गेली. काही दिवस ती मला आधीसारखंच सकाळी उठवून, शाळेसाठी तयार करत असे. मी शाळेतून परत आल्यावर आज शाळेत काय शिकवलं याची चौकशी करत असे. मी तिला इंग्रजी शब्द, पाश्चात्त्य विज्ञानातल्या आणि शिकलेल्यापैकी छोट्या-छोट्या गोष्टी सांगत असे. गुरुत्वाकर्षणाचा नियम, आर्किमिडीजचा सिद्धान्त, पृथ्वी गोल आहे वगैरे वगैरे. पण हे ऐकून तिला दु:ख होत असे. तिला माझ्या अभ्यासात मदत करणं शक्य नव्हतं. तिचा इंग्रजी शाळेत शिकवल्या जाणाऱ्या गोष्टींवर विश्वास नव्हता. तिथं देव, पवित्र ग्रंथ यांविषयी काही शिकवण देत नाहीत याचं तिला आत्यंतिक दु:ख होत असे. एके दिवशी मी घरी येऊन सांगितलं की, आम्हाला शाळेत संगीताचे धडे देणार आहेत. हे ऐकून ती अतिशय अस्वस्थ झाली. तिच्या दृष्टीनं संगीत म्हणजे असभ्य गोष्ट होती. ही वेश्या आणि भिकारी यांची मक्तेदारी. ते सभ्य माणसांसाठी नसतं अशी तिची धारणा होती. त्यानंतर ती माझ्याशी क्वचितच बोलली असेल.

मी विद्यापीठात गेल्यानंतर, मला स्वतंत्र खोली मिळाली. त्यामुळं आमच्या मैत्रीतला समान दुवा निखळला. आजीनं तिचा राजीनामा एकान्तवासासह स्वीकारला. ती चरख्यावर बसलेली असे, क्वचितच कुणाशी बोलत असे. मुखानं प्रार्थना सुरू असत. फक्त दुपारी घटकाभर ती विसावा घेत असे. चिमण्यांना खाऊ घालण्यासाठी ती व्हरांड्यात बसून भाकरीचे छोटे छोटे तुकडे करू लागली की, तिच्याभोवती शेकडो चिमुकले पक्षी जमा होत आणि अक्षरश: वेड्यांचं इस्पितळ असावं तसा प्रचंड कलकलाट सुरू होत असे. त्यातले कुणी पक्षी तिच्या पायांवर येऊन बसत, कुणी तिच्या खांद्यावर विसावत. काहीजण तर चक्क तिच्या डोक्यावर सुद्धा बसत. ती हसायची, मात्र त्यांना कधीही हाकलून लावायची नाही. दिवसभरातला हा अर्धा तास तिच्यासाठी सर्वाधिक आनंदाचा असायचा.

मी पुढच्या शिक्षणासाठी परदेशी जायचं ठरवलं. माझी खात्री होती की, आजी हे ऐकून अस्वस्थ होणार. मी पाच वर्षं दूर राहणार आणि तिचं वय पाहता, तिला हे सांगणं मुश्कील होतं. पण माझ्या आजीला हे सांगितल्यावर ती भावनाविवशसुद्धा झाली नाही. ती मला निरोप द्यायला रेल्वे स्टेशनवर आली होती. पण ती काही बोलली नाही की भावनांचं प्रदर्शन केलं नाही. तिचे ओठ स्तोत्रांच्या शब्दांवर हलत होते, तिचं मन प्रार्थनेत दंग होतं, बोटं जपमाळेचे मणी पुढं सरकवत होती. तिनं शांतपणे माझ्या कपाळाचं चुंबन घेतलं. तो ओलसर ठसा हृदयात साठवत मी निघालो, कदाचित आमच्या दोघांमधल्या शारीरिक संवादातलं ते अखेरचं पर्व ठरणार होतं.

पण तसं घडलं नाही. पाच वर्षं उलटली, मी मायदेशी परतलो आणि तिला पुन्हा स्टेशनवर भेटलो. ती एका दिवसानंसुद्धा जास्त म्हातारी झालेली दिसत नव्हती. आत्ताही तिच्यापाशी शब्द दवडायला वेळ नव्हता. तिनं मला काळजाशी घट्ट धरलं तेव्हा मला तिच्या प्रार्थनेचे स्वर ऐकू येत होते. मी आलो त्या दिवशीसुद्धा चिमण्यांच्या सहवासातले क्षण तिच्यालेखी सर्वांत आनंदाचे होते.

सायंकाळी तिच्यात एकदम बदल घडला. तिनं प्रार्थना केली नाही. तिनं शेजारपाजारच्या बायका गोळा केल्या. एक जुना ढोल मिळवला आणि गायला सुरुवात केली. कित्येक तास ती तो मोडकळीला आलेला, दबलेल्या कातडीचा ढोल बडवत घरी परत येणाऱ्या योद्ध्यांची गीतं गात होती. आम्हाला तिनं बास करावं म्हणून तिच्या मागं लागावं लागलं, तिला जास्त ताण येऊ नये म्हणून. मी तिला पाहात होतो तेव्हापासून प्रथमच असं घडलं होतं, तिनं प्रार्थना केली नव्हती.

दुसऱ्या दिवशी सकाळी ती आजारी पडली. थोडासा ताप होता. डॉक्टरांनी तो जाईल असं सांगितलं, पण आजीच्या मनात वेगळंच काहीतरी होतं. तिनं आम्हाला सांगितलं, आता माझा शेवट जवळ आला आहे. तिनं सांगितलं की, माझ्या

जीवनाचा अखेरचा अध्याय संपण्यास काही तास उरल्यानं मी प्रार्थना केली नव्हती, आता मी तुमच्याशी बोलण्यात आणखी वेळ वाया घालवणार नाही.

आम्ही विरोध केला, पण तिनं आमच्याकडे दुर्लक्ष केलं. ती शांतपणे बिछान्यात प्रार्थना करत पडून राहिली. जपमाळेचे मणी पुढं सरकत होते. अकस्मात, आम्हाला काही कळायच्या आत तिच्या ओठांची हालचाल थांबली आणि तिच्या निर्जीव बोटांतून जपमाळ घरंगळून पडली. तिच्या चेहऱ्यावर शांत निस्तेजपण पसरलं. ती आम्हाला सोडून गेल्याचं आम्ही ओळखलं.

ते १९३९ सालचे उन्हाळ्याचे दिवस होते.

आम्ही तिला बिछान्यावरून उचलून रीतीनुसार जमिनीवर ठेवलं. तिचा देह लाल प्रेतवस्त्रात लपेटला. तिच्या वियोगाच्या दुःखातून सावरून आम्ही तिच्या अंत्यसंस्काराच्या तयारीला लागलो. तिला एकटीला तिथं सोडून.

संध्याकाळी आम्ही तिचा मृतदेह अंत्यसंस्काराला नेण्यासाठी तिच्या खोलीत गेलो. सूर्य मावळतीकडं झुकला होता. तिच्या खोलीत आणि व्हरांड्यात सोनेरी प्रकाशाची झळाळी भरून राहिली होती. आम्ही व्हरांड्यात मध्येच थांबलो. संपूर्ण व्हरांड्यात आणि तिच्या खोलीत, तिचा मृतदेह ठेवला होता तिथवर सगळीकडं हजारो चिमण्या जमल्या होत्या. स्तब्ध. एवढीशीसुद्धा चिवचिव उमटत नव्हती. आम्हाला त्या पाखरांकडं पाहून फार वाईट वाटलं. माझ्या आईनं त्यांच्यासाठी भाकरी आणली. आजी जसे भाकरीचे तुकडे करून त्यांना खाऊ घालायची, तसे आईनं तुकडे करून चिमण्यांना घातले. पण चिमण्यांनी त्याची दखल घेतली नाही. आम्ही आजीला अखेरचा निरोप द्यायला निघालो. तेव्हा त्या शांतपणे उडून गेल्या. दुसऱ्या दिवशी सकाळी झाडूवाल्यानं ते सगळे तुकडे केराच्या डब्यात भरले.

□□

‘राज विला’तील छज्जूराम

प्रत्येकवेळी मी कसौलीला जातो तेव्हा, उन्हाळ्याच्या मोसमात माझं तिथं कमीतकमी तीनदा तरी जाणं होतंच, तिथला एखादातरी जुना रहिवासी निवर्तलेला असतो. कसौलीतल्या एकूण नागरी लोकसंख्येपैकी निवृत्त वृद्ध लोकांची संख्या बरीच जास्त असल्यामुळं या गोष्टीचं फारसं आश्चर्य वाटू नये. शिवाय, यातले बरेचसे मित्रत्वाचे संबंध उन्हाळ्यापुरतेच असतात. बाकी वर्षभर या मित्रांविना जगायला शिकवलं जातं. काळ आणि अंतर या गोष्टी मृत्यूचा आघात कमी करतात. मात्र छज्जूराम यांच्या बाबतीत असं झालं नाही. त्यांना मी पन्नास वर्षांहून अधिक काळ ओळखत होतो. मी कसौलीत नसायचो तेव्हासुद्धा माझा त्यांच्याशी फोनवरून अगदी जिव्हाळ्याचा संपर्क असायचा आणि त्यांचे मुलगे-ठाकूरदास व प्रेम, त्यांची मुलं-मुली यांच्याकरवी पत्रांतूनही. अर्ध्या शतकभराच्या काळात मी छज्जूरामना आदर आणि प्रेम देऊ लागलो होतो. त्यांच्या जाण्यानं माझ्या जीवनात मोठी पोकळी तयार झाली आहे.

छज्जूराम यांचा जन्म नालगढ जिल्ह्यातील गोअल नावाच्या खेड्यात झाला. ते कबीरपंथी होते. ते कसौलीत कधी आले ते मला नक्की ठाऊक नाही. माझे सासरे-सर तेजा सिंग मलिक यांनी त्यांना ‘स्पेरिन विला’च्या देखभालीसाठी ठेवलं होतं. त्याआधी त्यांनी काही साहेबांकडे काम केलं होतं. माझ्या सासऱ्यांनी एका प्रौढ, अविवाहित इंग्रज स्त्री कडून ही वास्तू विकत घेऊन तिचं पुनर्नामकरण केलं होतं ‘राज विला’. सगळ्या व्यावहारिक कारणांमुळं, वर्षातले बहुतेकसे दिवस छज्जूराम यांचा मुक्काम ‘राज विला’त असायचा. हिवाळ्याच्या दिवसांत ‘राज विला’चे मालक पठारावर राहायला जायचे, तेव्हा छज्जूराम आणि त्यांची पत्नी-गमीरोदेवी मुख्य घरात येऊन राहायचे. ते या घराचा पोटच्या गुलाप्रमाणे सांभाळ करायचे. एकदा एका हिवाळ्यात, दरोडेखोरांच्या टोळ्यांनी कसौलीतली बरीच घरं लुटली, कारण त्या घरांची देखभाल करणाऱ्यांना नोकरांसाठी असणाऱ्या घरांत राहण्याचा आदेश दिला होता. दरोडेखोरांनी ‘राज विला’ सुद्धा फोडायचा प्रयत्न केला. पण छज्जूरामनी प्रसंगावधान राखून मुलांना ओरडून सांगितलं, “मेरी बंदूक ले आना”!

त्यांच्याजवळ बंदूक नव्हती, पण दरोडेखोरांनी कसलाही धोका पत्करला नाही, ते पळून गेले.

एकदा बरीच घरं जंगलात पसरलेल्या वणव्याच्या भक्ष्यस्थानी पडली. वणव्याचा लोळ 'राज विला'च्या जवळ आला, तेव्हा छज्जूरामनी माझ्या पत्नीला आणि नातीला सुरक्षित स्थळी जायला सांगितलं आणि ते, त्यांची पत्नी, मुलं आणि नातवंडं आगीच्या पुढं पुढं येणाऱ्या ज्वाळांशी दोन हात करायला पाण्याच्या बादल्या घेऊन सरसावले. हातात काठ्या घेऊन आगीला मागं परतवण्यासाठी पुढं झाले.

१९८४ साली इंदिरा गांधींच्या हत्येनंतर, नोव्हेंबरमध्ये गरखाल जवळच्या सशस्त्र जमावानं हिंसक थैमान घातलं. शिखांच्या मालमत्तेची लुटालूट, जाळपोळ सुरू केली. कसौलीतले काही मवाली त्यांना जाऊन मिळाले. कसौलीतल्या दुकानदारांनी, सगळ्या हिंदूंनी त्यांचा मार्ग रोखला. 'राज विला' त्यांचं प्रमुख लक्ष्य होतं. छज्जूराम आणि त्यांचे मुलगे रक्षणार्थ प्रवेशद्वाराशी उभे होते. ''या घरात पाऊल टाकण्याआधी तुम्हाला आम्हाला ठार करावं लागेल'', त्यांनी जोराचं प्रत्युत्तर दिलं. त्यांचं आव्हान स्वीकारायचं धाडस कुणालाही झालं नाही.

छज्जू रामनी 'राज विला'तल्या त्यांच्या पन्नास वर्षांच्या कालावधीत अनेक सुप्रसिद्ध व्यक्तींचं जाणं-येणं पाहिलं – भाई वीरसिंग, बलराज साहनी, नर्गिस, सुनील आणि संजय दत्त, सलमान हैदर आणि त्यांचे कुटुंबीय, म्यानमारचे यॉंग सॅन सू कोई आणि प्रोतिमा बेदी. छज्जूरामनी त्यांना घरात प्रवेश दिला, त्यांची काळजी घेतली, कारण ही मंडळी सोबत माझं किंवा माझ्या पत्नीचं पत्र घेऊन आलेली असत. बाकीच्यांना, जवळच्या नात्यातल्या ज्यांना ओळखत असत, अशांनासुद्धा आमची चिठ्ठी सोबत असल्याखेरीज घरात प्रवेश मिळायचा नाही. सोबत पत्र नाही तर प्रवेशही नाही. त्यामुळेच मी जमवलेली हजारो पुस्तकं, चित्रं, शिल्पं आणि मौल्यवान हस्तकला संग्रह जसाच्या तसा राहिला.

आम्ही छज्जूरामना माळीजी म्हणत असू. बागेविषयी त्यांना सर्वाधिक प्रेम होतं. ते होते तोवर घराभोवती क्रिसॅन्थिमन्स, सूर्यफुलं, ग्लॅडिओला आणि इतर अनेक प्रकारच्या फुलांचे ताटवे बहरलेले असत. त्यांनी वाढवलेली छोटी फळं आणि भाज्यांचं रक्षण करण्यासाठी ते आणि त्यांची कुत्री धाड घालणाऱ्या माकडांशी शूरपणे दोन हात करत असत.

जशा संध्याछाया घेरून येऊ लागल्या, तसं त्यांनी हे युद्ध करणं सोडून दिलं. ते एकान्तात शांतपणे हुक्का पीत बसलेले असत. त्यांचं वजन घटू लागलं होतं. पहाटे टेबलखुर्च्या लावणं आणि खिडक्या उघडणं एवढं काम सोडलं तर, त्यांना आणखी काही काम करायची शक्तीच उरली नव्हती. गेल्या एप्रिलमध्ये मी त्यांच्या

मानेजवळ एक गाठ पाहिली. मी त्यांना बरेचदा स्मरण देऊनही त्यांची डॉक्टरकडं जायला नाखुषी होती. ''त्याचा काही त्रास होत नाही'', त्यांनी मला खात्री दिली, ''जाईल ते.''

पण तसं घडलं नाही. कसौलीतल्या डॉक्टरांनी त्यांना सिमल्याला जाऊन तपासणी करून घ्यायला सांगितलं. त्यांचा मुलगा प्रेम त्यांच्या सोबत गेला. रिपोर्टमध्ये त्यांना रक्ताचा कॅन्सर असल्याचं निघालं. दर आठवड्याला छज्जूराम मुलासमवेत ब्लड ट्रान्स्फ्यूजनसाठी सिमल्याला जात असत.

गेल्या महिन्यात मी कसौलीहून दिल्लीला निघालो, तेव्हा छज्जूराम मला निरोप द्यायला काठी घेऊन लंगडत लंगडत आले होते. आता पुन्हा आमची भेट होणार नाही, हे मी ओळखलं होतं आणि तसंच घडलं. १५ सप्टेंबर १९९८ चा दिवस उजाडला. मंगळवारी सकाळी छज्जूरामनी त्यांच्या बहिणी, मुलं आणि कुटुंबीयांच्या गराड्यात जगाचा कायमचा निरोप घेतला.

□□

सिम्बा : कुटुंबाचा लाडका

मी दिल्लीतल्या माझ्या घरी परत आलो. पुन्हा एकदा नोकरी नाही अशी अवस्था होती. खिशात आणि बँकखात्यात अगदी थोडे पैसे शिल्लक होते. माझ्याकडे जमाखात्याला काय असेल तर माझ्या लघुकथांचा संग्रह, त्यामुळं माझ्या लेखनाविषयी चार चांगली परीक्षणं लिहून येण्याचा फायदा लाभला असला तरी आर्थिक लाभ झाला नव्हता. 'शॉर्ट हिस्ट्री ऑफ द सिख्स' हे सनातनी शिखांनी धिक्कारलेलं अल्प आणि असमाधानकारक लेखन आणि एक कादंबरी – तिनं मला चार पैसे मिळवून दिले होते, ते मी खर्चले होते आणि दुसऱ्या कादंबरीचं हस्तलिखित, त्याच्या स्वीकृतीबद्दल अद्याप प्रकाशकांचा निर्णय समजायचा होता.

मी घरी आल्यावर माझं स्वागत करणाऱ्यांमध्ये एक महिन्याचं अल्सेशियन कुत्र्याचं पिल्लूही होतं. हे पिल्लू माझ्या वडिलांच्या एका मित्रानं माझ्या मुलीला-मालाला भेट दिलं होतं. अगदी सुरुवातीला त्या पिल्लाला त्याच्या बंदिस्त छोट्या मानवी कुटुंबात माझं अगांतुकपणे येणं आवडलेलं नव्हतं. त्याच्या विश्वात फक्त माझी पत्नी आणि आमची दोन मुलं एवढेच सदस्य होते. ते माझ्या वडिलांच्या घरातल्या वरच्या मजल्यावरच्या त्याच बेडरूममध्ये झोपत असे आणि पोर्चच्या छताचा वापर मुतारी म्हणून करत असे. मी येईपर्यंत त्याचं नामकरण झालेलं नव्हतं. मी त्याचं नाव सिम्बा ठेवायचं ठरवलं. आम्ही पॅरिसमध्ये सोडून आलो होतो, त्या मांजराच्या नावावरून. सिम्बाचंही इतर बऱ्याच अल्सेशियन्स-सारखंच होतं – तो एका माणसाला धरून राहणारा कुत्रा होता. तो माझ्या मुलीच्या मालकीचा होता. माझी पत्नी त्याला जेवूखाऊ घालायची, त्याला इंजेक्शन देण्यासाठी किंवा काही बरं नसेल तर दवाखान्यात घेऊन जायची, पण त्यानं मला त्याचा मालक मानलं होतं. सिम्बा माझ्या माहितीतला एकमात्र 'माणूस'पण असणारा कुत्रा होता. त्यानं आमच्या सोबत सुखाचा बहर झेलला, त्याचबरोबर आमच्या दु:खातही तो सोबत होता. आम्ही सुजन सिंग पार्क मध्ये तळमजल्यावरील आमच्या स्वत:च्या अपार्टमेंटमध्ये राहायला गेलो तेव्हा त्याचं बागडण्याचं 'बालपण' सरून, तो पूर्ण वाढीचा ताकदवान जर्मन शेपर्ड कुत्रा बनला होता. तो अजूनही आमच्याच बेडरूममध्ये झोपायचा. तिथं त्याच्यासाठी स्वतंत्र कॉट होती आणि

आम्ही आम्हाला हवा असण्यापेक्षा त्याच्यासाठी म्हणून त्या खोलीत एअर-कंडिशनर लावला होता. बरेचदा रात्री तो माझ्याजवळ येऊन कानात खुसफूस करायचा आणि मला त्याच्यासाठी जागा करून द्यायला सांगायचा. मी त्याप्रमाणे करायचो. मग तो कृतज्ञतेचा दीर्घ सुस्कारा सोडत बिछान्यावर यायचा आणि उरलेली सगळी रात्र माझ्या बिछान्याचा निम्म्याहून अधिक भाग व्यापून झोपायचा.

आम्ही त्याच्याशी बोलायचो. आम्ही रडायचं नाटक करायचो, की तो आमच्या कानांजवळ हळुवारपणे खुसफूस करायचा आणि आमच्या सुरात सूर मिसळून रडू लागायचा. बू ऽऽ उ ऽऽ उ ऽऽ. त्यानं कधी काही वांडपणा केला तर आम्ही त्याला कोपऱ्यात जा म्हणून फर्मावायचो. मग तो पश्चात्तापदग्ध होऊन खाली मान घालून कोपऱ्यात बसत असे – "ठीक आहे, ये आता" असं आम्ही पुन्हा सांगेपर्यंत.

सिम्बाचं मालाला सांभाळणाऱ्या पंचाहत्तरीच्या माईंशी खास नातं तयार झालं होतं. "ए शाम्बिया!" त्या सिम्बाला बाहेर बागेत नेण्यासाठी दार उघडत त्याचं स्वागत करायच्या. बागेत त्याचा विधी होईपर्यंत त्या थांबायच्या आणि त्यानंतर मग प्रार्थनेसाठी शेजारच्या गुरुद्वारात जायच्या. गुरुद्वारात आपल्याला प्रवेश नाही हे सिम्बाला ठाऊक होतं, त्यामुळं तो बाहेर माईंच्या स्लिपर्स राखत बसायचा. सकाळची प्रार्थना संपत आली, की तो माईंचं एक स्लिपर तोंडात धरून दुडक्या चालीनं घरी यायचा आणि ते स्लिपर बिछान्याखाली लपवून ठेवायचा. माई त्याच्या मागं यायच्या. "ए शाम्बिया! तू माझी स्लिपर कुठं लपवली आहेस?" मग माईंना ती लपवलेली स्लिपर सापडेपर्यंत तो त्यांच्यामागं शेपटी हलवत सगळ्या खोल्यांत फिरत असे.

सिम्बा संध्याकाळी फिरायला जायला नेहमी अतिशय उताविळ असायचा. त्याला धीर निघत नसे. तो माझ्या मांडीवर डोकं टेकवून अगदी आर्जवानं माझ्याकडे बघत असे. "वेळ झाली नाही?" त्याच्या डोळ्यांतून व्यक्त होत असे. "अजून नाही" मी सांगायचो. मग तो त्याचा पट्टा आणून माझ्या पायाशी ठेवत असे. "आता जायचं?" मी त्याला सांगायचो, "इतका उतावीळ होऊ नको."

त्यानंतर तो माझी फिरायला नेण्याची काठी मी वाचत असलेल्या पुस्तकावर आणून टाकत असे. "आता नक्की जायचं!" आता मात्र सुटका नसायची. आम्ही निघालो की तो आनंदानं थरारून सूर काढायचा. गाडीत पाठीमागच्या सीटवर उडी मारून बसताना त्याचे सूर आणखी गडद व्हायचे. त्याला गाडीच्या खिडकीतून डोकं बाहेर काढून रस्त्यावरच्या प्रत्येक कुत्र्याला, गाय-बैलांना भुंकून आव्हान द्यायला आवडत असे. त्याला लोधी गार्डन्सच्या प्रवेशद्वाराशी सोडावंच लागायचं. तो गाडीच्या मागं धावत यायचा, अधूनमधून 'विधी'साठी थांबायचा की पुन्हा गाडीचा पाठलाग सुरू. पार्किंग लॉट मध्ये येईपर्यंत. त्यावेळी पार्कमध्ये काही ससे

असत. सिम्बा त्यांना पळवून लावत असे. त्यांना पकडायचा प्रयत्न करत असताना तो किंचाळत त्यांचा घनघोर पाठलाग करत असे. त्याच्या दृष्टीनं ससे भलतेच वेगवान होते, ते त्याला हुलकावणी देत असत, पण खारींच्या शिकारीत मात्र तो अगदी वाकबगार झाला होता. खारोट्या हल्ल्याचा सुगावा लागला की, सर्वांत जवळच्या झाडाकडं धाव घेतात आणि पाठलाग चुकवण्यासाठी झाडाच्या बुंध्याभोवती पळतात, ही गोष्ट सिम्बाला कळली होती. तो गुपचूप झाडापर्यंत जायचा आणि नंतर झडप घालायचा. खुल्या मैदानावर खारोट्यांची सुटका नसायचीच. मी त्याला कितीही कडक ताकिद दिली, अगदी त्याला मारलं तरीसुद्धा त्याला निरुपद्रवी खारोट्यांना ठार करण्याचा मोह आवरत नसे.

शनिवारी संध्याकाळी, पिकनिकला नेण्याची बास्केट भरायला सुरुवात झाली की, आता उद्याचा दिवस बहुतेकसा आपला, या गोष्टीचा त्याला सुगावा लागत असे. पहाट फुटण्याच्या कितीतरी आधीपासूनच त्याचे रोमांचित सूर सुरू व्हायचे. तो सगळ्यांना उठवायचा. गाडीत त्याला आवरणं मुष्कील व्हायचं. आम्ही सूरजकुंड अथवा तिलपत जवळ खुल्या माळावर जायचो, तेव्हा आम्हाला त्याला बाहेर सोडावं लागायचं, नाहीतर त्यानं चालत्या गाडीतून उडी मारली असती. तो गायींच्या कळपांच्या मागे लागायचा. त्या रानभर सैरावैरा पळत सुटायच्या. एकदा तर एका गायीच्या मागच्या पायाची लाथ त्याच्या तोंडावर बसणारच होती आणि एकदा त्यानं एक बकरी जवळपास मारलीच होती.

खुल्या माळावर तीन-चार तास, ससे, हरणं किंवा मोरांचा पाठलाग करून तो अगदी थकून जात असे, पण अतिशय खूश असे. आम्ही रविवारी सकाळी पिकनिकला जाऊन परत यायचो तेव्हा सिम्बाला गुंगी आलेली असायची. त्या दिवशी तो संध्याकाळी फिरायला जाण्यासाठी इतका उताविळ होत नसे.

रात्री जेवणं झाल्यावर आम्ही पान खायला खान मार्केट मध्ये जायचो. तो जेवणानंतरच्या त्या फेरफटक्यासाठीही असाच अस्वस्थ होत असे. तो आइस्क्रीमवाल्या माणसाजवळ थांबून आम्हाला त्याच्यासाठी आइस्क्रीम घेऊन देण्याची लाडीगोडी लावत असे. त्याला आइस्क्रीम प्रचंड आवडत असे. शिवाय तो अतिशय 'पझेसिव्ह' ही होता. एकदा बाजारात एका झाडाखाली कुत्र्याची दोन गोंडस पिल्लं विकायला होती. आमचं त्या पिल्लांची दखल घेणं त्याला अजिबात आवडलं नव्हतं. त्यानंतर आम्ही कधीही त्या झाडाजवळ थांबलो की, तो संतापानं त्या झाडाच्या बुंध्याचा करकचून चावा घेत असे. सुजन सिंग पार्क मधल्या आणि सभोवतीच्या सर्वांना सिम्बा ठाऊक होता. आम्हाला परिसरातली मुलं सिम्बाचे मातापिता म्हणून ओळखू लागली होती.

सिम्बाला माणसं टरकूनही असत. एकदा तो माझ्या पत्नी आणि मुली समवेत

लोधी गार्डन्समध्ये निघाला असताना वाटेत एक सायकलस्वार माझ्या मुलीच्या पाठीवर चापटी मारून वेगानं पुढं निघाला. माझी पत्नी किंचाळली, ''सिम्बा, पकड त्याला!'' सिम्बानं त्या माणसाचा पाठलाग करून त्याला सायकलवरून पाडलं आणि त्याच्यावर सुळे रोखून उभा राहिला. त्या बिचाऱ्यानं हात जोडून क्षमायाचना केली.

आणखी एकदा असाच प्रसंग घडला. मी रात्री जेवणानंतर घराबाहेर पडलो. इतक्यात एका मुलीची मदतीची हाक ऐकली. दोन तरुण पोरं तिला त्रास देण्याचा प्रयत्न करत होती. मी तिच्या दिशेनं पळालो. सिम्बा सोबत होताच. त्या मुलांनी पळून जाण्याचा प्रयत्न केला. मी सिम्बाला त्यांना पकडायला सांगितलं. सिम्बा छू पळाला, त्यानं त्यातल्या एका मुलाला भुईसपाट केलं. तो मुलगा चांगला धिप्पाड आणि माझ्यापेक्षा बराच ताकदवान होता. पण सिम्बा माझ्या बाजूला असल्यामुळे त्या मुलाचं थोबाड फोडत त्याला गुंडा, बदमाश अशा विशेषणांसह शिव्यांचा आहेर करताना मी जराही कचरलो नाही. त्यानं क्षमा मागितली आणि पुन्हा कधी बायकांच्या वाटेला न जाण्याची शपथ घेतली.

आम्ही सिम्बाला आमच्यासोबत माशोब्राला किंवा कसौलीला नेहमी न्यायचो. पर्वतराजींच्या सान्निध्यात त्याला परमोच्च आनंद होत असे. त्यानं आम्हाला खडे चढ चढताना वर ओढावं, यासाठी मी त्याला बरेचदा पट्टा बांधायचो. त्याला सिमल्यापेक्षा कसौली अधिक आवडत असे. कारण तिथं माकडा-वानरांच्या टोळ्याच्या टोळ्या असत. तो त्यांच्याविरूद्ध युद्ध पुकारत असे आणि पहाडी कावळ्यांशीसुद्धा. सिम्बाच्या दुपारच्या भोजनाच्या वेळी ते थव्यानं जमत असत.

बहुतेक कुत्र्यांना 'सिक्स्थ सेन्स' असतो. आमच्या सिम्बाला तर सातवा आणि आठवा सेन्स सुद्धा होता. हे सिद्ध करण्यासाठी मी फक्त एक किस्सा सांगतो. मला आणि माझ्या पत्नीला - आम्हा दोघांना काही महिने परदेशात जावं लागलं. आमची मुलं बोर्डिंग स्कूल मध्ये होती. आम्ही नोकरांना सुट्टी देऊन, आमच्या फ्लॅटला कुलूप लावायचं ठरवलं. सिम्बाची रवानगी प्रेम किरपाल यांच्याकडं करणार होतो. त्या दोघांची चांगली मैत्री होती, कारण ते आमच्या रविवारच्या भ्रमंतीत नेहमी सोबत असायचे आणि नेहमी आमच्या घरीही यायचे. त्यांनी सिम्बाला ठेवून घेण्याचं खुषीनं कबूल केलं. ते वरिष्ठ सरकारी अधिकारी असल्यामुळं त्यांचा कॅनिंग लेन मध्ये बंगला होता, त्यापुढं मोठी बाग होती. सिम्बा त्यांच्याकडं कितीतरी वेळा आला होता. आम्ही त्याला तिथं सोडून जाणार असल्याचं त्यानं ओळखलं होतं. त्यानं ते फारसं मनाला लावून घेतलेलं दिसत नव्हतं.

माझी पत्नी माझ्या आधी काही दिवस दिल्लीला परत आली. ती सिम्बाला आणायला कॅनिंग लेनमध्ये गेली. सिम्बानं तिचं आनंदानं स्वागत केलं, पण गाडीत

बसायला मात्र नकार दिला. सिम्बाचं प्रेम जिंकण्यात आपण यशस्वी ठरल्याचा प्रेमना भलताच आनंद झाला. अखेर माझ्या पत्नीनं नाईलाजानं, त्याला आणण्याचा प्रयत्न सोडून दिला. ''तो तुमच्यासोबत आनंदात असेल तर त्याला इथं राहू दे,'' तिने सांगितलं.

त्यांच्या बोलण्यात माझ्या परत येण्याच्या तारखेचा उल्लेख झाला असणार. सिम्बानं त्यांचं बोलणं ऐकलं होतं. मी दिल्लीला परत येण्याच्या आदल्या दिवशी संध्याकाळी सिम्बा कॅनिंग लेन ते सुजन सिंग पार्क हे सगळं अंतर पायी कापत आला आणि आपल्या आगमनाची वर्दी देण्यासाठी पंजांनी दारावर ओरखडे काढत राहिला. त्याला मी दुसऱ्या दिवशी सकाळी येणार असल्याचं ठाऊक होतं. सिम्बाच्या सोडून जाण्यानं प्रेम इतके खिन्नविषण्ण झाले – मी त्यांची प्रिय मैत्रीण पळवली असती तरी त्यांना इतकं वाईट वाटलं नसतं.

सिम्बा अगदी छान ऐटीत म्हातारा झाला. त्याच्या तोंडाजवळचे केस पिकले. त्याला मोतिबिंदू झाला. कधीकधी तो तापानं फणफणायचा. माझी पत्नी त्याचं डोकं मांडीवर घेऊन, त्याला थोपटत रात्ररात्र जागरण करायची. त्यावेळी तो तेरा वर्षांचा होऊन गेला होता. मला स्वॅर्थमोर कॉलेजमध्ये तीन महिने अध्यापनाचं काम मिळालं तेव्हा आम्हाला त्याला त्याच्या खऱ्या मालकिणीकडे सोडून जावं लागत असे. तिला त्याला जवळजवळ रोजच डॉक्टरकडे घेऊन जावं लागत असे. त्याची प्रकृती जराही सुधारली नाही. सिम्बाची तब्येत आणखी ढासळली. मालानं आम्हाला तार केली, ''ताबडतोब परत या, सिम्बा गंभीर आहे.'' दुसऱ्याच दिवशी तिची आणखी एक तार आली, ''सिम्बा शांतपणे गेला.''

डॉक्टरांनी मालाला सांगितलं की, 'सिम्बाला वेदना होत आहेत, त्याचे पाय लुळे पडले आहेत, आता तो काही फार दिवस काढणार नाही.' २० मार्च १९६९ रोजी, तिच्या संमतीनं त्यांनी सिम्बाला प्राणनाशक डोस दिला. सिम्बानं कायमचे डोळे मिटले.

माझ्या अगदी जिवलग मित्रांविषयी सांगायचं झालं, तर सिम्बा त्या यादीतल्या अग्रमानांकितांमध्ये असेल. त्यानंतर आम्ही दुसरं कुत्रं कधीही पाळलं नाही. एकाच्या ऐवजी दुसरा अशी मित्रांची 'जागा' भरून काढता येत नाही.

□□

एपिटाफ

खुशवंत सिंग

या स्थळी चिरविश्रांती घेणाऱ्या माणसानं
ना मानवाला सोडलं ना देवाला,
त्याच्यासाठी तुमचे अश्रू व्यर्थ घालवू नका,
तो हलकट होता, ओंगळवाण्या गोष्टी लिहिण्यात
त्याला फार मजा वाटायची.
हल्ला चढवायला टपलेला हा माणूस गेल्याबद्दल
परमेश्वराचे आभार

एपिटाफ – थडग्यावर कोरलेले शब्द, मृताच्या स्मरणार्थ लिहिलेली वाक्ये.

वृद्धावस्थेतसुद्धा चिंतामुक्त व आनंदी जीवन जगण्यासाठी यथार्थ मार्गदर्शन

बीइंग मॉर्टल

लेखक
डॉ. अतुल गवांदे

अनुवाद
डॉ. वसु भारद्वाज

आपण आता औषधोपचाराने ग्रासलेल्या वार्धक्याकडे आणि मृत्यूकडे जात आहोत; त्यावर आपण अशा पद्धतीने उपचार करतो, जणू काही तो काही आजार आहे. एक गोष्ट खरी आहे की, या सरत्या वर्षांसाठी केवळ औषधोपचारच गरजेचे नाहीत, तर या स्थितीतही आयुष्य अर्थपूर्ण, शक्य तेवढे संपन्न आणि परिपूर्ण असणेही तितकेच महत्त्वाचे आहे. हे पुस्तक त्या दिशेच्या प्रवासाचे केवळ सखोल चिंतन नसून, एक आवश्यक आणि सूक्ष्म दृष्टीने केलेले अवलोकन आहे. ते आयुष्याच्या अंतिम काळात, स्वतःच्या मर्जीने, प्रतिष्ठेने आणि आनंदाने कसे जगावे, याचे मार्गदर्शन करते.

गेल्या काही दशकांमध्ये वैद्यकीय क्षेत्रात उपशमन शुश्रूषेचा प्रांत नव्यानं आलाय, तो मृत्यूच्या मार्गावर असणाऱ्या रुग्णांच्या शुश्रूषेमध्ये या पद्धतीचा विचार आणण्यासाठीच आहे आणि ही पद्धत वाढत आहे, हीच पद्धत गंभीर आजारानं ग्रस्त असलेल्या रुग्णांसाठीही वापरली जाते, मग तो मृत्युमार्गावर असो किंवा नसो.